என் பெயர்

ரங்கநாயகி

முதற்பதிப்பு: 2023

First Edition: 2023

En Peyar Ranganayagi

என் பெயர் ரங்கநாயகி

Indira Soundarajan

இந்திரா சௌந்தர்ராஜன்

ISBN: 978-93-5695-640-7

Pustaka
EBooks | Audiobooks | Paperback

Pustaka Digital Media Pvt. Ltd.
#7-002, Mantri Residency,
Bannerghatta Main Road, Bengaluru - 560 076
Karnataka, India
+91 7418555884

என் பெயர் ரங்கநாயகி

இந்திரா சௌந்தர்ராஜன்

Pustaka
EBooks | Audiobooks | Paperback

என்னுரை

நான் ஆத்மார்த்தமாக எழுதிய ஒரு நாவல் இது. தினமணி கதிரில் தங்குதடையின்றி அற்புதமாக ஷ்யாமின் ஓவியங்களுடன் 35 வாரம் வெற்றி உலா வந்தது.

இன்றைக்கு ஒரு தொடர்கதைக்கு இத்தனை வாரங்கள் இடம் கிடைப்பது என்பது அபூர்வமான ஒன்றாகும். விஸ்தாரமாக கதை சொல்வது என்பதெல்லாம் 1990-ஆம் ஆண்டுக்கு முன்பே முடிந்துவிட்டது. கல்கியும், சாண்டில்யனும் பாகம் பாகமாக எழுதினார்கள். வாசகர்களும் வாசித்தார்கள்.

இன்று இருபக்கமும் அப்படி ஒரு நிலை இல்லை என்று பத்திரிகையாளர் வட்டம் கருதுகிறது. அதில் உண்மை இருப்பதையும் மறுக்க முடியாது. ஏனென்றால் படிக்கும் வாசகன் எல்லாம் டி.வியால் பார்க்கும் நேயனாக மாறிவிட்டான் என்கிறார்கள்.

அதெல்லாமில்லை... இது அபத்தம், இன்று சுவை குறையாமல் பாகம் பாகமாக எழுத ஆளில்லை. எழுதினால் படிப்பார்கள் என்று கூறுகின்றவர்களும் இருக்கிறார்கள்.

எது உண்மை?

என் வரையில் எழுதினால் படிக்க ஆள் இருக்கிறார்கள் என்பதுதான் உண்மை. அதை நான் இந்த தொடரின் மூலமாக புரிந்துகொண்டேன். இவ்வளவு சீக்கிரம் முடித்துவிட்டீர்களே என்று பலர் கேட்டார்கள்.

தினமணிகதிர் அதற்கு எனக்கு அருமையான வாய்ப்பளித்தது. மர்ம நாவல்களில் ஒரு பெயரெடுத்திருந்த எனக்கு, குடும்ப நாவல்களிலும் பெயரெடுக்கும் ஆசை அலைமோதியபடி

இருந்தது. அதை இந்த தொடருக்கான வாய்ப்பு ஈடேற்றியது.

எந்த இடர்ப்பாடும் இல்லாததால், வாசக ஆதரவும் மலைப்போல் குவிந்ததால் எனக்கும் உற்சாகம் பீறிட்டது. இத்தொடரின் அத்தியாய முகப்பில் பல வேறுபட்ட எழுத்தாளர்களது தொடர்களின் மனதை கிள்ளிய பகுதியை ஒரு புதுமை நோக்கம் கருதி சேர்த்திருந்தேன். அதுவும் பெரிதும் வரவேற்கப்பட்டது.

இதை சில எழுத்தாளர்களே என்னிடம் பாராட்டினார்கள். மற்றவர்களது வீச்சினை வெளிக்காட்ட, அதற்கு தனது நாவலில் இடம்தர பெரிய மனது வேண்டும் என்றெல்லாமும் கூறினார்கள்.

நான் இதை பெரிய மனதோடு செய்தேன் என்றெல்லாம் கூறத் தயாரில்லை. ஒரு புதுமை நோக்கோடும், என் தொடரை பற்றிக்கொள்ள அது உதவி செய்யும் என்று கருதியும்தான் செயல்பட்டேன்.

இதற்காக நான் அவர்களிடம் அனுமதி கேட்கவில்லை, அது நிச்சயம் கிடைத்துவிடும். நல்ல நோக்கோடும், பாராட்டும் மனோபாவத்துடனும் செய்வதால் யாரும் அதை பெரிதாக கருதமாட்டார்கள் என்று நம்பினேன், நம்புகிறேன்.

இவ்வேளையில் அத்துணை எழுத்தாள பெருமக்களுக்கும் என் நன்றிகள். இத்தொடர் ஒரு வைஷ்ணவ குடும்பத்தைச் சுற்றி நடக்கும் ஒரு கதை. ஆனால் இது ஒவ்வொரு சமூகத்தவர்க்கும் நடக்கும் கதை என்றும் கூறலாம். இதில் நான் எங்கும் வைணவ நியாயங்களை மீறிவிடவில்லை. தவறை துணிவுடன் தவறு என்று கூறியுள்ளேன் அவ்வளவே... இத்தொடரின் தொடக்கத்தில் பல வைணவர்கள் தவறாக புரிந்துகொண்டு விமர்சித்தாலும் போகப்போக அவர்கள் மாறிப்போனார்கள். பின்னால் மிக பாராட்டிப் பேசினார்கள். அவர்களுக்கும்,

தொடரை அற்புதமாக வெளியிட்ட தினமணி ஆசிரியர் திரு. இராம சம்பந்தம் மற்றும் கதிரின் பொறுப்பாசிரியர் திரு. இளையபெருமாள் அவர்களுக்கும் என் இதய நன்றிகள்.

பணிவன்புடன்
இந்திரா சௌந்தர்ராஜன்

***

அத்தியாயம்

1

இவனுடைய வாழ்க்கை லட்சியத்தில் இவன் சரியான இடத்தில்தான் நிற்கிறான். வாழ்க்கையில் ஒன்றை இழந்தால்தான் ஒன்று கிடைக்கும் என்பதைச் சரியாக தெரிந்துகொண்டிருக்கிறான். இவன் நினைத்திருந்தால் இவனுக்கு இருக்கிற திறமைக்கும், அழகுக்கும் ஒரு திடகாத்திரமான மனைவியை அடைந்திருக்க முடியும். ஆனால் வாழ்க்கையில் அழகு மட்டும் இருந்தால் போதாது என்கிற இன்றைய தத்துவத்தைப் புரிந்துகொண்டவன். இதில் இவனுக்கு எந்தவித நஷ்டமும் இல்லை.

'மனம் ஒரு பிருந்தாவன'த்தில் மகரிஷி

அனந்தபத்மநாபன் குடும்பம் மிகுந்த ஆச்சாரமானது. காசு பணத்துக்குப் பஞ்சமில்லாத குடும்பம், பூர்வீகச் சொத்தாக ஐந்தாறு வீடுகள், தென்னந்தோப்புகள் இவற்றோடு ஏபிஎன் இண்டஸ்ட்ரீஸ் என்கிற தமிழ்நாடு, ஆந்திரா, கேரளாவில் மிகப் பிரபலமாகிவிட்ட ஒரு கைமுறுக்கு இண்டஸ்ட்ரியும் APN என்னும் அனந்தபத்மநாபனுக்கு சொந்தம்!

APN என்பவர் இதன் காரணமாக ஒரு தொழிலதிபர் என்று அறிந்தோம். தொழிலதிபர் என்பவர் லயன்ஸ் கிளப், ரோட்டரி என்று பெரிய மனுஷாள் கூடிக் கலையும் சங்கங்களிலும் உறுப்பினராக இல்லாவிட்டால் எப்படி?

ஏபிஎன் இவற்றோடு அன்றி ஊரின் மகா பிரசித்தி பெற்ற ஓர் ஆகாசம் பார்த்த ஆஞ்சநேயர் கோயிலுக்கும் அறங்காவலராவார்!

மொத்தத்தில் ஒரு நாளின் 24 மணி நேரப் பொழுது போதவில்லை என்று கருதும் பிஸியான ஸ்ரீமான்! இதனால்தானோ என்னவோ மனசும் உடம்பும் APNக்கு மிக மிகக் களைத்துப்போய் விடுகிறது.

பெரிய மனுஷாள் களைத்தால் இருக்கவே இருக்கிறது மகா மருந்து. வீட்டிலேயே பார் உள்ள மகா பெரிய மனுஷாளை எல்லாம் பார்த்த லோகம்தானே இது? இருந்தும் ஏபிஎன்-க்கு தீர்த்தமாடப் பிரியமில்லை. சீட்டும் ஆடமாட்டார். சுமாராக பில்லியர்ட்ஸ் மட்டும் ஆடுவார். வித்யாசமான பெரிய மனுஷன். அதென்னமோ தெரியவில்லை, பெண்கள் என்றால் அநியாயத்துக்கு ஒரு வாஞ்சை APNக்கு...

அதனால்தானோ என்னவோ APNக்கும் மூன்று பெண்கள்!

சொப்பு சொப்பாய்ப் பார்க்க மகாதிவ்யமாக இருப்பார்கள்.

மூத்தவள் மங்கா! முழுத் திருநாமம் அலமேலு மங்கை. அடுத்தவள் மைலா என்கிற மைதிலி. மூன்றாமவள் இந்தத் தொண்ணூறுகளில் ஜனித்தவள். எனவே மாடர்னாகவும், கூடவே தாயார் திருநாமமாகவும் இருக்க வேண்டும் என்று பார்த்துப் பார்த்துச் சிந்தித்ததில் ஸ்ரீநிதியாகிவிட்டாள். தனியே பெட்ரூம் இருந்தும், இத்தனாம் பெரியமனுஷன் இந்த மூன்று பெண்களுக்கு நடுவில்தான் படுத்துக்கொள்வார் என்றால் பார்த்துக் கொள்ளுங்களேன்.

மங்கா நல்லியில் வாங்கிய அகலக்கரை பார்டர் உள்ள பட்டுப்பாவாடையாகவே உடுத்துபவள். தாவணிக்கு இன்னும் முகூர்த்தம் சித்திக்கவில்லை.

அடுத்தவள்கூட கிட்டதட்ட அப்படித்தான்.

மூன்றாமவள் ஸ்ரீநிதி மட்டும் கொஞ்சம் மாடர்னாக சுடி மிடி என்று ஆத்தைச் சுத்தி வரும்.

இதுகள் ஆளாளுக்கு ஏபிஎன் மேல் காலைத் தூக்கிப் போட்டுக்கொள்ள தொளபுளா என்று ஒரு நைட் டிரஸ்ஸை மாட்டிக்கொண்டு கொஞ்சம்போலக் குறட்டையோடு ஏபிஎன் தூங்குவதைப் பார்க்க ரொம்ப வித்யாசமாக இருக்கும்.

பெட்ரூம் கதவை ஒருக்களிப்பாகத் திறந்து பார்த்துவிட்டு அந்த அன்புச் சங்கமம் பார்த்துத் தினம் தவறாமல் கண் கலங்குபவள் கல்யாணி.

இவள் ஏபிஎன்னின் கடைசித் தங்கை. கொஞ்சம் நொறுங்கலாக இருப்பாள். விளைச்சலில்லாத பூசின மாதிரி மார்பு. கூடவே ஆயில்யம் என்கிற பிடுங்கலெடுத்த நட்சத்திரம். ஆகையால், ஒரு புருஷனும் அவள் கழுத்தில் தாலி பூட்ட வரவில்லை. அவளும் வெறுத்துப்போயோ, இல்லை அவசரப்பட்டோ, கல்யாண பந்தமே வேண்டாம் என்று சங்கல்பம் செய்துகொண்டு விட்டாள்.

அண்ணா ஏபிஎன்தான் அவளுக்கு எல்லாம். அவரே அவளுக்கு மகாவிஷ்ணு.

கோமளம் இருந்தவரை, கல்யாணி விஷயத்தில் ஒரு தூண்டல் இருந்தது.

"நன்னால்ல நீங்க இப்படி இருக்கறது... அவளுக்கு என்ன தெரியும்னு நீங்களும் அவ பேச்சக் கேட்டு ஆடிண்டிருக்கேள்.

கூனோ குருடோ ஒருத்தன் கைல பிடிச்சுக் கொடுக்கறதுதான் ஓர் அண்ணாவோட கடமை. இப்படியே வெச்சிண்டிருக்க முடியுமா?

இப்ப சரி...

வயசான காலத்துல யார் பார்த்துப்பா?

அதுலையும் திராணியில கிடந்து ரேழியில் தூக்கிப் போட்டுட்டா யார் வந்து மல மூத்திரம் அள்ளுவா? என் பெரியம்மா ஒருத்தி இப்படித்தான், பன்னெண்டு வயசிலையே தாலிய கட்டிண்டு பதிமூணுல புருஷனைத் தொலைச்சவ.

அப்புறமாதான் பெரியவளாவே ஆனா. எழுபத்து ஒன்பது வயசுலதான் வைகுண்டக் கதவை அந்த நாராயணன் திறந்தான். அதுவரை தனிமரமா அவ பட்ட பாடு இருக்கே... என் கண்லையே இருக்குன்னா..."

"சரி கோமளா... கல்யாணம் குதிர மாட்டேங்கறதேடி."

"எல்லாம் குதிரும். ஐ.ஏ.எஸ்ஸும், ஐ.பி.எஸ்ஸும்தான் வேணும்னா குதிராதுதான். பி.ஏ., பி.எஸ்.ஸியிலையும் பார்க்கலாம். எவ்வளவோ ஏழை பசங்க வாய்ப்புக் கிடைச்சா வாழ்க்கைல உங்களை மாதிரி போராடி உழைச்சு மேல வரத் தயாராத்தான் இருக்கா... அவாள்ள யாரையாவது பார்க்கலாம். ஒண்ணும் குறைஞ்சு போயிடாது..."

"இல்ல, கோமி... கல்யாணி கடக்குட்டி. அவளுக்கு நல்ல மாப்ள பார்த்தாதான் ஸ்லாக்யப்படும்.

நம்ம ஸ்டேட்டஸை நீ மறந்துடறே... சாருக்கும், ஜானாக்கும் தாசில்தார், கலெக்டர்னு மாப்ளையா பார்த்துட்டு இவளை தெராட்ல விடுங்கறியே நன்னா இருக்கா?"

வாக்குவாதம் குடமுருட்டி ஆற்றுநீர் போல் சரளமாய் முட்டும் மோதும். சஹஸ்ரநாமம் சொல்லிக்கொண்டு பார்த்துக்கொண்டிருப்பாள் அம்முணி.

எபிஎன்னின் அம்மா.

ஆம்படையான் போன பிறகு பெரிய பிள்ளையே எல்லாம் என்று வாழும் ஏகாதசி துவாதசி மறவாத ஆச்சாரமான பாட்டி. 'கேசபங்கம், ஸ்ரீசூரணம், காவிமுட்டாக்கு' என்றாகிப்போன கருணை மனத்தினள்.

ஒரு பக்கம் பிள்ளை ஆசையைப் பார்த்து சந்தோஷமும், மறுபக்கம் மாட்டுப்பெண்ணின் பொறுப்பை உணர்ந்து நெகிழ்ச்சியும் அடைபவள்.

நடுவில் புகுந்து கருத்துச் சொல்ல அவசியமில்லை என்று நினைப்பவள். ஏனென்றால் அம்முணியைப் பொறுத்து

ஒவ்வொருவர் வாழ்வும் அவா பொறந்தப்பவே எழுதப்பட்டு விட்டது. கன்னம் காது சொறிவதெல்லாம்கூட எழுதியபடிதான் என்கிற தீர்க்கமான நம்பிக்கை கொண்டவள்.

ஆகவே, கல்யாணிக்கு ஒருவன் இருந்தால் உரிய வேளையில் பிரசன்னமாகி அவளை வந்து அழைத்துப்போவான். அப்படி அவன் வந்துவிட்டால் தடுக்க யாராலும் முடியாது என்பதுதான் அவள் தீர்மானம்.

சதா நாராயண ப்ரேமையோடு இருந்துவிட்டால் போதும்... அந்தத் தசாவதாரி 'தன் குடும்பத்தை ரட்சிப்பான்' என்று நம்புகிறாள். ஆனாலும் சிலசமயங்களில் எல்லாம் வெறும் மனப் பிராந்தியோ, தெய்வம் தர்மம் சத்யம் எல்லாம் பௌராணிகக் கற்பனையோ என்றும் கருதத் தவறாதவள்.

கோமளம் ஸ்ரீநிதிக் குட்டியை ஜனித்துப் போட்டுவிட்டு, ஜீவனை விட்டபோது அவளுக்கு அப்படித்தான் தோன்றியது.

பல நாள்களுக்கு அன்னம் செல்லவில்லை. அலுப்பும், சலிப்பும் அப்பி எடுத்து விட்டது. சிரத்திலும் நரை பூத்து கேசம் நான்கங்குலமளவு கிராப்பாட்டம் வளர்ந்து விட்டது.

வெங்காயம், வெள்ளைப்பூண்டு என்று தள்ளி வைத்ததை எல்லாம்கூட சேர்த்துக்கொண்டு சுகிக்கத் தொடங்கிவிட்டாள்.

பூஜை உள்ளில் வெள்ளிக் குத்துவிளக்கில் பாசியும், பூச்சியும் முகாம் போட்டுத் தங்கிவிட்டன. உத்ருணி குளோ பாத்ரமெல்லாம் பூஞ்சை பூத்துப்போய் விட்டது.

அப்புறமாய் அந்த வெறுப்பு கொஞ்சமாய் வடியத் தொடங்கி, திரும்ப பூஜை பாராயணம் என்று பழையபடியே அவளை மாற்றிவிட்டது.

'நாராயணா இப்படிப் பண்ணிப்பிட்டேயே... மூணு பொண் குழந்தைகளைக் கொடுத்து அதுகளுக்கு ஒரு நல்லது கெட்டதைப் பண்ணிப் பார்க்கறதுக்குள்ள என் நாட்டுப் பொண்ணைக் கூட்டுண்டுட்டியே...

இதுகளை யார் பார்த்துப்பா? யார் வளர்ப்பா? அவன் பிசினசப் பார்ப்பானா... இதுகளப் பார்ப்பானா... இப்படியா பண்ணுவே?

உனக்கு உசுரு வேணும்னா என்னைக் கூட்டிருக்கலாமே... இந்தக் கெழவிக்கு எதுக்கு இன்னமும் ஆயுசு. உனக்கே இது நியாயமா?' என்று உருகி உருகி அழுவாள். அழுவாள் என்றால் அது இறந்தகாலம் அல்லவா? அழுகின்றாள் என்பதுதான் சரி... நாட்டுப் பெண்ணுக்காக மட்டுமின்றித் தன் பெண்ணிற்காகவும் சேர்த்து அழுகிறாள்.

அர்த்த ராத்திரியில் தூக்கத்தின் நடுவில் ஒரு பெண் எழுந்து போய்க் குளிக்கிறாள் என்றால் என்ன அர்த்தம்?

சித்திரை வைகாசிப் புழுக்கமா என்றால் அதுவுமில்லை. பின் இது...? எல்லாம் உப்பு, புளி, காரம் படுத்தும்பாடு. அடக்கவேண்டியவன் இன்னமும் வரவில்லை. அடக்காவிட்டால் பெண்ணில்லை என்று ஊர் காறித் துப்பிவிடுமே?

அதனால்தான் நீருக்குள் விழுந்து தேக நெருப்பை அணைக்கப் பார்க்கிறாள் கல்யாணி.

குளித்துவிட்டு ஈரம் சொட்டச்சொட்டப் போகின்றவளைப் பார்த்துக் காவி முந்தியால் வாயைப் பொத்திக்கொண்டு அழுகின்றாள் அந்தக் கிழவியும்...'

மணி பன்னிரண்டாகப் போகிறது.

வெளியே போன ஏபிஎன்னையும் காணோம்.

அந்த காலத்து ஜெர்மன் கெடிகாரம். பெண்டுல சப்தம் ராத்திரியில் நூறு மீட்டர் தூரத்துக்குக் கேட்கும். இப்போதும் கேட்கிறது. கூடவே தோட்டத்துச் சுவர் கோழிகளின் கிராக்குத்தனமான கத்தல்.

ராத்திரிக்கு என்று கன்னங்கறுக்க ஒரு நிறம் இருக்கிற மாதிரி குணமும் இருக்கிறது. காதை அழுத்தும் ஒரு மாதிரியான நிசப்தம். ஆங்கங்கே கடித்துச் சங்கடப்படுத்தும் சண்டி அம்சமாக கொசுக்கள், மிதமான ஈரக்காற்று... ஊடே சிலச்

சில நாழிகளுக்குக்கொருமுறை நாயின் தொலைதூர ஊளைச் சத்தமும், பாரா உஷார் போடும் பட்டாணிக்காரன் குரலும் தோல் செருப்புச் சப்தமும்கூட கதவு ஜன்னல் கடந்து வந்த காதில் விழுகிறதே...!

இத்தனை நாழியெல்லாம் ஏபிஎன் வீட்டை விட்டுப் பிரிந்துகிடக்கவே மாட்டார். தலைபோகிற வேலையாக இருந்தாலும், ராத்திரி பத்து மணிக்கெல்லாம் வந்து பசங்களோடு சேர்ந்து படுத்துவிட வேண்டும்.

அதோ ஸ்ரீநிதிக் குட்டி...

வாயில் விரல் போட்டுக்கொண்டு தூக்கக்கலக்கத்தோடு எழுந்து வந்து மாடிப்படி மேலே நின்றுகொண்டு அழுகிறது.

பார்த்தாள் அம்முணி. ஓடினாள் அருகே...

"அழாதடி கண்ணு... அப்பாதானே? வந்துடுவாண்டி ராசாத்தி... நீ வாடா கண்ணு வா... வா..."

சமாதானப் பிரயாசையோடு பேத்தியைத் தூக்கிக்கொண்டு படுக்கை அறைக்குள் நுழைந்தாள். மங்காவும், மைலாவும் பரதநாட்டியம் ஆடிப் பழகிய களைப்போடும், அலுப்போடும் முண்டி மோதிக்கொண்டு படுத்திருக்கின்றனர்.

பெரியவளின் ரவிக்கையின்மேல் ஊக்குப் பிய்ந்துவிட்டதால் உள்பாகம் தெரிகிறது. அம்முணியின் கரங்கள் அச்சத்தோடு இழுத்து மூடுகின்றன.

"இந்தாடி? எழுந்திருடி. ஒழுங்காப் படுடி... பொண்ணா லட்சணமா படுக்காம என்னதுடி இது பத்ரையாட்டம்..." சப்தத்தோடு அவளை ஒதுக்கிப் படுக்க வைத்து, மைலாவையும் இழுத்துச் சரிசெய்து நடுவில் ஸ்ரீநிதியை விட்டு மார்பில் தட்டவும் அந்தப் பிஞ்சு தன் பாணியில் குண்டியைத் தூக்கிக்கொண்டு குப்புறப்படுத்துத் தொழுவதுபோலத் தூங்க ஆரம்பித்தது.

அம்முணி ரசித்தாள். கொஞ்சமாய்க் கசிந்தாள். "நாராயணா... இப்படியா தாயில்லாக் குழந்தைகளா இதுகளை ஆக்குவே?"

தொங்கித் துவண்டுபோன மார்பு குலுங்க அவள் விசும்பும்போது, வாசற்புறம் காரின் பிரவேசம். அர்த்த ராத்திரி என்பதால் ஹாரன் சப்தமில்லை. ஆனாலும் என்ஜின் சப்தம் துல்லியமாகக் கேட்டது.

"பத்து வந்துட்டான் போல..." குரலோடு பாய்ந்தாள் அந்தக் கிழவி. சத்தப்படாமல் டிவியைப் போட்டுக்கொண்டு ஸ்டாரில் கிளுகிளுப்பான படம் பார்த்துக்கொண்டிருந்த கல்யாணியும் மெல்ல எழுந்திருந்து ஜன்னலை லேசாகத் திறந்து வெளியே பார்த்தாள்.

அனந்தபத்மநாபன்தான் உள்நுழைந்து கொண்டிருந்தார். குழந்தைகளுக்குப் பூ, அல்வா, மிக்சர் என்று கைகொள்ளாதபடி பொருள்கள் இருக்கும். சமயங்களில் கீரைக்கட்டு, காய்கறிகூடக் கூடையில் இருக்கும்.

ஆனால், இன்று பத்மநாபன் கைகளில் எதுவுமே இல்லை. கால்களிலும் தள்ளாடல்!

நெருங்கும் அம்முணிக்கு அடிவயிற்றில் பிரட்டல்.

"பத்து என்னடாது... ஏன் தள்ளாடறே? குடிச்சிருக்கியா?"

"அது வந்தும்மா... வந்தும்மா..." அம்மாவின் எதிர்கொள்ளல் பத்மாநாபனை பிரட்டியது.

"எது வந்து... என்னடாது புதுப் புழக்கம்?"

அம்முணி மச்சின் உச்சி அதிரும்படிக் கத்தினாள். நடுவில் கத்தரித்தது தொலைபேசி, கொஞ்சம்போல அதன் ஒலிப்பேச்சு.

அம்முணியே போய்க் கையில் எடுத்தாள். "ஹலோ யார் வேணும்?" பவ்யமான விசாரிப்பு அம்முணியிடம்.

"என் பேர் ரங்கநாயகி. அவர், அவர், அங்க வந்துட்டாரா?" மறுமுனையில் ஓர் இதமான பெண் குரல்!

***

அத்தியாயம்

2

அந்தி இறங்கி, ஒருவருக்கு ஒருவர் முகம் மறையும் அளவிற்கு, அறை இருண்டு விட்டது. விளக்கைப் போடத் தோன்றவில்லை; பேசிக்கொண்டிருந்தோம். இருள் அடர, அடர, அது படிப்படியாக எங்கள் பேச்சைத்தான் கழற்றிக்கொண்டது. எப்போது மௌனமானோம்? ஏதோ ஓர் உள் நிறைவின் பொங்கலில், எங்களைப்பூரா வியாபித்துக்கொண்ட இருளின் இதவில், ஒரு சின்ன சம்புடத்தில் உருளும் இரு ஜின்டான் மாத்திரைகள் போல், ஒரே கோசத்தில் இரண்டு உயிர்த் தாதுக்கள்போல், பறவைக் கூடில் இரு குஞ்சுகள்போல், எங்கள் உள்ளங்களின் நெருக்கத்தில், ஒரு தனிக் கதகதப்பில், அது தந்த மதோன்மத்தத்தில் திளைத்துக் கொண்டிருந்தோம். இந்நிலை எங்கள் நட்பின் தன்மையால் அல்ல. இது அந்தச் சமயத்தின் மகிமை.

– 'சிந்தா நதி'யிலிருந்து லா.ச.ரா.

அந்தப் பெண் குரல் அம்முணியைச் சற்றுக் கலவரப்படுத்திற்று. ரிசீவரைக் கையில் பிடித்தபடியே மறுமுனையின் கேள்விக்குப் பதில் சொல்லாமல் மகனைப் பார்த்தாள் அந்தக் கிழவி.

"ஆரும்மா... ஆரு இந்த ராத்ரீலே?" அருகில் அமர்ந்து ஷூ லேஸைத் தடுமாற்றத்தோடு கழற்ற முயற்சி செய்து அதன் சிக்கலை அதிகப்படுத்திக்கொள்ளும் அனந்தபத்மநாபன்

காதில் அடுத்த நொடி, "யாரோ ரங்கநாயகியாம் உன்னைத்தான் கேக்கறா..." என்கிற வார்த்தைகள்தான் வந்து விழுந்தன.

"ரங்கநாயகியா... ஸ்ஸ்ஸ்டுப்பிட்... இவளுக்கு எப்படி ஆத்து நம்பர் தெரியும்? கொண்டா அந்த போனை..."

அதைத் தடுமாற்றமுடன் வாங்கி, "ஏய்... என்னடி...? எதுக்கு போன் பண்றே? உனக்கு எப்படித் தெரியும் என் நம்பர்? ஸ்டுப்பிட் நான்சென்ஸ்... இடியட்... வை போனை... இடியட்."

ரிசீவரைத் தடாபுடா சப்தமுடன் வைத்துவிட்டு கத்தலுடன் பொத்தென்று விழுந்தார் அந்தப் பெரிய மனிதர்.

"நாராயணா..." அருகில் நிற்கும் அம்முணியின் கண்களில் நீர் அம்புகள்!

✲✲✲

விடிந்துவிட்டது.

கல்யாணி வாசலில் கோலம் போட்டபடி இருந்தாள். உள்ளே காபி ஃபில்டரை அம்முணி தட்டும் சப்தம். பிராமணக் குடும்பங்களில் இந்த ஃபில்டர் தட்டும் சப்தத்துக்கு ஒரு தனி வரவேற்பு உண்டு.

முடங்கியும், சுருண்டும்கிடக்கும் ஜீவன்களின் காதுக்கெல்லாம் இந்தச் சப்தம் ஒரு கானாமிர்தம். அப்புறமாய் இழைய வரும் அந்த வாசம், பின் பூத்து நுரை ததும்பத் தெரியும். அதன் வண்ணம், கையை விசைத்து ஆற்றிச் சரிக்கும்போது புகை மேனியோடு அது பாய்ந்து டபராவில் வட்டமிட்டுத் தேங்கும் விதம், எல்லாமே அகராதியில் இல்லாத இனி சேர்க்கப்பட வேண்டிய உற்சாகச் சமாச்சாரங்கள்.

'ட்ணொட்... ட்ணொட்...' அந்த மகா பெரிய வீட்டின் மூலைமுடுக்கெல்லாம் கேட்கிறது அம்முணி ஃபில்டர் தட்டும் சப்தம்.

ஹாலிலேயே சோபா மேல் ஒருக்களித்துவிட்ட அனந்தபத்மநாபன் காதிலும் பாய்ந்து உசுப்புகிறது அது.

கசக்கிக்கொண்டு கண்ணைத் திறந்தார்.

'ட்ணொட்... ட்ணொட்'

சிரித்தபடி எழுந்தார். எதிரில் கல்யாணி. கையில் பிளாஸ்டிக் பக்கெட். பார்வையில் சுமாரான அனல்.

"விடிஞ்சுடுத்தான்ன... என்ன இது... இப்படித் தூங்கி இருக்கேன். அதுவும் ஹால்ல சோபாலையே..."

அவரது கேள்வியே அவரைக் கட்டிப்போட்டது. கல்யாணி முறைத்தாள். சட்டென்று ஓர் அழுகைச் சப்தம். கழுத்தை வளைத்தபோது மாடிப்படியின் மேல்தளத்தில் ஸ்ரீநிதி தூக்கத்தில் எழுந்திருந்து விழிப்புப் பிடிபடாத கசங்கலோடு கண்ணைக் கசக்கிக்கொண்டிருந்தது.

"ச்சீனா... எழுந்திருந்து கடைக்குட்டி நோக்கி ஓடத் தொடங்கினார் அனந்தபத்மநாபன்."

அது நின்ற நிலையில் கழித்திருக்கும் சிறுநீர் படிகளில் பாம்பாய் பிரண்டு வர அதைப் புண்ணிய தீர்த்தமாட்டம் கருதி மிதித்தபடி மேல் சென்று மகளைப் பாய்ந்து தூக்கினார்.

"ஏண்டி கண்ணு அழறே...? மூச்சா போணமாக்கும்...? டாய்லெட்ல போய் ஒக்காரணும்னு அப்பா எத்தனை தடவை சொல்லியிருப்பேன்..."

கொஞ்சல் கருத்தோடு அந்த பிஞ்சின் ஈரஜட்டியை அவர் கழட்ட முயற்சிக்க மூக்கை நிமிண்டியது காபி வாசம்.

அம்முணிதான் காப்பி தம்ளரோடு வந்து கொண்டிருந்தாள்.

"அம்மா..."

"அம்மாதான்..."

"காபியா... பல் தேச்சுட்டு வந்துடறேனே..."

“பரவால்ல சாப்டு, அவளக் கொண்டா, மூத்ரம் போய் வெச்சுருக்காளாக்கும்?”

பேச்சோடு அம்முணியின் கரங்கள் மளமளவென்று நீண்டு காபி தம்ளரை நீட்டிவிட்டு ஸ்ரீநிதியைப் பற்றி இடுப்பில் ஏற்றிக்கொள்கின்றன. அனிச்சையான செயல்பாட்டில் ஒருவித இறுக்கமும், கோபமும் தெரிகின்றது. அத்தோடே படி இறங்குபவளைத் தடுக்கிறார் ஏபிஎன்.

“அம்மா கோபமா?”

“.....”

“நேத்து ராத்திரி... ராத்திரி...”

“.....”

“ஒரு பார்ட்டி. பியர் உடம்புக்கு நல்லதுன்னு சொல்லி ஊத்திக் கொடுத்துட்டா, நானும்...”

“நான் இப்ப எதையும் கேக்கலையேப்பா.”

“கேட்டாதானா... உன் கோபம்தான் நன்னா தெரியறதே.”

“கிழவி கோபம், உன்ன என்ன பண்ணிட முடியும்?”

“அப்படிச் சொல்லாதம்மா. நான் பண்ணினது தப்பு. அதிலையும் பிராமணனாப் பொறந்துட்டு...”

“பரவால்லியே... அந்த ஞாபகம்லாம்கூட இருக்கா...?”

“என்னம்மா... என்னமோ ஒரு குடிகாரன்கிட்டயும், கூத்திக்கள்ளன்டயும் பேசற மாதிரி பேசறே.”

“காப்பி ஆர்றது... சாப்டு, அப்பறம் பேசிக்கலாம்.”

“நீ... நீ...”

“நான்?”

“சகஜமாப் பேசும்மா. நான் இனி அந்தத் தப்ப பண்ணமாட்டேன்.”

“அப்படியா?”

“ஆமாம்மா...”

“ஆமாம்... யார் அந்த ரங்கநாயகி!”

அம்முணி கேள்வியோடு இறங்கி ஹாலின் நடுபாகம் வந்து டீப்பாய் மேல் ஸ்ரீநிதியை நிறுத்தித் தன் புடவை முந்தியால் அதன் இடுப்பு, காலை எல்லாம் துவட்டத் தொடங்கினாள்.

“ரங்கநாயகியா... யார் அது?” அனந்தபத்மநாபனையும் அந்தப் புதிய கேள்வி கொத்தித் திணற அடிக்கவும், ஓர் அதிசயம்போல அந்தக் குரல் கேட்டது.

“நான்தான் ரங்கநாயகி!” குரல் வந்த திக்குக்கு அம்முணியின் சிரம் வளைந்துத் திரும்ப, வாசல் நிலையில் மேல் மடிசாரும், மல்லிகைப் பூவுமாய் ஒரு பெண்! அவள் கையில் அனந்தபத்மநாபனின் பிரீஃப்கேஸ். முகத்தில் நேசிக்கும்படியான ஒருவிதப் புன்னகை.

அம்முணிக்குள் ஆச்சரியம் பெருகி வழிவதை அவளது கூர்ந்த பார்வையால் உணர முடிகிறது. அனந்தபத்மநாபனோ தேள்கடி, பாம்புக்கடி என்று சகல கடிபட்டதுபோல் திணறலின் பெருக்கத்தில்,

“இது உங்க பிரீஃப்கேஸ்தானே?” அவள் நீளும் கரமும் கேள்வியுமாக முன் வந்தாள்.

“சு... சு... ஆமாம்... இது... இது.”

“உங்க கார்ல இத வைக்கறதா நெனைச்சுண்டு நீங்க இதை என் கார்ல வெச்சுட்டேள். நீங்க போனப்புறம்தான் தெரிஞ்சுது. அதான் திறந்து பார்த்து விசிட்டிங் கார்டை வெச்சு ராத்திரியே உங்களுக்குப் போன் பண்ணினேன்.”

இப்ப நேர்லையே எடுத்துண்டு வந்துட்டேன். அவள் பெட்டியை அவர் எதிரில் நீட்டியபடி பேசியதைக் கேட்கவும்தான் அம்முணிக்கு உயிர்மூச்சில் ஒழுங்கு வந்தது.

"அ... அப்படியா சமாச்சாரம். உக்காரும்மா, உக்காரு. ஆமா நீ யாரும்மா? நீயும் அந்தப் பார்ட்டிக்கு..." அம்முணி விலாவரிக்கு வரப்பார்க்கிறாள்.

"நான், பார்ட்டி நடந்த ஹோட்டல்ல ஒரு புடவைக் கண்காட்சி நடக்கறது. அதுக்குப் போனவ. சார் பொட்டியோட தடுமாடறத பார்த்துண்டுதான் இருந்தேன். தீர்த்தம் சாப்ட்ருந்ததால நெனப்பு தெரியலபோல இருக்கு."

அவள் தயங்கித் தயங்கிப் பேச, அவர் தலை தாழ்ந்துபோனது. காபி தம்ளரும் டீப்பாய் மேல் போய் அமர்ந்தது.

"பிரீஃப்கேஸைத் திறந்து பாருங்கோ. பணம், பாஸ்புக், பாஸ்போர்ட், டாக்குமெண்ட்ஸ்னு எல்லாமே வேல்யபுள் திங்க்ஸ்... பத்ரமா இருக்கோன்னு பாருங்கோ." அவள் படபடக்க அவரும் பேருக்குத் திறந்து பார்க்க அம்முணி முகத்தில் சற்று முன்வரை நிலவிய அந்த இறுக்கம் இப்போதில்லை.

குழந்தை ஸ்ரீநிதி டீப்பாய்மேல் மசங்க மசங்க நின்றுகொண்டு ரங்கநாயகியைப் பார்த்தது.

"உங்க பேத்தியா?"

"ஆமாம்... சரியான வாலு!"

"அப்படி இருந்தாத்தான் கொழந்தைக்கு நல்லது. வாடாக் கண்ணு. மாமிகிட்ட வா பாப்போம், ரங்கநாயகி கை நீட்ட..." அது பாட்டியின் பெருத்த மார்புப்புறம் முண்டிச் சாய்ந்து கட்டை விரலை வாய்க்குக் கொண்டுசென்று சூப்பியபடி ரங்கநாயகியை ஒரு தினுசாகப் பார்த்தது.

"தேங்க்ஸ். உங்களுக்கு, ரொம்ப தேங்க்ஸ்." அனந்தபத்மநாபன் பிட்டுப் பிட்டுப் பேசியபடி அவளைப் பார்த்தார். அந்தக் காபி ஆறிப்போய் விட்டிருந்தது.

"அம்மாடி உக்காரு. காபி சாப்ட்டுட்டுப் போகலாம். இருடா உனக்கும் சுடவெச்சு எடுத்துண்டு வரேன்..."

அம்முணி காபி தம்ளரை எடுத்துக்கொண்டு உள் ஓட, "பாத்தி... பாத்தி..." என்று ஸ்ரீநிதி பின்னாலேயே டீப்பாயை விட்டு இறங்கிக் கத்திக்கொண்டே ஓட,

"தேங்க்யூ ரங்கநாயகி... ரொம்ப ரொம்ப தேங்க்ஸ். பிரீஃப்கேஸை இங்க கொண்டு வந்துதான் தரணுமா? ஆபீசுக்குக் கொண்டு வந்துருக்கலாமே..." அனந்தபத்மநாபன் ரகசியக்குரலில் அவளிடம் பேச ஆரம்பித்தார்.

"உங்க ஆத்தைப் பாக்கணும்னு தோணித்து, இது ஒரு சாக்கு. அதான் வந்துட்டேன்."

"நல்லவேளை... காரு பார்ட்டின்னு நன்னாவே சமாளிச்சுட்டே, நானும் பார்ட்டின்னுதான் ரீல் விட்றுந்தேன். இருந்தாலும் உனக்கு துணிச்சல் ஜாஸ்திதான்..." அவர் கருத்து அவளை அர்த்தபுஷ்டியுடன் பார்க்க வைக்கிறது.

"அப்படி பாக்காதே. அம்மா காபி தந்தா சாப்டுட்டு கிளம்பு. இனி வராதே."

அந்தப் பேச்சு அவள் பார்வையை மேலும் கூர்மையாக்கி அவரைக் குத்திற்று.

"நான் என்ன தப்பா சொல்லிட்டேன். உன்னைப்பத்தி நாள பின்ன தெரியவந்தா அது இங்க எவ்வளவு பாதிப்பை உண்டுபண்ணும் தெரியுமா?"

அதற்குமேல் அவரால் பேசமுடியவில்லை. அம்முணி காபி மணக்க வந்துவிட்டாள்.

"சாப்டும்மா... உக்காரு ஏன் நின்னுண்டேயிருக்கே?"

"இருக்கட்டும்மா..."

"உக்காரு... உன் ஆத்துக்காரர் என்ன பண்றார்?"

"என் ஆத்துக்காரர், ஆத்துக்காரர்" தடுமாறினாள் ரங்கநாயகி.

"உக்காந்து காபி சாப்டுண்டே சொல்லு. நன்னா மகாலட்சுமியாட்டமா இருக்கே..."

"இருக்கட்டும் மாமி, காபி ரொம்ப நன்னா இருக்கு."

"என் கேள்விக்கு இன்னும் பதில் சொல்லலையே நீ..."

"என் ஆத்துக்காரர் துபாய்ல இருக்கார்..."

"துபாய்லயா?"

"ஆமா. அங்க ஓர் ஆயில் கன்ஸ்ட்ரக்ஷன்ல எரெக்ஷன் என்ஜினியரா இருக்கார்..."

"அப்ப ஆத்துல உனக்குத் துணையா யார் இருக்கா?"

"நா மட்டும்தான்."

"கொழந்தைகள் இல்லியோ?"

"இல்ல மாமி, இனிமேதான்."

"என்னமோம்மா. நீயும் பேசாம அங்க போய்ட வேண்டியதுதானே?"

"எனக்கு அங்க போகப் பிடிக்கல. அங்க எங்க போகணும்னாலும் கார்லதான் போகணும்மாமே. அதோட அங்க கோயில் குளம்லாம் இல்ல, அதான்."

"சரிதான், நீ என்னைப்போல போலருக்கு. உங்க பூர்வீகம் எது?"

"தஞ்சாவூர்."

"எங்களுக்கும் தஞ்சாவூர்தான். தஞ்சாவூர்ல எங்கே?"

"மன்னார்குடி."

"சரிதான். எங்களுக்கு வடுவூர். ஆமா எங்க இருக்கு உங்க ஆகம்?"

"ஆகம், ஆகம்..."

"அம்மா, என்னம்மா இது? தெரிஞ்சு என்ன பண்ணப்போறோம் சொல்லு. நீங்க எப்படி வந்தேள்? நான் வேணா உங்கள ட்ராப் பண்ணட்டுமா?"

“நான் ஆட்டோல வந்தேன். பரவால்ல நான் ஆட்டோலையே போய்க்கறேன்...”

“இருடா, நீ போய் உன் வேலையப்பாரு. மெனக்கெட்டு அந்தப் பொண்ணு உன் பொட்டிய கொண்டுவந்து கொடுத்துட்டு சௌஜன்யமா பேசிண்டிருக்கா. தொரத்தறியே...”

அம்முணி ரங்கநாயகியை விடுவதாக இல்லை. அவர் முகத்தில் ஒருவகை அசூயை பரவியது. ஆனால், அவளிடமோ வெற்றிப் புன்னகை!

***

அத்தியாயம்

3

இதயத்தில் எங்கோ ஒரு பலகணி தானே திறந்துகொள்கிறது. அதன் வழி, இன்னதென்று பிடிபடாத, புலப்படாத தண்ணொளியின் நிழற்கோடுகள் வரிவரியாய் இதயத்துள் விழுகையில் உள்ளம் பூரா, உள்ளம் மூலம் உள்ளம் பூரா ஏதோ வெளிச்சம் ஏற்றிக்கொள்கிறது.

கண்ணீரில் குழைத்திட்ட திலகமாய் நெற்றி நடுவில், ஏதோ புரியாத புலப்படாத, பிடிபடாத வெற்றி குளுகுளுவென மிளிர்கிறது.

– 'த்வனி'யிலிருந்து லா.ச.ரா.

அந்தக் காலைப்பொழுது இப்படி கேள்வியும், பதிலுமாக முற்றும் எதிர்பாராத திருப்பங்களோடு விடியும் என்று ஏபிஎன் ஊகித்திருக்கவே மாட்டார்.

ஒரு பொய் சொல்லப்போக அது பல பொய்களுக்குக் கைப்பிடித்து இழுத்துச் செல்லும் என்றும் கண்டாரா என்ன?

செம்மையான முகம்தான். வடநாட்டுத் தளதளப்பு! தாடையெங்கும் புள்ளிப் புள்ளியாக எட்டிப்பார்க்கும் வெள்ளி முடியின் நுனி தெரிகிறது. ஊடே ரங்கநாயகி, அம்மாவிடம் வாஞ்சை பொங்கப்பொங்கப் பேசுவதும், அம்மாவும் தன்னை மறந்து இழைவதும் அந்தத் தாடைப் பரப்பில் துடிப்பை உருவாக்கி அவரைப் பிரளய பாகஸ்தர் ஆக்கிவிட்டார் போல் இருக்கிறது.

"ஆமா நோக்கு என்ன ஸ்தோத்ரமெல்லாம் தெரியும்?" அம்முணி பவிஷ்யமாகக் கேட்டாள்.

"ஸ்தோத்ரமா... இவளுக்கா? அம்மா இது ஒரு காமக் கோழி..." ஏபிஎன் உள்ளுக்குள் உச்சிஸ்தாயியில் கத்துகிறார் - பிரயோஜனம்? அவளோ "விஷ்ணு சஹஸ்ரநாமம் தெரியும். சுதர்ஸனாஷ்டோத்ரம், அப்புறம் மீனாட்சி பஞ்சரத்ன மாலை, அப்புறம் பஞ்சாயுதமும் தெரியும்" என்று வியப்பளிக்கிறாள்.

"பலே பலே... வந்தது வந்தே கோயிலுக்குப் போய்ட்டு வந்த கையோடு வேற வந்துருக்கே! எங்காத்து பூஜை அறைக்கு வந்து ஒரு ஸ்லோக பாராயணமாவது நீ பண்ணணும். வா காட்றேன்."

"அம்முணி விஸ்தாரமாகிறாள். ஏபிஎன் அவசரப்பட்டபடி மட்டும் நடந்திருந்தால், இத்தனை நேரம் அவள் காரில் அவள் வீட்டு வாசலில் இறங்கியிருக்க வேண்டும்."

"அம்மா... என்னம்மா நீ... அவாளுக்கு எவ்வளவு வேலை இருக்கோ...? உள்ள வா... பாடு ஆடுன்னா நன்னாவா இருக்கு?"

"அம்மாடி நோக்கு ஏதாவது காரியம் இருக்கா? நான் என் மாட்டுப்பொண்ணுகிட்டே பேசற மாதிரி பேசிண்டே இருக்கேன். தப்பா எடுத்துக்காதடி கொழந்த..."

அம்முணி ஏபிஎன்னின் இங்கிதத்தைத் (?) தன் சௌகர்யப்படி வெளிப்படுத்த, அவளிடம் மத்தாப்பாட்டம் சிரிப்பு.

"அதெல்லாம் ஒண்ணுமில்ல மாமி... வாங்களேன். நானும் உங்காத்து பூஜை உள்ள பாத்த மாதிரி இருக்கும். அத சாக்குவெச்சு சுந்தரகாண்டத்துல வர்ற ஒரு ஸ்லோகத்தையும் பாராயணம் பண்றேன்."

ரங்கநாயகி ஏபிஎன்னை ஜாடையாக பார்த்துக்கொண்டே அம்முணியோடு நேரும் கூட்டினை வலுப்படுத்திக்கொண்டாள்.

இடையில் சற்று மூக்கைச் சிணுப்பும் ஸ்ரீநிதி... அதன் உத்தேசம், "வாடா கொழந்த..." என்று அவள் கை நீட்ட, முதலில்

சற்று முரண்டு காட்டிவிட்டுப் பின் தாவி அவளது இடுப்பேறிக் கொள்கிறது.

ஏபிஎன் அதற்குமேல் அஸ்திரப் பிரயோகம் எதையும் செய்யத் தயாரில்லை. அப்படியே சோபா மேல் விழுந்தது அவர் சரீரம்.

அண்ணாந்து லஸ்தர் தொங்கும் கூரையைப் பார்த்தார். லஸ்தர் கண்ணாடிக் குவளையில் தட்டான் குருவி ஒன்றின் கூடு.

நெடுநாளாகவே இருக்கிறது. ஒருமுறை அதைக் கலைக்கப்போய் அம்முணி வந்து கையைப் பிடித்துத் தடுத்த ஞாபகம் பரவுகிறது.

“வேண்டாண்டா பத்து... கூட்டக் கலைக்கறதும், குடும்பத்தக் கலைக்கறதும் ஒண்ணுடா...”

“அம்மா... இதெல்லாம் ஹம்பக் ப்ரா வெர்ப்! விட்டா கூடம் பூறா நாஸ்தியாயிடும். கழிஞ்சுவெக்கும். பரவால்லியா?”

“பரவால்ல... பரவால்ல... பெரிய கழிசல். என் பேத்தியோடத நான் வாரிக் கொட்டலையா என்ன? அப்படி நினைச்சுக்கறேன்...”

“ஏம்மா அலுத்துக்கறே... வேலைக்காரி வெச்சுக்கோன்னாலும் கேக்க மாட்டேங்கறே. ஆச்சாரம் மடின்னு அலட்டிக்கறே...”

“அம்மா மேல அவ்ளோ அக்கறை இருந்தா, இன்னொரு மாட்டுப்பொண்ணைக் கூட்டிண்டு வா. மாட்டேன்னா சொல்லப்போறேன்?”

“இரண்டாம் தாரமா... இந்த வயசுலையா...? நன்னா இருக்குமாம்மா?”

“ஏன் நன்னா இருக்காது. இந்த மாதிரி கொழந்தைகள் உள்ள தகப்பன் ஒருத்தனுக்கு அதவிட்டா வேற நல்ல வழி உண்டா என்ன? - இப்ப நான் உசிரோட இருக்கேன் செரி. இல்லேன்னுவை... என்ன பண்ணுவே? ஆபீஸைப் பாத்துப்பியா, அடுப்பங்கரையையா?”

“அதான் உயிரோட இருக்கையோல்லியோ... அப்புறம் எதுக்கு அந்த பேச்செல்லாம்?”

“பத்து... நான் சொல்றது கொழந்தைகளுக்காக மட்டுமில்லடா.”

“வேற எதுக்கு?”

அம்முணி எதையோ சொல்ல வந்து, மாட்டாமல் போய் அப்படியே பெருமூச்செறிந்தாள் அன்று...

அது மெல்ல அர்த்தஜாமங்களில் அர்த்தமாகத் தொடங்கியது. அனல் பாகம் என்று ஒன்று தேகத்தில் இருக்கிறது. அது விடலை பிராயத்தில் சிமிட்டத் தொடங்கி, வாலிபத்தில் வளைத்துக் கட்டி எரித்து, சரீரத்தைச் சுடாமல் சுட்டுத் தாக்குவதையும் உணராத ஆண்மகன்தான் உண்டா என்ன?

அந்த எரிவு வாலிபத்தை வாட்டி வதைத்து அவனைக் கன்னாபின்னாவென்று பொசுக்கி எழவெடுத்து விடக்கூடாது என்பதற்காகத்தானே கல்யாணம். சாந்திமுகூர்த்தம் போன்ற லௌகீக நிர்மாணங்கள்?

அவன் நெருப்பும், வரப்போகும் அவள் நெருப்பும் கூடிக் கலந்து எரியும் இல்லற ஜோதியில் இருந்துதானே இன்னொரு சுடர்வாரிசு வந்தாகணும்...?

மானிடப் பாதை அதுதானே...?

இதில் நன்றாகச் சுகம் கண்டுவிட்ட பிறகு, அந்த நெருப்பைச் சுருட்டி அடக்குவதோ, இல்லை அணைத்து அவிப்பதோ லேசுப்பட்ட விஷயமா?

அதிலும் உப்பு, புளி, காரம் என்கிற சேர்க்கையில் சாத்யமா என்ன...?

கோமளம் இருந்தவரையில் ஏபிஎன் அந்த மட்டில் வாடியதேயில்லை. அவளும் வாடவிட்டதேயில்லை. அதனாலேயே வியாபாரத்தில் கொடிகட்டிப் பறக்க முடிந்தது.

வீடு திரும்பும்போது தொண்டைக்குழி தேங்கும் அளவு வியர்வை! இருந்தும் கோமளத்தின் புடவை முந்தி அதை ஒத்தி எடுத்து இதத்தையும், பதத்தையும் உருவாக்கி வாஞ்சை காட்டி, துளி கரிசனமும் காட்டும்போது பிரம்மானந்தமாக இருக்கும். களைப்பெல்லாம் பறந்துபோகும். அப்படியே பிராமண சாராயம் என்கிற புதிய நாமகரணம் பெற்றுவிட்ட காபியைக் கமழக் கமழ நீட்டி, அவர் அதை உறிஞ்சும்போது ஷூ லேஸைக் கழட்டி, கழுத்து டையை இளக்கிக் கொஞ்சம்போல் தனது வலது மார்புமேல் அவரைச் சாய விடுவாள்.

கூந்தலில் மதுரை மல்லி, மகா மெல்லிசான சன்னமான அதன் கமகமப்பு! மூச்சிலேறி அவரை இலேசாக்கும்.

“கோமளா சொகமா இருக்குடி. அப்படியே தாங்கிண்டிரேன்.”

“இருக்கும் இருக்கும், பசங்க பாத்தா என்னாகறதாம்?”

“ஒண்ணும் ஆகாதுடி. அப்பாவும், அம்மாவும்தான் எத்தனை நெருக்கம். நாமளும் நம்ம ஆம்படையான்கிட்ட அப்படி இருக்கணும்னு நினைச்சுப்பா...”

“உங்க சௌகர்யத்துக்கு நினைச்சுக்கறதாக்கும். வழிச்சுண்டு சிரிக்குங்கள். போய் கால், கை அலம்பிண்டு வாங்கோ. உசிலி பண்ணியிருக்கேன். தொட்டுக்க கத்தரிக்கா கொத்சு...!”

“கொல்றியே கோமளா. நெஜமா நான் ரொம்ப கொடுத்து வைச்சவன்.”

“என்ன வழிசல் ஜாஸ்தியாயிருக்கு. ஆபீஸ்ல இன்னிக்கு கலெக்ஷன் சூப்பரோ?”

“அது எப்படியிருந்தா என்ன கோமளா, உன் அஃபெக்ஷன் எல்லாதையும்விட சூப்பராக்கும்.”

“சந்தோஷம். போய் கால அலம்பிண்டு வாங்கோ. ஆகவேண்டிய காரியத்த பாக்கலாம்.”

"எனக்கு இப்ப ஆக வேண்டியது உசிலிச் சாப்பாடு இல்ல கோமா..."

"பின்ன?"

"உசுரோட கலந்து போடுவியே அந்தச் சாப்பாடு..."

"நாராயணா... போங்கோன்னா... நன்னாதான் கெடந்து அலையறேள்..."

"நான் என்ன கண்டவ பின்னாடியா அலையறேன். என் பொண்டாட்டி பின்னாடிதானேடி?"

"ஆமா... கொலப்பட்டினி பாருங்கோ... போங்கோன்னா! விடிஞ்சா அம்மாவாஸை. தர்ப்பணம் இருக்கு. நானும் தலைக்குக் குளிக்கணும் இன்னிக்கு மூச்..."

"அம்மாவாஸைக்கும், நம்ம சந்தோஷத்துக்கும் என்ன சம்பந்தம் கோமளா?"

"இருக்கு... நிறைய இருக்கு... போங்கோன்னா அப்றம் பேசலாம். உசிலிய சூடா சாப்டாதான் நன்னா இருக்கும்."

"அல்பச் சாப்பாடே சூடா இருந்தாதான் நன்னா இருக்கம்கறியே... என் பசி... ஆத்மச் சாப்பாடு கோமளா... இதையும் சூடா சாப்பிட்டாதானே நன்னா இருக்கும்? பிகு பண்ணாம வாடி..."

"அலையாதீங்கோ. ஆச்சாரம் மடின்னு ஒரு சிந்தனை கிடையாது. எழுந்திருங்கோ... எழுந்திருங்கோன்னா..."

"இப்பல்லாம் ரொம்ப பிகு பண்றே நீ... ஆத்துச் சாப்பாடு கிடைக்காதவன் என்ன பண்ணுவான்னு தெரியும்தானே?"

அன்று பேச்சு முத்திப்போய் திருகிக்கொண்டபோது இப்படிக் கேட்க நேரிட்டது. அந்த நொடி கோமளம் ஆடித்தான் போனாள். உடனே படிந்து வந்து விட்டாள்.

"பைத்தியம் பயந்துட்டியா... நான் ஓட்டல் பக்கமெல்லாம் போகமாட்டேன்..."

"நெஜமா...?"

"நெஜம்மா..."

"சத்யமா...?"

"சத்தியமா..."

அவள் மொத்த பலத்தோடு உடனேயே கட்டிக்கொண்டாள். முதுகில் கண்ணில் இருந்து வென்னீர்ச் சொட்டு உருண்டு ஓடி அவரைச் சிலிர்க்க விட்டது.

"கழுத... எதுக்கு அழறே?"

"இப்படி எல்லாம் பேசாதேள், என்னை என்னவோ பண்றது?"

"என்ன பண்றது... என்மேல் சந்தேகம் வந்துடுத்தாக்கும்?"

"அப்படிச் சொல்லலை... எனக்குச் சொல்லத் தெரியல..."

"நான் சொல்றேன். உன்ன மாதிரி பொம்மனாட்டிக்கெல்லாம் ஆம்பளைகள் அந்தண்ட இந்தண்ட பார்க்ககூடாது. கடிவாளக் குதிரையாட்டம் இருக்கணும். உங்களையே பார்க்கணும். உங்களுக்கே அர்ச்சனை... சரிதானே?"

"....."

"கழுத கழுத... ரொம்பதான் நீ பொசசிவ் கோமளா."

"நான் மட்டுமில்ல, அந்த நாராயணன்கிட்ட மகாலட்சுமி பொசசிவ், கிருஷ்ணன்கிட்ட பாமாவும், ருக்மணியும் பொசசிவ். ராமன்கிட்ட சீதை பொசசிவ்..."

"ஓகே... ஓகே... உனக்கு பலம் சேர்த்துக்க நீ அவாளை எல்லாம் கூப்டா நான் எனக்கு பலம் சேர்த்துக்க அருணகிரிநாதர், திருநீலகண்டர்னு பேச வேண்டியிருக்கும்."

வாயை அடைக்கப் பார்த்தது தவறிப்போனது.

"பார்த்தேளா... பார்த்தேளா. உதாரணத்துலகூட உங்களால் சரியானவாள சொல்ல முடியல... உங்களுக்கு நான் அலுத்துப்போய்ட்டேன். வெளியபோகத் துடிக்கறேள்..."

விக்கித்து விசும்பி அழுது அவர் மார்பை ஈரப்படுத்தி அதைத் தன் கல்வளைக் கரங்களால் குத்து குத்தென்று குத்தி...

"ஏய்... ஏய்... குத்தாதே வலிக்கறது. உன்மேல ஆணை, நான் உன்னைத் தவிர யாரையும் நினைச்சுகூட பார்க்கமாட்டேன். குத்தாதே... வலிக்கறது. சொன்னா கேளு."

அவள் குத்துவதை நிறுத்தினாள். மையிட்ட விழிகள் கண்ணீரில் கரைந்து போயிருந்தது. இருந்தும் அதுவும் ஓர் அழகாகத்தான் தெரிந்தது. அத்தோடு மலங்க மலங்கப் பார்த்தாள்.

"என்ன அப்படிப் பார்க்கறே... அதான் சத்யம் பண்ணிட்டேனே."

"சந்தோஷம். எக்காரணம் கொண்டும் அதை மீறிடப்படாது. ஞபகத்துல வெச்சுக்கோங்க... சத்யத்த மட்டும் மீறினா அந்தப் பாவம் நம்மளைச் சும்மா விடாது."

"என்ன பண்ணும்?"

"உங்களை ஒண்ணும் பண்ணாது. நம்ம குழந்தைகளைத் தாக்கும். கதறவிட்டுடும் ஞாபகம் வெச்சுக்கோங்க."

கோமளம் சொன்னது இப்பொழுது கோர்வையாக மனத்தில் தோன்றி நெஞ்சையடைக்கிறது. திரும்பினால் மாடிப்படிச் சுவரிலும், ஹால் நடுவில் சுற்றிலும் கோமளம் சிரித்துக்கொண்டிருக்கிறாள் புகைப்படத்தில்தான்.

கழுத்தை உயர்த்தி அந்தப் புகைப்படத்தைப் பார்க்கவும் தைரியமில்லை. அதைத்தான் முதல் நாள் இரவில் ரங்கநாயகி பறித்துக்கொண்டு விட்டாளே...?! என்ன நடந்தது என்றே தெரியாதபடிக்கு ஒரு மயக்கம். வைரமாய் இருந்த மனசைச் சாம்பலாக்கிவிட்டாள். ஆபீசிலேயே கிழங்குக் கிழங்காகப் பெண்கள். யாரும் சலனப்படுத்தியதுகூட கிடையாது.

ஆனால் ரங்கநாயகி...?

“ஏபிஎன் வித்தியாசமா ஒரு பொண் இருக்கா. பாத்தா அசந்துடுவே தெரியுமா?” ஆபீசில் பிசினஸ் பேச வந்த வெங்கட்ராமன் என்னும் ஸ்னேகிதன்தான் முதன்முதலில் ரங்கநாயகி பற்றி பேச்செடுத்தவன்.

“அதை எதுக்கு என்னண்டை சொல்றே. நான் என்னவோ பொண்டாட்டி போனதுல இருந்து திண்டாடிண்டு கிடக்கறேன்னு நினைக்கறியா?”

“சேச்சே... அந்த அர்த்தத்துல சொல்லலப்பா. நீ நினைக்கற மாதிரி இவ கால்கேர்ளும் இல்ல...”

“நான் எப்போ கால்கேர்ள்னு சொன்னேன்.”

“சாரி... வெரி சாரி. நான்தான் சொன்னேன் இல்ல... சாரி.”

ஏபிஎன் நான் அவளைப் பார்த்ததுல இருந்து நானா இல்லை. கொழம்பிட்டேன். அதான் ஒளர்றேன்.”

“அவ்ளோ அழகா?”

“ஆமாம். அவளும் அவ மடிசாரும்...”

வெங்கட்ராமன் சொல்லி முடிக்குமுன் வால் மிதிபட்ட நாகத்தின் தலையாட்டம் நிமிர்ந்து சரேலென சொருகுகிற ஒரு பார்வை பார்த்தார் ஏபிஎன்.

“என்ன பார்க்கறே... என்னடா மடிசார் அப்படி இப்படிங்கறேனேன்னா... இட் ஈஸ் ட்ரு.”

“பிராமணப் பொண்ணா... ஆச்சரியமா இருக்கே...?”

“என்ன கண்றாவியோ... இல்ல என்ன கழுத்தறுப்போ, அவளோட புருஷன் இவளை வுட்டுட்டு வேற எவளோ ஒருத்தியோட இருக்கான். கொடுமை என்னன்னா... இவ அவனுக்கு நாலாந்தாரமோ அஞ்சாந்தாரமோ...!”

“நாராயணா...”

“அந்தப் பொண்ணோட அப்பாவும் இப்படித்தான் சொல்லி அலறினார். அப்படியே பிராணன் போயிடுத்தாம்.”

வெங்கட்ராமனின் விளக்கத்தில் விஷயம் மட்டும்தான் இருந்தது. வருத்தமோ, உருக்கமோ துளியுமில்லை. ஆனால், அப்படி ஏபிஎன்னால் இருக்க முடியவில்லை.

கோமளாவின் மரணம் தந்த துக்கத்திற்குப் பின் இது அதற்கு இணையானதாக அவர் மனத்தை குமையவிட்டது.

"நீ வருத்தப்பட்டு என்ன பிரயோஜனம் ஏபிஎன், அவளே பெரிசா வருத்தப்படாதப்ப...!"

"நெஜமாவா?"

"எனக்குப் பார்த்தா அப்படித்தான் தெரியறது. முதல்ல என்கிட்ட ஆம்படையான் துபாய்ல எரெக்ஷன் என்ஜினியரா இருக்கான்னுதான் ரீல் விட்டா. அப்றமா நான் கிண்டிக்கிழங்கெடுக்கவும்தான் இந்தப் பாதிப்பைச் சொன்னா..."

"கோர்ட்டுக்குப் போறதுக்கென்ன?"

"ஆமா நாளைக்கு கார்த்தால தீர்ப்பு சொல்லி, நாளான்னிக்குக் காலம்பரையே அவனுக்குத் தண்டனை கொடுத்துடப்போறா பாரு..."

"அதுக்காக...?"

"தோ பார், அவ ஏதோ தாட்ல இருக்கா. கூட ஒரு கிறுக்குத் தம்பி... எக்கேடோ கெட்டு போ. ராத்திரிக்கு எவ்வளோன்னு கேட்டேன். ஒரு ராத்திரிக்கெல்லாம் ஒத்துக்கமாட்டேன். பர்மனென்டா வெச்சுக்கறதா இருந்தா பேசலாம்னா."

"எப்படி இருக்கு பாத்தியா...?"

வெங்கட்ராமனுக்குப் பான்பராக்கால பாதிக்கப்பட்ட பற்கள். அது தெரியும்படி விலுக்கு விலுக்கு என்று சிரித்தார்.

"நெஜமா வித்யாசமான பொண்ணுதான்."

"அப்ப பார்க்கறியா?"

"அபிப்ராயத்துக்கும், சம்மதத்துக்கும் வித்யாசம் தெரியாத கழிசடையா இருக்கியே வெங்கி..."

“எல்லாம் ஒண்ணுதான் ஏபிஎன். ஆத்துக்காரி இருந்தவரை நித்யப்படிக்கு உற்சவம் நடத்தின ஆள் நீ. இப்ப வாலைச் சுருண்டிண்டு இருக்கேன்னா நான் நம்பவா?”

“எழுந்திரு... மொத எழுந்திரு...”

“ஏபிஎன்... நான் என்ன தப்பா சொல்லிவிட்டேன். நெஜமா சொல்றேன். நீ மட்டும் அவளைப் பார்த்தா இந்த வீறாப்பெல்லாம் ஃபணால் ஆயிடும் தெரிஞ்சுக்கோ...”

“என்னைக் கொஞ்சம் கொஞ்சமா ஸ்டிமுலேட் பண்ணி காரியம் சாதிச்சுக்கலாம்னு மட்டும் நினைக்காதே...”

“சத்யமா இல்ல. நான் சொல்றது உண்மை ஏபிஎன்.”

“இப்ப நான் சொல்றேன் நீ கேட்டுக்கோ... என்னையும் எவளும் அசைக்க முடியாது. என் கோமளம் உசிரோட வேணா இல்லாம இருக்கலாம். ஏனா அவ என் உணர்வோட கலந்துபோய் கிடக்கறா. ஞாபகம் வெச்சுக்கோ...”

“ஐயோ... நான் சொல்றத நீ கொஞ்சம் புரிஞ்சுக்கோயேன். நீ பாத்துட்டு வந்து சொல்லு.”

“சரி எங்க இருக்கா... அட்ரசைக் கொடு. நீயும்கூட வா...”

“நான் எதுக்கு?”

“மயங்கறேனா, மயங்கலையான்னு பாத்து தெரிஞ்சுக்கதான்.”

“அதைப் பாக்காமலே தெரிஞ்சுக்க முடியும் ஏபிஎன். நீ போய்ட்டு வா, அப்றம் சொல்வே...”

இப்படித்தான் ஒரு போட்டிப் பசையாக, ராட்சசமாக வந்து ஒட்டிக்கொண்டது ரங்கநாயகி பற்றிய தகவலும், அதை தொடர்ந்து உறவும்...!

மனத்தின் அசை பாட்டுக்கு நடுவில் காதில் வந்து தேங்கத் தொடங்குகிறது. அவள் பூஜை அறையில் பாடும் மீனாட்சி பஞ்சரத்ன வரிகள்...

'உத்யத் பானு ஸஹஸ்ர கோடி சத்ருசாம்.
கேயூர ஹாலோஜ்வலாம்...'

கலங்கிப்போய் சகதியில் விழுந்துவிட்ட ஏபிஎன்னின் மனத்தை அது கொத்தி அப்படியே மேலே தூக்கிப்போடப் பார்க்கிறது.

அச்சு அசலாக கோமளத்தின் குரல்...! அம்முணிகூட சிலிர்ப்பின் மகா உயரத்தில்தான் இருக்கிறாள். அடடா பசங்கள் கூட... ஏதேது அம்மா குரல் கேட்கிறதே என்று தூக்கம் கலைந்து எழுந்து வந்துவிட்டதுகள். ஒருத்தி மாடி கைப்பிடிச் சுவரருகே. மற்றவள் மாடிப்படியின் மையத்தில் குத்துக்காலிட்ட அமர்வில்.

ஸ்ரீநிதிக்குட்டி ரங்கநாயகியின் பட்டுமடியில் அமர்ந்துகொண்டு விரல் சப்பலோடு, பாடும் ரங்கநாயகியின் நாவண்ணங்களை அதன் ஊடே விழுந்து கலையும் எச்சில் கோடுகளைப் பார்த்தபடியே விக்கித்துப்போய் கிடக்கிறது.

எழுந்து வந்து அறையின் நிலையினைப் பிடித்தபடி பார்க்கும் ஏபிஎன் திண்டாடிப்போய்த் திணறலான திணறலில் இருந்தார். கோமளத்தின் சிருங்காரத்தைப் பார்த்ததால்தான் தன் பிடியை, அவள் வீட்டில் இழந்தார்.

"உன் ப்ரியப்படியே உன்னை நான் பர்மனெண்டா வெச்சுக்கறேன். சத்யம்டி. பொண்ணே சத்யம். நீ ரங்கநாயகி இல்ல, என் கோமளம். செத்துப்போன என் கோமளம்..." என்று அவள் கையை எகிறிப்பிடித்துச் சத்யமும் செய்துகொடுக்க அப்பொழுது கொஞ்சம் போதையில் இருந்ததால் அதை அத்தனை பெரிதாக எடுத்துக்கொள்ள முடியவில்லை. மனதும் பின்னடைந்து, 'தப்பு பண்ணிட்டேன் தப்பு பண்ணிட்டேன்' என்று கிடந்து மருகியபோதுதான் காலை பிறந்தது. சூரியன் உதித்தான். விழிப்பும் தட்டியது. கூடவே ரங்கநாயகியும் வந்து நின்றாள்.

அந்த மருகலும் பல ஆயிரம் மடங்காகப் பெருகி நெஞ்ச பாகம் முழுவதையும் நெருஞ்சியாகிவிட்டது.

இப்போது இந்தக் கீர்த்தனையால் அதில் பூப்பூக்கிறதே!

“ரங்கநாயகி பாடாதே நிறுத்து. வேண்டாம். என்னைக் கெடுத்து குட்டிச்சுவராக்காதே... நிறுத்து... நிறுத்து...”

சொல்ல முனைகிறார். ஆனால் முடியவில்லை. கீர்த்தனை அதை அமுக்கி ஜெயிக்கிறது!

“முக்தா ஹார லஸத்கீரிட ருசிராம்...
பூர்ணேந்து வக்த்ர ப்ரபாம்...”

***

அத்தியாயம்

4

நம்மில் பல அறிவாளிகள் சமத்துவம், சுதந்தரம், பெண் உரிமை என்னும் நயத்தக்க நாகரிப் பண்பாடுகள் யாவும் சமூக நெறியாக மட்டுமே உபதேசிக்கப்பட வேண்டியவை என்று முடிவு கட்டிவிட்டே வாழ்ந்து வருகிறார்கள் என்று எனக்குப் படுகிறது.

சமூகக் கண்ணோட்டத்தில் நயத்தக்க நாகரிகமாகப் படுகின்ற இதே பண்பாடுகள் குடும்பத்துள் பிரவேசிக்கும்போது அவை குடும்பம் என்கின்ற கோயிலின் புனிதத் தன்மையைப் போக்கிக் குறைத்துவிடும் நாசப்போக்குகளாய் அவர்களது குறுகிய கண்ணோட்டத்தில் கொச்சைப்பட்டும் போகின்றன.

– 'கோகிலா என்ன செய்து விட்டாள்?' முன்னுரையில்
த. ஜெயகாந்தன்

'சின்ஜன நூபுர சிங்கணி
மணிதராம்...
பத்மப்ரபா பாஸுராம்...'

ரங்கநாயகி தொடர்ந்த வண்ணமிருந்தாள். அற்புதமான பாவம். ஏற்ற இறக்கம். சுகமான வளைவு நெளிவு...

கற்கண்டு கரைந்து பெருகி காதில் பாய்ந்து புகுகிறது. மனம் பரவசக் காய்ச்சலில் கேணி பொங்கினதுபோலப் பொங்கிப்பொங்கி வழிகின்றது.

அம்முணியின் கண்களிலும் ஆனந்த ரசம். சுருக்கத்தாடை மேல் பாதைபோட்டு உருண்டு ஓடுகிறது. அதுவும்,

'சர்வாபீஷ்ட பலப்ரதாம் கிரிஸுதாம்
வாணி ரமா சேவிதாம்...'

நாதப் பாட்டைக்குள் போய்க் கொண்டேயிருக்கிறாள் ரங்கநாயகி. அடேயப்பா, எத்தனை சரஸ்வதி கடாட்சம்! மாய்ச்சலோடு அம்முணி கைகூப்ப, ஏபிஎன் விக்கித்து நிற்க, கல்யாணிகூட எட்டிப் பார்க்க, கீர்த்தனை முடிந்துபோகிறது.

"ப்ரமாதம்... ப்ரமாதம்டி கொழந்த... பேர் என்ன சொன்னே?"

"ரங்கநாயகி."

"தாயாரோட பேர்... அவளைப் போலவே சௌலப்யம், சௌந்தர்யம்! ரொம்ப நன்னா பாடினே. ஐய்யங்கார் பொண்ணா இருந்தாலும் மீனாட்சி பஞ்சரத்னமும் தெரிஞ்சிண்டு பாடினே பார். ரொம்ப விசாலமானவ நீ. அற்புதம்! அற்புதம்! அப்படியே உன் கையால் கற்பூர ஆரத்தி காட்டிடு. ஆரத்தி காட்டியே பல மாசமாச்சு..."

"அப்படியா?"

"ஆமாம்... என் மாட்டுப்பொண் போனதுக்கப்புறம் அந்தக் கற்பூரக் கரண்டியைத் தொட மனசே வராமப் போய்டுத்து... இன்னிக்கு உன்னாலையாவது வெளிச்சம் பொறக்கட்டும்." அம்முணி ரொம்பதான் உணர்ச்சிவசப்பட்டாள்.

ரங்கநாயகிகூட நெகிழ்ந்துவிட்டாள்... அதோ இமைமேல் உப்பு ஜலத்தின் இரண்டொரு திவலை...

"அம்ம்ம்மா..." ஊடே சீனிக்குட்டி சப்பிய எச்சில் விரலால் அவள் கன்னத்தில் ஈரம்பட விரவுகிறது.

"ஸ்ரீநிதிக்கு உன்னை ரொம்பப் பிடிச்சுப்போயிடுத்து. அது ஒருத்தர் மடில இப்படி ரொம்ப நாழி சமத்தா உக்கார்ந்து நான் பார்த்ததே இல்லை..."

"அப்டியாடா கண்ணா... அப்டியா... எங்க மாமிக்கு முத்தம் தா பார்ப்போம்..."

"ரங்கநாயகி, முதல்லே கற்பூர ஆரத்தி காட்டி முடி. அவளை இப்படித் தா..."

அம்முணி அவளை இடையில் புகுந்து தூக்கிக்கொள்ள, ரங்கநாயகியும் பச்சையும், கறுப்பும் கலந்துகிடக்கும் கற்பூர ஆரத்திக் கரண்டியை எடுத்து, கற்பூரத்தைத் தேடி எடுத்து வைத்துத் தீப்பிடிக்க முயல...

ஏபிஎன் பார்த்தபடியே நின்று கொண்டிருந்தார்.

ரங்கநாயகி கரம் சற்று நடுங்குகிறது. விரல்விட்ட தந்திக்கம்பி மாதிரி ஒரு தினுசான நடுக்கம். இருந்தும் அது நடுக்கம் தொலைத்து பழையபடி விறைப்பாகிவிடுகிற மாதிரி ரங்கநாயகியும் ஆகிறாள்.

தீக்குச்சி உரசி காற்றில் ஒளிந்திருக்கும் அக்னிச்சுடரை அள்ளிப்பிடிக்கிறது. அது வெண்கல்லான கற்பூரத்துக்குத் தாவ, கரித்தலையோடு மஞ்சளாய்ப் பருமனான தீச்சுடர் - அது அறையின் தெய்வ மாந்தர் திருப்படங்கள் முன்னெல்லாம் வட்டமாய்ச் சுழல ஆரம்பிக்கிறது.

தபதப என்று அம்முணி கன்னத்தில் போட்டுக்கொள்ள ரங்கநாயகி சுடரை அவள் எதிரில் நீட்டினாள்.

அவள் கரங்கள் ஒத்தி எடுத்துக் கொள்கின்றன. "அப்படியே அவனுக்கும் காட்டு..." ரங்கநாயகி அந்த ஆக்ஞையைச் செயல்படுத்த, குத்திட்ட விழிகளோடு ஏபிஎன்னும் கற்பூரம் ஒத்திக்கொள்கிறார்.

"நாங்கள்ளாம் குளிக்கலே... இருந்தாலும் உன் பஞ்சரத்னத்த கேட்டதுல கங்கைல மூழ்கி எழுந்த மாதிரி ஒரு புத்துணர்ச்சி, பரவசம்... அதான் எல்லார்க்கும் கற்பூரத்தக் காட்டச் சொன்னேன்... மைலா... மங்கா... கல்யாணி... வாங்கோ, கற்பூரத்தை ஒத்திக்கோங்கோ..."

திகுதிகுவென எரிகிறது அது... அனைவரும் ஒவ்வொருவராக வந்து ரங்கநாயகியையே பார்த்தபடி ஆரத்தியை ஒத்தி எடுத்துக் கொள்கின்றனர்.

கல்யாணியின் முறையின்போது மட்டும் அம்முணி குரல் விசும்புகிறது.

"இவ என் கடைசிப் பொண்ணு... பேர் கல்யாணி. கழுத்துல் தாலி ஏற இன்னும் வேளை வரலை. பெருமாள்கிட்ட வேண்டிக்கோ ரங்கநாயகி. நல்ல மாப்ள வரட்டும்..."

"அப்படியா...?" ரங்கநாயகி கல்யாணியைத் துளையிடுகிற மாதிரி பார்க்க, அவள் உணர்ச்சி செத்த தன் கண்களால் ரங்கநாயகியைப் பதிலுக்குத் துளையிட்டாள்!

✲ ✲ ✲

ஃபேக்டரி!

எண்ணெய் வாசமும், கொஞ்சமும்போலக் புகைமூட்டமும் எப்படியோ ஏ.சி. அறைவரை எட்டிப் பார்க்கிறது. சீட்டில் ஏபிஎன் ஊடே செகரட்டரியின் பிரவேசம் - ஜோசஃபின்!

"ஜோசஃபின் என்ன இது வாசனை... யார் இன்னிக்கு அடுப்புக் கூடத்துல?"

"பங்கஜா மாமி சார்..."

"கொஞ்சம் வரச்சொல்லு. கலவை சரியில்லையா இல்ல, எண்ணெய் சரியில்லையா? வாசனை ஒரு மாதிரி இருக்கே...?" - ஏபிஎன் மூக்கு அனுபவப்பாடம் படிக்கிறது. பங்கஜ மாமியும் எட்டிப் பார்த்தாள். மடிசார் உடுப்பு, மறைவாக மேலே வெள்ளை அங்கி. தலையில்கூடக் கிரீடம்போலக் காகித மதில்.

"நமஸ்காரம்."

"என்ன மாமி? ஏ.சி. ரூம் வரை வரது வாடை. என்ன சிக்கல்?"

"ஒண்ணுமில்ல... சீடை முறுக்குல கொஞ்சம் ஈரம் கூடிப்போச்சு அவ்ளோதான்."

"நன்னா காஞ்ச பிறகு பொரிக்கலாமே..."

"எண்ணெய் காய்ஞ்சுடுத்து. ஒண்ணுக்காக ஒண்ணு காத்துண்டிருந்தா கேஸ்தான் விரயமாகும். பரவால்லன்னு நான்தான் போட்டெடுத்தேன்."

"ருசி மாறிடப்போறது..."

"மாறாது, மாசம் மூணானாலும் மாறாது."

"பாத்துக்கோங்கோ. இந்த ஆர்டர் அமெரிக்கா ஒரு கோடி போகப்போறது."

"கவலையே படாதேள்... நான் பாத்துக்கறேன்."

பங்கஜம் மாமி திரும்பினாள். கதவருகே சென்றுவிட்டு தாழ்ப்பாளைப் பிடித்தபடி கொஞ்சம் தயங்கி நின்றாள்.

"என்ன விஷயம்... இன்னும் ஏதாவது பேசணுமா?"

"ஆமாம்... என் பொண்ணுக்கு வரன் அமைஞ்சிருக்கு. இந்தத் தைலையே கல்யாணம் பண்ணிட்டா நல்லதுங்கறா புள்ளையாத்துல..."

"சந்தோஷம்."

"அதுக்குக் கொஞ்சம்..."

"கொஞ்சம் என்ன முழுக் கல்யாணச் செலவும் என்னோடது. போய் சந்தோஷமா வேலையப் பாருங்கோ."

மாமிக்குள் பூவால் அடிபட்டதுபோல் ஒரு புல்லரிப்பு.

"ரொம்ப சந்தோஷம். இதுக்கு நான் எப்படி... எப்படி...?"

"கைமாறு பண்ணப் போறேன்னுதானே சொல்ல வந்தேள்."

"ஆ... ஆமாம்."

"சீடை, முறுக்கு, தட்டை, அப்பளம், ஊறுகாய், ஜாம், வடாம் எல்லாம் உங்க கைமாறுதானே... அத இன்னும் ருசியா பண்ணித் தாங்கோ... அதுபோறும்."

"நிச்சயமா... நிச்சயமா..." மாமி மத்தாப்பாகி, கண்களில் ஜலத்தோடு வெளியேற, கதவு திரும்ப மூடிக்கொள்கிறது.

ஏபிஎன் முகத்தில் சற்று தீவிரமான சிந்தனை.

நடுவில் இன்டர்காமில் கூப்பிடுகிறாள் ஜோசஃபின்.

"என்ன ஜேசஃபின்?"

"உங்களைப் பார்க்க ஒரு லேடி வந்துருக்காங்க சார்."

"லேடியா... யார் அது?"

"ரங்கநாயகி."

"ரங்கநாயகீ... ஈ... ஈ..."

"யெஸ் சார். ஷீ வாண்ட்ஸ் டு மீட் யூ இம்மீடியட்லி..."

"ஐ ஸீ... என்னவாம்?"

"தெரியல, உங்களோடதான் நேர்ல பேசணுமாம்."

"நான் இப்ப பிசியா இருக்கேனே, என்ன பண்ணலாம்?"

"சொன்னேன் சார்... கேக்க மாட்டேங்கறாங்க..."

"அவங்கள் வெளிய காரிடார்கிட்ட சேர் போட்டு உக்காத்தி வை. அப்றமா வந்து பாக்கறேன்."

"ஓகே சார்..."

இன்டர்காம் ரிசீவர் தனது இணைப்பகத்தில் சென்று படுத்துக்கொள்கிறது. ஏபிஎன்னையும் கசங்கல் பற்றிக்கொள்கிறது. ஆர்டர் புக் ஒருபுறம், கலெக்ஷன் லிஸ்ட் மறுபுறம், பர்ச்சேஸ் டெடெய்ல்ஸ் ஒருபுறம்... எதையும் பார்க்கப் பிடிக்கவில்லை, மனசில் லயிப்பு விலகி ரங்கநாயகியிடம் போய்ப்போய் நிற்கிறது.

இவள் எதற்கு ஆபீசுக்கே வந்திருக்கிறாள்...? இங்கெல்லாம் இவள் வரலாமா? வரத்தான் விடலாமா...? யாராவது பரஸ்னேகம் கொண்டவன் வந்து அவளைப் பார்த்து வைத்தால்...?

ஐய்யய்யோ... அடிமனசில் கிலிப்பூச்சிக் கூட்டம் கபடியே விளையாட ஆரம்பித்துவிட எழுந்திருந்தார்.

வேகமான நடை...

"என்ன விஷயம் ரங்கநாயகி?" ஓர் இருபதடி இடைவெளியில் நின்றுகொண்டு நெருங்கப் பிரியமில்லாத பாவனையோடு கேட்கவும் ரங்கநாயகி நிமிர்ந்து பார்த்தாள். கூசிப்போய், கூனிப்போய், கலங்கிப்போய் அதுவரை அவள் உட்கார்ந்திருப்பது அப்பொழுதுதான் அவருக்கு தெரிய வந்தது. அதனால் கொஞ்சம் அதிர்ச்சி தொற்றிக்கொள்ளவும் இருவரிடையேயும் கொஞ்சம் மௌனம் அழுத்தமாய் வியாபித்தது.

அவளே ஒரு நாற்பதைம்பது நொடி கழித்து அதை உடைத்தாள்.

"நான் உள்ற... வரக்கூடாதா?"

"அது... அது..."

"அதனால்தான் வெளிய ஒக்காத்தி வெச்சுட்டேளா?"

"ஆ... ஆமாம்."

"சந்தோஷம் உண்மை பேசினதுக்கு... ஆனா நான் பேச வந்த விஷயத்தை இங்கையே பேச முடியாது. செத்த வெளிய நடக்கலாமா... இல்ல உள்ள போய்..."

"எதுவா இருந்தாலும் ராத்திரி பேசலாமே..."

"அப்ப ஆத்துக்கு வருவேளா?"

"இன்னிக்கு வரேன்."

"அப்ப நேத்து பேசினதெல்லாம்...?"

"எல்லாத்தையும் ராத்திரி பேசலாமே. நீ எதுல வந்துருக்கே ஆட்டோலையா?"

"ஆமா..."

"அப்ப ஆட்டோவுலையே கிளம்பு. ராத்திரி பேசலாம்."

"ஏன் உங்க கார் என்னை வீட்ல கொண்டுபோய் விடாதாக்கும்?"

"அப்படித்தான்னு வெச்சுக்கோயேன்... கிளம்பு... கிளம்பு..."

அவரது துரித முகாந்திரம் அவளைக் கொத்துகிறது. சற்று கொளுத்தவும் செய்கிறது. ஊடே ஊடே குட்டி ட்ராலிகள் மணக்க மணக்க முறுக்கும் சீடையுமாகத் தள்ளிச் செல்லப்படுகின்றன. தள்ளி செல்வோரிடமும் ஓரப்பார்வை.

தயங்கித் தயங்கித் திரும்புகிறாள் ரங்கநாயகி. அப்பாடா...! பெருமூச்செறிந்துவிட்டு அறைக்கதவு திறந்து உள்ளே நுழையவும், தொலைபேசி ஒலிக்கவும் சரியாக இருந்தது. காதைக் கொடுத்தபோதுதான் தெரிந்தது அது அம்முணி!

“என்னம்மா?”

“கல்யாணியோட வரன் சம்பந்தமா ஒருத்தர் வந்துருக்கார். செத்த வந்துட்டுப் போறியா?”

“என்னம்மாது...? ஆமாம் யார் அவர்...? எந்த ஊராம்?”

“தின்னவேலிக்காரராம். ஸ்ரீவைகுண்டம் பக்கமா கருங்குளம்னு சொல்றார்.”

“ஆளப் பாத்தா எப்படித் தோண்றது?”

“கல்யாணிக்காக ஒரு காக்கா வந்தாலும் என் கண்ணுக்கு அது பெருமாளாதான் தெரியும் பத்து... இது என்ன கேள்வி...?”

“என்னம்மா நீ சங்கடப்படுத்தறியே... போகட்டும் கிளம்பி வரேன். அவரோட பேசிண்டிரு.”

அடுத்த ஐந்தாவது நிமிடத்தில் அவரது கார் வீடு நோக்கி சீறத் தொடங்கியது.

***

இராப்போது... வானில் நட்சத்திரச் சிமிட்டலுடன் அறுத்தெடுத்த தர்ப்பூஸ் துண்டாட்டமாய் அரை நிலா. அதைப் பார்த்தபடி மொட்டைமாடியில் பாயை விரித்துவிட்டுக் கல்லாய் இறுகிவிட்ட அழுக்கேறிய தலையணையை அண்டக்கொடுத்தவனாய் அண்ணாந்தபடி படுக்கையில் விழுந்தான் கோந்து என்னும்

கோவிந்து. பக்கமாய் மாடி கைப்பிடி சுவரை உரசும் தென்னந்தோகை லேசாகக் காற்றில் ஆடுவதும், தூரத்தில் எப்படியோ உருவாகிப்போன ஒரு மழை நீர்க் குட்டையிலிருந்து தவளைக் கூட்டம் போடும் 'கர்ரக் பிர்ரக்' சப்தமுமாக ராத்திரி தனது குணாதிசயம் மாறாதபடிக்கு கழிந்த வண்ணம் உள்ளது.

சன்னமான காற்று - மார்கழியிலேயே குளிர் இல்லை. அதனாலோ என்னவோ கோவிந்து போர்வைகொண்டு வந்திருக்கவில்லை.

நல்ல திமிர்பிடித்த புஜம். பிசைந்து பிடித்த மார்பு. குறுக்கில் அழுக்கேறிய பூணூல். இடையில் உள்ளில் கௌபீனமும் வெளிக்கு வேட்டியுமான ஆடை.

மழை வேண்டி கிராமப்புறங்களில் மல்லாக்கப் படுத்தபடி ராக்சஸ உருவைப்பிடித்து, கழுத்தில் செருப்பு மாலை எல்லாம்கூட போடுவார்களே... அந்த உருவம்போலப் படுத்துக்கிடக்கிறான் கோவிந்து.

மெலிதாய்க் காரின் என்ஜின் சப்தம் கேட்க, எழுந்து கைப்பிடிச்சுவர் அருகே வந்து கீழே பார்க்கிறான்.

ஏபிஎன் இறங்கிக் கொண்டிருந்தார். அவரைப் பார்க்கவும் திபுதிபுவென்று மாடிப்படியை விட்டுக் இறங்கி கீழே போனான்.

அவர் செருப்பை விட்டுவிட்டு ரேழியில் பிரவேசிக்கும்போது எதிரில் மூச்சு வாங்க அவன்.

"என்ன கோந்து கார்ல போக வேணுமா?"

அவனிடம் ஆமோதிப்பான தலையசைப்பு.

"இது பழைய கார்... இன்னிக்கு வேண்டாம். நாளைக்கு வேற பெரிய காரோட வருவேன். அப்ப போலாம்."

கோவிந்து முகத்தில் ஏமாற்றம் பளிச்சென்று பரவுகிறது. அவர் அவன் தோளில் தட்டித் தந்துவிட்டு உள் போக ஆரம்பித்தார்.

நடுக்கூடத்தில் ஊஞ்சல். ஊஞ்சலில் தாம்பூலத் தட்டு. ஓர் ஓரமாக மெலிதான அறை வெளிச்சம் அருவி சரிந்த மாதிரி விழும் இடத்தில் அமர்ந்துகொண்டு தலையணையாட்டம் ஒரு புத்தகத்தைப் புரட்டிக்கொண்டு ரங்கநாயகி.

"உக்உக்கும்..." கனைத்தார் ஏபிஎன்.

"வந்தது தெரியும் உக்காருங்கோ... சுந்தரகாண்டத்தை முடிச்சுட்டு வந்துடறேன்." அவர் முதலில் அதைக் கேட்டுச் சற்று வியந்து பின் நயந்து சிரிக்கிறார். இளநீர் வெட்டும்போது அது குலுங்கித் தளும்புமே... அப்படி ஒரு சப்தம்! அவள் நிமிர்ந்து பார்த்துவிட்டுத் திரும்பவும் காண்டம் புகுகிறாள்.

ஊஞ்சலில் அமரும் ஏபிஎன்னைத் தாம்பூலத்தட்டு நிரடுகிறது. கட்டுக்கட்டாய்க் கல்கத்தா வெற்றிலை. ஊடே வாசனைச் சுண்ணாம்பு, தேங்காய்ப் பூவாய்ச் சீவல். சின்னக் கிண்ணங்களில் லவங்கம், சோம்பு, கிராம்பு, ஏலம் என்கிற ஐட்டங்கள்.

ஹைதராபாத் ஸ்டைலில்! அதிலும் கவாலிகள் இப்படித்தான் தட்டை வைத்திருப்பார்கள். ஏபிஎன் ஒரு கிராம்பை எடுத்து வாயில் போட, உள் பாகம் மொத்தத்திலும் காரம் பரவி, உடம்பு முழுக்க ரோம பாகத்தில் ஒரு சிலிர்ப்பு. கூடவே துளி சோம்பை அள்ளி வாயில் போட்டுக்கொள்ளவும், அது ஒரு விதமான சுவையாக எச்சிலில் சேர்ந்து ஊறிப் பரவியது.

கால்கள் தரைப்பாகத்தை அனிச்சையாக எத்தவும், ஊஞ்சலில் எலி புகுந்த மாதிரி ஒரு கீச்சு - வீச்சு சப்தம்.

அந்தச் சப்தம் அந்த ராத்திரியின் குணத்துக்கு, அதாவது நிசப்தத்துக்கு நிச்சயமாய் ஒரு கொடூர இடைஞ்சல் என்பதை உடனேயே உணர்ந்த மாதிரி ஊஞ்சல் விசையைக் காலால் மிதித்துக் குறைத்துக்கொள்பவர் கொலுசு சப்தம் சட்டென்று காது புகக் கண்டு நிமிர, ரங்கநாயகி நெருங்கி வந்தாள்.

"பரவால்லியே... வந்துட்டேளே...?"

“சொன்னா வந்துடுவேன்... அதான் ஏபிஎன். ஆமா உன் பூஜை புனஸ்காரமெல்லாம் முடிஞ்சுதா...?”

“உம்... இன்னிக்கு கோட்டா ஓவர்...”

“என் ஃப்ரெண்ட் வெங்கட்ராமன் சொன்ன மாதிரி நீ அதி வித்யாசமான பொண்ணுதான். ஆமா என் ஆபீஸ்க்கு வர்ற அளவு உனக்கு அப்படி என்ன வந்தது? இப்படித்தான் திடுதிப்புன்னு வந்து நிப்பியா?”

ஏபிஎன் எடுத்த எடுப்பில் அந்தக் கேள்வியைத்தான் கேட்பார் என்று எதிர்பார்த்தவளாட்டம் அவரைப் பார்க்கும் ரங்கநாயகி சிரித்தபடியே கேட்டாள்.

“ஆகம்... ஆபீஸ் எல்லாத்தையும் நன்னா அலம்பி விட்டாச்சா?”

“எதுக்கு?”

“நான் வந்துட்டு போயிருக்கேனே...”

“ஆழம் பாக்கறியாக்கும். எதுக்கு வந்தே அதைச் சொல்லு.”

“சொல்லட்டுமா?”

“என்ன கேள்வி இது... திருவுளச்சீட்டு வேணும்னா போட்டுப் பார்த்துடு.”

அவள் உடனேயே திரும்பச் சிரித்தாள். சிரிக்கும்போது மார்பில் லயமான குலுங்கல். அது ஏபிஎன் மனதில் ஒரு தீக்குச்சியை உரசிப்போட்டது.

“சிரிச்சு மயக்காம விஷயத்துக்கு வா, என்ன விஷயமா வந்தே?”

“உங்க முறுக்கு ஃபேக்டரியைப் பாக்கத்தான்னு வெச்சுக்குங்களேன்...” அவள் பதில் அவர் கோபத்தைக் கைதட்டி அழைத்தது.

“ரங்கநாயகி, என்னை என்ன வேலை வெட்டி இல்லாதவன்னு நினைச்சியா...? வீடு, ஃபேக்டரி எல்லாம் என் வரைல கோயில்

மாதிரி. அங்கையெல்லாம் நுழைஞ்சு அதோட பவித்ரத்தைக் கெடுக்கப் பார்த்தே நான் மனுஷனா இருக்கமாட்டேன்.

உன் அழகுல மயங்கியோ, இல்ல காமம் பிடுங்கி எடுத்தோ நான் உன்னைப் பார்க்க வரலை. என் ஸ்னேகிதன்கிட்ட போட்ட சவாலுக்காகத்தான் வந்தேன். தெரியாத்தனமா பார்ட்டில குடிச்சுப்பிட்டு வந்தது தப்பாப்போச்சு. உன்கிட்டேயும் என் கோமளத்தோட சாயல்கள் இருந்ததால் வந்த இடத்துல தங்கிட்டேன். அதுக்கு எவ்வளவு ரேட்டுன்னு சொல்லு விட்டெறியறேன். அத விட்டுவிட்டு பாடறதால, பாராயணம் பண்றதால நீ ஊரை ஏமாத்தலாம். ஆனா, என்னை ஏமாத்த முடியாது. ஞாபகத்துல வெச்சுக்கோ...”

தடதடவென வார்த்தைகள் அமிலத்தில் தோய்ந்தெடுக்கப்பட்ட மாதிரி வந்து விழுகின்றன. அவளிடம் அதிசயமாகப் பதில் சலனமேயில்லை. இமைக்கக்கூடப் பிரியமில்லாதவளாக ஏபிஎன்னையே பார்த்தாள்.

எத்தனை நேரம்தான் அப்படிப் பார்க்க முடியும்...?

அந்த ரௌத்ரம் கோவிந்துவைக்கூட மாடியேற விடாதபடி செய்து மலங்க மலங்க நிறுத்துகிறது.

“அ... அ... அத்திம்பேர்.” அவன்தான் கூப்பிட்டான். “அத்திம்பேரா?” அவர் கொப்பளித்துச் சிவந்தார்.

“நீங்க என் அத்திம்பேர் இல்லியா... அக்காதானே சொன்னா?” அவன் மிழற்றி மிழற்றிக் கேட்பதில் அவன் வயதுக்குரிய புத்தியை அடையாத ஒரு பசலி என்பதால் அவரால் அவனிடம் சீறமுடியவில்லை. ஆனால், அது அப்படியே ரங்கநாயகி மேல் திரும்பியது.

“என்ன இது, புது உறவு?”

“என்ன பண்ணட்டும்...? அவனுக்கு உங்களைக் கௌரவமா கூப்பிட ஒரு பேர் வேணுமே. அதான் அப்படிச் சொல்லி வச்சேன்.”

“தெரிஞ்சுபோச்சு... எனக்கு நன்னா தெரிஞ்சுபோச்சு. அற்ப சாவகாசம் பிராண சங்கடம்பா. அது சரியா இருக்கு. காத்தால் ஆத்துக்கு வந்தே... மதியம் ஆபீசுக்கு வந்தே... இப்ப உறவு கொண்டாடி ஆழம் பாக்கறே... தெரிஞ்சுபோச்சு ரங்கநாயகி. நன்னா தெரிஞ்சுபோச்சு.

அவ்வளவும் தொழில் புத்தி. என்னை மொட்டையடிக்கப் போடற பிளான். ஆனா உன் பருப்பு என்கிட்டே வேகாது. தயவுசெய்து வேற எவனையாவது இளிச்சவாய்ப் பணக்காரனைப் பிடிச்சுக்கோ. என்னை உட்டுடு...

நான் உன்கிட்ட மயங்கினது வாஸ்தவம்தான். அதுக்கு இது ஆனாலும் அதிகபட்சம். என்னை உட்டுடு. இந்தா அந்த ராத்திரிக்கு நான் தர்ற கூலி. பிடி... வள்ளிசா அஞ்சாயிரம். கூடவேணா கேட்டு வாங்கிக்கோ. ஆனா இனிமே ஆகம், ஆபீஸ் பக்கம்னு வந்தே மனுஷனா இருக்கமாட்டேன்.

நான் வரேன்...”

ஏபிஎன் ஒரு சலவை நோட்டுக் கட்டை விட்டெறிந்துவிட்டு வேட்டி நுனியைப் பிடித்துக்கொண்டு திரும்பி நடக்கலானார்.

“ஒரு நிமிஷம்...” அவள் கூப்பிட்டுப் பார்த்தாள்.

ஊஹும். அவர் காதிலேயே வாங்கிக்கொள்ளவில்லை. கார் புறப்பட்டுவிட்ட சப்தம் காதில் புகுகிறது.

ரங்கநாயகியின் கண்களில் அதுவரை சேர்ந்திராத நீர் சேர ஆரம்பித்தது.

***

அத்தியாயம்

5

'பெண்ணாய்ப் பிறந்தவள் அவள் பிறந்த நிமிஷம் முதல் வாழ்நாள்வரை இந்தச் சமூகத்தால் சபிக்கப்படுகிறாள். நடைமுறையில் அவள் ஓர் இரண்டாந்தரப் பிறவியாகவே கருதப்படுகிறாள்.

ஓர் ஆணைவிட ஒரு பெண்ணுக்கு ஆடைகளும், ஆபரணங்களும், அணிகளும் எவ்வளவு அதிகமோ அவ்வளவு அதிகமாக அவள் மீது விலங்குகளும், கட்டுகளும், சுமைகளும் சேர்ந்தே சுமத்தப்படுகின்றன. உடல் சிறைப்படும் அளவு அவள் உணர்ச்சிகள் சிதைக்கப்படுகின்றன. பிறந்ததில் இருந்தே அவள் ஒவ்வோர் ஆணுக்கும் அடிமையாகவே இருக்கிறாள். கணவன் என்பவன் பாத்தியதையுள்ள ஓர் எஜமான். மற்றவர்கள் பாத்யதையற்றவர்கள். இத்தனைக்கும் நடுவில் அவளது ஒரே பிடிப்பு - சமாதானம் எது தெரியுமா? புராணங்களும், இதிகாசங்களும் கதைப்பதுதான் அது.

அந்தக் கதைப்புதான் கற்பு! கற்பூ!'

– 'சமூகம் என்பது நாலுபேர்' த. ஜெயகாந்தன்

ரங்கநாயகியின் கண்களில் இருந்து அந்த நீர் உருண்டைகள் உருளுகின்றன! ஏபிஎன் பேசிச் சென்றதில் அழுத்தமான ஒரு பாதிப்பை அது உருவாக்கிவிட்டதைக் காட்டுகிறது.

நெருங்கி வந்தான் கோவிந்து.

"க்கா..."

"என்னப்பா..."

"ஏன் அழறே... அத்திம்பேர் வெஞ்சாரா...?"

"அவர் அத்திம்பேர் இல்லடா. அப்படிக் கூப்பிடாதே... எத்தனை சொல்றது... நீ சாப்ட்டுட்டியோ?"

"ஓ... சாப்ட்டேனே... வெந்தயக்கொழம்பு ஜோரா இருந்ததுக்கா."

"நல்லது... நீ போய் படுத்துக்கோ... போ..."

"சரிக்கா..."

அவன் அகன்றான். ஒரு சின்ன மடக்கலில் அவன் ஏபிஎன்னை மறந்து வெந்தயக்கொழம்புக்கு வந்துவிட்டான். அவளுக்குத் தெரியாதா என்ன?

அவ்வளவுதான் அவன்.

திரும்பவும் அவள் கண்களில் ஜலக்கூட்டம்.

அப்படியே வலக் கையைப் பக்கத்துச் சுவருக்கு அண்டக்கொடுத்துத் தலையை அதன்மேல் சரித்து, சற்று ஓங்கலாகவே அவள் அழத் தொடங்கினாள்.

"மாமி... மாமி..." வாசற்பக்கமிருந்து ஒரு குரல். அழுகையைக் கட்டுப்படுத்தியவளாக நிமிர்ந்து திரும்பினாள்.

எதிரில் பக்கத்தாத்துப் பெண் ஆனந்தி.

"வாம்மா... என்ன விஷயம்?"

"அப்பா செத்த உங்களைக் கூப்பிட்டார்..."

"என்னையா..."

"ஆமாம் மாமி."

"போ... வரேன்."

சொன்ன கையோடு புழக்கடைவரை போய் தடியான அதன் கதவைச் சாத்தி, பட்டைத் தாழ்ப்பாள் போட்டு ஓரமாய் உள்ள

துவாரத்தில் பெருச்சாளி நிமித்தம் கல்லை எடுத்து அடைப்பாக வைத்துவிட்டு வராண்டா வழியா வாசல்பக்கம் வந்தாள்.

சிலுசிலுவென்ற காற்று முகத்தில் பீராய்கிறது.

சுகமாய் இருந்தாலும் ரசிக்கிற நிலைப்பாடு மனத்தில் இல்லையே? பக்கத்தாத்துக்காரர் எதற்குக் கூப்பிட்டாரோ என்னவோ... காதோரம் வியர்வை நாகம் வேறு நீண்ட உடம்போடு கழுத்து வரை நெளிகிறது.

✲ ✲ ✲

பக்கத்து தேசிகாச்சாரி வீட்டு வாசலில் மட்டமான கோலி பல்ப் வெளிச்சம். ரீப்பர் சட்டங்களால் உருவான நாப்பத்து நாலு சதுரங்களால் உருவான நொண்டிக் கதவு.

திறக்கும்போதே எலிக்குஞ்சாட்டம் கத்துகிறது.

“வாம்மா...” வரவேற்கிறது உள்ளே அவரது குரல். தொடர்ந்து அவரைச் சுற்றி இருப்பவர்களை அங்கிருந்து போகச் சொல்ல அவர்களும் போகின்றனர்.

“ஆமாம்மா... நானே வரலாம்னுதான் பார்த்தேன். ஒரு நாளைக்கு எத்தனை தடவைதான் உன் ஆத்துக்கு வரது... அதான்...”

அவர் குத்துகிறாரா, விவேகம் காட்டுகிறாரா என்பது அவளுக்குப் புரியாதுபோக அவரே தொடர்ந்தார்.

“தப்பா புரிஞ்சுக்காதே... உன்னை நான் குத்தம் சொல்லலை. கிட்டத்தட்ட இந்தத் தெரு ஓர் அக்ரஹாரம் மாதிரிதான். நீ இருக்கிற ஆத்துல இதுவரை குடியிருந்தவாளும் ரொம்ப ஸ்ரேஷ்டமானவா...

இந்த நிமிஷம் உன்னையும் அப்படியே இந்த தெரு நினைச்சிண்டிருக்கு. இனியும் நினைக்கணும்னு ஆசைப்படறேன். இப்பகூடக் கெட்டுப் போயிடலை.”

அவர் இடைவெளி விட்டுச் சற்றுக் கமறுகிறார்.

"நீங்க என்ன சொல்ல வரேள்?"

"வேண்டாம் ரங்கநாயகி... விட்டுடு... எனக்கு ரொம்ப பயமா இருக்கு."

"....."

"இப்படி மௌனமா நின்னா எப்படி? உன்னைப் பாக்கப் பாக்க எனக்குப் பரிதாபமாகவும், பயமாவும் இருக்கு. என் பொண்ணு ஒருத்தி உன்னை மாதிரி நடந்துக்கப் பார்த்தா நான் விடுவேனா? மாட்டேன் ரங்கநாயகி. சத்யமா மாட்டேன். அதச் சொல்லத்தான் கூப்டேன்."

"இருக்கலாம். ஆனா நான் என் அப்பா உசுரோட இருந்து உங்களைப்போல பேசினாலும் கேக்கற ஜென்மம் இல்ல மாமா..." அவள் அவருடைய அதிர்ச்சியைக் கூட்டினாள்.

"அப்படிச் சொல்லாதே... என் பேச்சைக் கேளு. உசிரக்கூட அடகு வெச்சா மீட்டுக்க முடியும். ஆனா கற்பு அப்படி இல்ல..."

"மீட்க ஆசைப்பட்டாதானே?"

"என்ன பொண்ணும்மா நீ... மனுஷப் பொறப்பே, மான ரோஷத்துலையும், ஒழுக்கத்துலையும்தானே இருக்கு. அதையே துச்சமா நினைக்கறியே நீன்னு ஊர் நினைச்சுட்டா?"

"தப்பு மாமா... அதைத் துச்சமா நான் நினைக்கவேயில்லை. அதைப் போலியாக் கட்டிண்டு மாரடிக்கற இந்தச் சமுதாயத்ததான் துச்சமா நினைக்கறேன். ஆகையால அது என்ன நினைச்சாலும் எனக்கு கவலை இல்லை."

"நானும் இந்தச் சமுதாயத்துல் ஒருத்தன்தான். என்னையுமா நீ துச்சமா நினைக்கறே..."

"இல்ல மாமா... நீங்க இந்தச் சமுதாயத்துல ஒருத்தர் இல்ல. ஒருத்தரா ஆகவும் முடியாது... எனக்கு உதவி செய்யற ஒருத்தர்

எப்படி இந்த வேடிக்கை பாக்கற சமூகத்துல ஒருத்தரா இருக்க முடியும்?"

"இப்படிச் சொன்னா அப்படி... அப்படிச் சொன்னா இப்படின்னு பதில் சொன்னா எப்படி ரங்கநாயகி. சீதா பிராட்டியோட அக்னிப் பிரவேசத்தவிடக் கொடூரமானது உன் பிரயத்தனம்."

"நிச்சயமா... ஆனா நான் அதுல மீண்டு வருவேன்."

"ஒருக்கால் வரமுடியாமப் போய்ட்டா?"

"இந்த ஒருக்கால் இருக்கால்க்கெல்லாம் என்னண்ட இடமில்ல மாமா. நான் மீளத்தான் போறேன். தெய்வத்தோட கருணை எனக்கு நிறைய இருக்கு..."

"இன்னுமா உனக்குத் தெய்வ நம்பிக்கை இருக்கு. ஆச்சரியமா இருக்கும்மா."

"இல்லேன்னா உங்களப் பார்த்துருப்பேனா... உங்க தயவுதான் கிடைச்சுருக்குமா? அப்பப்ப இப்படி கூப்பிட்டுப் பேசி எனக்குத் தெம்பத் தருவேளா?"

"நான் எங்க ரங்கநாயகி தெம்பு தரேன். ஏதோ தொடக்கத்துல நீ ஒரு திட்டம் போட்டப்ப அப்ப இருந்த நிலைல தலைய ஆட்டிட்டேன். இப்ப அப்படி ஆட்டினத்துக்காக வருத்தப்பட்டுண்டு உன்னைத் திரும்ப இழுக்கன்னா பாக்கறேன்."

"அப்படி இழுக்கக் காரணம் என்பேர்ல உங்களுக்கு இருக்கிற அக்கறைதானே... இந்தப் பாவி மேலையும் இரக்கம் காட்ட ஒரு மனுஷர் இருக்கார்ங்கறது எனக்கு ஒரு தெம்புதானே?"

"என்னடா கொழந்தே எப்படிப் பேசினாலும் ஒரு பதிலைச் சொல்லி என்னைக் கட்டிப்போடறியே. அப்ப நீ...?"

"முன் வெச்ச காலைப் பின் வைக்கப் போறதில்ல...?"

"அக்கா..." இடைவெட்டுகிறது ஒரு விசும்பல் சப்தம். இருண்ட அறை ஒன்றிலிருந்து இளம்பெண்ணின் உருவம் முன்வருகிறது.

"என்ன கௌசி...?"

“வேண்டாங்கா... விட்றுங்கோக்கா... அந்தச் சண்டாளனைப் பெருமாள் கேட்டுப்பார்.”

“உம்... அப்புறம்?”

“வேண்டாம்கா... நாமெல்லாம் அல்ப பொண் ஜென்மம். காசு பணமோ, சரீர பலமோ, ஆள் பலமோ எதுவுமே இல்லாத ஜென்மம், போன ஜென்மத்துப் பாவம். உங்களுக்கும் சரி... எனக்கும் சரி. நடக்கக்கூடாததெல்லாம் நடந்துடுத்து. அந்தப் பாதிப்பே போறும். மேலும், பெரிசா நம்மளை நாமளே பாதிச்சுக்க வேண்டாம்.”

“உம் அப்புறம்?”

“ரங்கநாயகி... என்ன இது? அவ கதையா சொல்றா. அப்புறம்னு கேக்கறே?”

“கதைத்தான் மாமா... இந்த மாதிரிப் புலம்பல், பெனாத்தல்லாம் என் வரைல கதைதான், தப்பு, தப்பு... கதை சுவாரஸ்யமான்னா இருக்கும். இது போர். உங்கள கெஞ்சிக் கேட்டுக்கறேன். என்னைத் தயவுசெய்து டிஸ்கரேஜ் பண்ணாதேள். என் பாதைல நான் சரியாப் போய்ண்டுதான் இருக்கேன்.”

அவள் சொல்லிவிட்டுப் புடவை முந்தியால் முகம் ஒத்திக்கொண்டாள். வீட்டின் வெளியில்தான் காற்றோட்டம். உள்கட்டில் அடாத புழுக்கம். ஃபேனின் ஓட்டத்தையும் மீறிப் புழுக்கம். மனசும் சேர்ந்து புழுங்கும்போது வியர்வைப் பெருக்குக்கு விடுமுறைச் சந்தோஷம் வந்துவிடுகிறது.

“சரி, அப்ப நான் கிளம்பறேன்.”

“அப்ப எங்க பேச்சக் கேக்கமாட்டே?”

“.....”

“மாட்டேன்னு சொல்லாம சொல்றே... போகட்டும், கார்ல ஒருத்தர் வந்துட்டுக் கத்திட்டுப் போனாரே... ஏபிஎன்தானே அவர்?”

“ஆமாம்.”

“அவர் எப்படி...?”

“அவராத்தான் வந்தார்.”

“எதனால் சத்தம்...? தகராறு ஏதும் பண்ணினாரா?”

“அதெல்லாமில்ல... இது வேற விவகாரம்.”

“எதுவா இருந்தாலும் நாலு செவுத்துக்குள்ள இருக்கட்டும் ரங்கநாயகி. எனக்கு இந்தப்பக்கம் கேட்ட மாதிரி அந்தப்பக்கம் ராமசாமி காதுல விழுந்ததுன்னா ரசாபாசம்னா...”

“விழாது... இனிமே விழாது.”

“ஆமா, இரண்டு மூணு தடவை வந்துட்டுப் போய்ட்டாரே. அவருக்கு உன் கதை பூரா தெரியுமா?”

“தெரியாது.”

“அவர் ரொம்ப நல்ல மனுஷன்னு கேள்வி. சொன்னா நிச்சயம் நீ எதிர்பார்க்கற மாதிரி...”

“நான் அவசரப்பட விரும்பல மாமா. அதேசமயம் ஆமையாவும் இருந்துடப் போறதில்ல. பார்ப்போம். பகவான் சித்தம்.”

சொல்லிவிட்டுக் கிளம்பும் ஆயுத்தம் அவளிடம்.

“நில்லு.”

“என்ன மாமா?”

“அந்த நபர் உன்கிட்ட தப்பா நடந்துக்கலையே...”

“சேச்சே... தப்பா நடந்துட்டதா நினைச்சிண்டிருக்கார். இந்த ஆம்பளைகளுக்கெல்லாம்தான் தண்ணியடிச்சுட்டா தலைகால் தெரியாதே...?”

“பாத்துடி கொழந்த... எதுனா ஒரு குரல் கொடு...”

ரங்கநாயகி சட்டென்று நெருங்கி வந்தாள். பொதேலென்று அவர் காலில் விழுந்தாள்.

“அம்மாடி என்ன இது?”

“நீங்க அப்படிச் சொன்னதுக்காக நூறு தடவை உங்க கால்ல விழுவேன் மாமா...”

கண்ணீரைத் துடைத்தபடியே அவள் அகல, அவர் ஸ்தம்பித்தார். அந்தப் பெண் கௌசல்யாவும்!

✲✲✲

சீனிக்குட்டி அடம்பண்ணிக் கொண்டிருந்தது. அத்தை கல்யாணியின் இடுப்பில் உட்கார்ந்துகொண்டு அவள் ஊட்டிய பருப்புச் சாதத்தை அவள் முகத்திலேயே உமிழ்ந்து அவளைக் கனலாக்கி விட்டிருந்தது.

“சனியனே... அடமா பண்றே, வெக்கறேன் பாரு இப்ப...” கல்யாணி வன்முறைக்கு மாறினாள். தொம்தொம்மென்று கீழே இறக்கி முதுகில் நாலு வைக்கவும், அது அந்த மாளிகை போன்ற வீடே நடுங்கும்படி அலற ஆரம்பித்தது.

ஓடி வந்தாள் அம்முணி.

“என்னடி இது சின்னக் கொழந்தையோட ஓரியாடிண்டு...”

“கொழந்தையா இது. சனி... சனி. குட்டிச்சாத்தான். மூஞ்சியப் பாரு, இது காறி உமிஞ்ச சோறுதான். இப்பத்தான் குளிச்சுட்டு பவுடர் போட்டுண்டு வந்தேன், நாராசம் பண்ணிப்பிடுத்து சனி... சனி.” கல்யாணி வெடித்தாள். எச்சில் சோற்றைப் படு அருவருப்பாக வழித்தாள். அம்முணி அதைப் பார்த்து அப்படியே நொடித்துப்போனாள்.

அவள் வாயைப் பொத்தி, “அப்படிச் சொல்லாதே கல்யாணி. குழந்தடி அது. அதுக்கு என்ன தெரியும்?” என்று ஸ்ரீநிதியைத்

தன் பக்கம் இழுக்கவும் அது அடங்கிப்போய் பாட்டியின் கழுத்தைக் கட்டிக்கொண்டது.

“இப்ப எங்க போச்சு அழுகை? எதுக்கெடுத்தாலும் பாட்டி. அள்ளி ஊட்ட, ஆயலம்ப எல்லாத்துக்கும் பாட்டி. நான் என்ன தெருவுல போறவளா? என்கிட்ட சாப்ட்டா என்ன கேடு... சனி... சனி!”

வார்த்தைக்கு வார்த்தை கல்யாணியிடம் சனி, சனி என்கிற வெடிப்பு. அது அம்முணியைப் பொங்கச் செய்தது.

“வாயை மூடுறி. என்ன எதுக்கெடுத்தாலும் சனி சனின்னுண்டு... நீ சனி, அதுலயும் சரியான ஏழரைச் சனி. அதான் வாயைத் திறந்தா அதும் பேரே வரது உனக்கு...

ஒரு பொண்கிட்ட மனசுல இரக்கமும், அன்பும் இருந்தா அவ கண்ல அது தெரியும். அத என்னை மாதிரி பெரியவாளால பாக்க முடியுமோ, முடியாதோ, இந்த மாதிரிக் கொழந்தகள் நன்னா பாத்து அடையாளம் கண்டுபிடிச்சுடும். அதான் சிதம்பர ரகசியம். உன்கிட்ட அது இல்ல. அதான் புருஷனும் வரமாட்டேங்கறான். சின்னக் கொழந்தகூட வரமாட்டேங்கறது.”

அம்முணி இப்படியா வெடிப்பாள்? கல்யாணி அப்பளமாய் நொறுங்கிப்போய் நிற்கும்போது வாசலண்டை ஆட்டோ சப்தம்.

இறங்கிக் கொண்டிருந்தாள் ரங்கநாயகி!

***

அத்தியாயம்

6

'மூக்குத்தியில், நெற்றிக் குங்குமத்தில், காதுக் கம்மல் கற்களில் நெற்றி நடுவகிடில், மேல் உதடில், துளிர்த்த வேர்வை முகத்தில், மோவாயடியில் ஒளிந்த பிறவி மருவில், உள்ளங்கை ரேகைகளில், கண் ரப்பை மயிரில், பிடர் மயிர்ச்சுருளில், நகச் சதையிடுக்கில், புருவ கவானில், கூட்டம் கூட்டமாகக் குழுவான்கள் சிட்டஞ்சிறகுகளில் பறந்து வந்து தொத்திக்கொண்டன. அவற்றின் எள்ளளவுக்கெதிர் மாவின் அரும்பும், புளியந்தளிரும், நட்சத்திரங்கள், நாத தாதுக்கள், மின்மினிகள், அந்துகள், சிந்துகள், கோர்வைகள், கார்வைகள், பார்வைகள், பாதங்கள், பேதங்கள், தாபங்கள், தவிப்புகள், தத்தளிப்புகள், தளிர்கள், மிளிர்கள், ஒளிர்கள், அங்கங்கள், அலரிகள், பங்கங்கள், சின்னங்கள், ஸன்னங்கள், அவசரங்கள், அவகாசங்கள், சிசுசிசு, தஸதஸ, நிதபமபம, கஸகரிநித, நிரிநிததரி, நிதாரிநி, ரிநிநி, நிநிநி... இங்கு அங்கு... அங்கு இங்கு...'

– 'த்வனி'யில் லா.ச. ராமாமிர்தம்.

ஆட்டோ சப்தம் அம்முணியை எட்டிப் பார்க்கச் செய்கிறது. இடுப்பில் இருக்கும் ஸ்ரீநிதியும் திரும்பிப் பார்க்கிறது. அம்மா பேச்சால் கண்ணில் ஈரப்பாய் விரித்த கல்யாணியும் அதை அவசர அவசரமாகச் சுருட்ட...

“வாடிம்மா... வா! வா...” அம்முணி உள்நுழையும் ரங்கநாயகிக்கு வரவேற்பு தந்தாள்.

“என்ன மாமி? தளிகைல்லாம் ஆய்டுத்தா? பேத்திக்குச் சாதம் ஊட்றாப்ல இருக்கே...”

“ஆமாண்டியம்மா... ஆமா எங்க நீ இவ்ளோ தூரம்?”

“சாம்பார் பொடி. ரசப் பொடில்லாம் தீர்ந்துபோச்சு. வாங்கிண்டு வருவோம்னு கிளம்பினேன். அப்பத்தான் ஞாபகமே வந்தது.”

ரங்கநாயகி துளி இடைவெளி விட்டாள். நடு வகிட்டுக் குங்குமத்தில் இரட்டை வியர்வைத் திவிலைகளோடு...

“என்ன ஞாபகம் வந்தது...? இந்தக் கெழவி மொகமா?”

“இல்ல மாமி நீங்கவேற...”

“உக்காரு... நின்னுண்டேயிருக்கியே...”

அம்முணி அமரச் சொல்லி இருக்கையைக் கைகாட்ட ஸ்ரீநிதி இமைக்காது நொட்டு விட்டுக்கொண்டு பார்க்கிறது கல்யாணியும்.

ரங்கநாயகி கைவசம் ஒரு தோல்பை இருக்க அதைப் பற்றியடியே எல்லோரையும் ஒரு சுற்று பார்த்தாள். பார்த்தபடியே அமர்ந்தாள்.

“கல்யாணி, போய் காபி போட்டுண்டு வா செத்த...” அம்முணி கல்யாணியைச் செலுத்தவும்.

“எதுக்கு மாமி...? இப்பதான் சாப்ட்டேன்.” என்பவள் திரும்பவும் வீடு முழுக்க நோட்டம் பிடித்தாள்.

“யாரைத் தேடற...? வந்ததுல இருந்து கழுத்தே நிக்கலையே உனக்கு...”

“அது... அது...”

“கவலைப்படாதே... தர்மசங்கடமா எதையும் கேட்டு வெக்க மாட்டேன். என்னமோ பாக்கணும்னு தோணியிருக்கு. கிளம்பி வந்துருக்கே. அப்படித்தான் இருக்கணும். அன்னிக்கு நீ பாடின பாட்டு இப்பவும் காதுலையே இருக்கு...”

அம்முணி ஸ்ரீநிதியின் சோற்றுத்திப்பி வாயைத் தன் காவிப் புடவை முகப்பில் துடைத்தபடியே அவளை இறக்கிவிட்டுக் கொண்டு பேசுவதில் ரங்கநாயகியிடம் மெல்ல இறுக்கம் தளர்ந்தது.

“ஆமாம், அவரில்லையா?”

“யாரு... பத்துவா?”

“ஆங்...”

“அவன் என்னிக்குப் பகல்பொழுதுல ஆத்துல இருந்துருக்கான், பிசினஸ். பிசினஸ்... பிசினஸ்னா...”

அவள் அதைக் கேட்டு நிம்மதிப் பெருமூச்சோடு சிரித்தாள். ஒற்றைக்கல் மூக்குத்தி தரித்த மினுக்கலான முகம். அதில் இதழ்க்கடை சிரிப்பை ஏந்தும்போது பார்க்க மகா ரம்யமாக இருந்தது.

நடுவில் கல்யாணியின் கரம் காப்பியை நீட்டிற்று.

அத்தனை நுரைப்பில்லை. வாசனையுமில்லை. செம்மாந்த கறுப்பு வேறு. மனத்தில் உற்சாகமிருந்தால்தானே அது செயலில் வரும்?

காபியை வாங்கி ஒரு மொடா வாயில் கவிழ்த்துக்கொள்ளும் ரங்கநாயகிக்கு அதன் கொடூரச்சுவை கொத்தி எடுத்தாலும், முகத்தில் அமிர்தம் குடித்த பாவனையைக் காட்டினாள்.

“காபி ரொம்ப நன்னா இருக்கு... நன்னா போடறேளே...” கல்யாணியை நோக்கிச் செயற்கையான பாராட்டு கிளைக்கிறது, அவளை அது என்னவோ செய்தது.

“ஏன் ஒருமாதிரியா இருக்கேள்...?”

“அவ முகமே அப்படித்தான்...” அம்முணியிடம் இன்னமும் அவள்பாலான கோபம் அடங்கவில்லை.

“ஏன் மாமி அப்படிச் சொல்றேள்? வத்தல் வடாம்லாம் இன்னிக்கு மினுக்கறதுகள். கல்யாணி அவா முன்ன ஏன் வரைல ரம்பை.”

"இருந்தென்ன பண்ண... ஒரு மகராஜன் வரமாட்டேங்கறானே."

"நிச்சயம் வருவான், கவலையே படாதேள்."

ரங்கநாயகி உற்சாகமூட்டினாள். அதற்கு ஒத்துழைக்கிறது சுவர்க்கவளி.

"ட்ரொப்... ட்ரொப்..."

அம்முணி அதைக் கேட்டுச் சிலிர்த்துப் போகிறாள்.

"உன் வாய் முகூர்த்தம் பலிக்கட்டும். கவளி வேற கூடச் சேர்ந்துண்டு சொல்றது. போடி... போ... போய் அடுப்படில பாத்ரத்தை ஒழிச்சுப்போடு. நான் வந்துடறேன்."

அம்முணி அவளைச் சற்றுப் பரவசத்தோடு விரட்டினாள். கல்யாணியும் தன் பொருட்டு ஸ்னேகம் சிதையாதபடிப் பேசும் ரங்கநாயகியைப் பார்த்தபடியே விலகினாள்.

"இரு வந்துடறேன்..." அம்முணியும் ஸ்ரீநிதியோடு மாடிப்படி ஏற, ரங்கநாயகியின் கரங்கள் கைவசமுள்ள தோல் பையைத் திறந்து அனந்தபத்மநாபன் அவளை நோக்கி விட்டெறிந்த ஐயாயிரம் ரூபாய்க் கட்டை வெளியே எடுத்தன.

வெள்ளைத் தாளில் சுற்றிய செவ்வகக் கட்டு.

எதிரில் பீப்பாய் மேல் ஹிந்து, எக்ஸ்பிரஸ், கல்கி, விகடன் என்கிற சஞ்சிகைக் கூட்டம். அதன் அருகில் அந்தக் கட்டை வைத்தாள்.

மெல்ல எழுந்தும் கொண்டாள்.

'இனி இங்கு ஒரு விநாடி நிற்கக்கூடாது. கிளம்பி விடவேண்டும்.' தீர்மானத்தோடு நடப்பவளைத் தடுத்து நிறுத்துகிறது, ஹாலில் ஒரு மோடாமேல் குந்தியிருக்கும் தொலைபேசி.

சப்தம், உள்ளே போன அம்முணியைப் பிடித்து இழுத்துவிடுகிறது.

"எங்க கிளம்பிட்டே ரங்கநாயகி...? உக்காரு வந்துட்டேன்..." என்றபடி ஓடி வருகிறாள் அம்முணி.

"ஹலோ... யார் பேசறது?"

"....."

"ரொம்ப சந்தோஷம், ரொம்ப ரொம்ப சந்தோஷம்."

அம்முணி குரலில் சந்தோஷ ஜலதரங்கம் ஜதி கூட்டுகிறது.

"எல்லாம் நாங்க செய்த பாக்யம். பெருமாள் க்ருபை."

அம்முணி அத்தனை விசாலமாக் மலர்வது ரங்கநாயகிக்குகூட ஆச்சர்யம்தான்.

அம்முணி போனை வைத்துவிட்டுத் திரும்பினாள்.

'பெருமாளே கண்ணைத் திறந்தியே...' என்று கன்னத்தில் போட்டுக்கொண்டே வேகமாக ரங்கநாயகியிடம் வந்தாள்.

"என்ன மாமி...? எதான சந்தோஷ விஷயமா?"

"ஆமாண்டியம்மா... கொஞ்ச முந்திதான் கல்யாணி கல்யாணம் பத்திச் சொன்னே... அந்த வாய் மூர்த்தம் உடனே பலிச்சிடுத்து. நேத்துதான் ஒரு வரன் வந்து பாத்துட்டுப்போனா, அவாளுக்குக் கல்யாணியை ரொம்பப் பிடிச்சிடுத்தாம். உடனே கல்யாணத்தை வெச்சுக்கச் சொல்றா."

"அப்படியா...? ரொம்ப சந்தோஷம்."

"நேத்து காலம்பறதான் வந்தே, பிள்ளையாத்துல வந்துட்டுப் போனா... இன்னிக்கு வந்திருக்கே, அவர்கிட்ட இருந்து சம்மதம்னு தகவல் வந்திடுத்து. எல்லாம் உன் காலடி பட்ட வேளை ரங்கநாயகி. நிஜமாச் சொல்றேன் எனக்கு இப்ப எத்தனை சந்தோஷமா இருக்கு தெரியுமா..."

அம்முணி மத்தாப்பானாள். கிழடுதட்டிய சுருங்கிய சதைப்பரப்பிலும் சூரிய ஜோதியை ஒளிரவிட்டுக் காட்டினாள்.

ரங்கநாயகிக்கும் கேட்கக் கேட்க மலர்ச்சியாகத்தான் இருந்தது.

"ஆமா, யார் மாமி மாப்ள? என்ன பண்றார்?"

“மாப்ள பெரிய மிட்டாதாராம். தஞ்சாவூர் பக்கம்தான். காடு, கழனி, தோட்டம், தொறவு எல்லாம் இருக்கு...”

“படிப்பு?”

“அது தெரியல... பத்துகிட்டதான் கேட்கணும். அவன்தான் விலாவாரியா பேசிண்டிருந்தான்.”

“நல்லது மாமி. எல்லாம் நல்லபடி நடக்கும். எனக்கும் நிறைய வேலை இருக்கு, கிளம்பறேன்...”

ரங்கநாயகி பீப்பாய் மேல் உள்ள கவரைப் பார்த்தபடியே நழுவப் பார்த்தாள். அதை அம்முணி பார்க்கும்முன்னம் போய்விட வேண்டும் என்று பறந்தாள். ஆனால், அம்முணி விட்டால் தானே?

“போலாம் ஒக்காரு. இப்பதான் வந்திருக்கே அதுக்குள்ள கிளம்பினா எப்படி? ஒரு நிமிஷம் என் பிள்ளகிட்ட இந்தச் சந்தோஷமான விஷயத்தச் சொல்லிடறேன். கேட்டா ரொம்ப சந்தோஷப்படுவான்.”

அந்தக் கிழவி ஆசை பீய்ச்சுகிறாள், தொலைபேசி நோக்கித் திரும்ப ஓடுகிறாள். படபடப்போடு எண்களைத் தேடித் தேடித் தட்டுகிறாள். அதை உள்ளிருந்து கல்யாணியும் எட்டிப் பார்த்து ரசிக்கிறாள்.

தன்னையும் மணந்துகொள்ள ஒருவன் ஒப்புதல் தந்து விட்டானா?

அவள் அதை நம்பவில்லை என்பதும், நம்ப முடியவில்லை என்பதும் அந்தப் பெண் பார்க்கும் விதத்திலேயே தெரிந்துபோகிறது ரங்கநாயகிக்கு...

ஒவ்வொரு பெண்ணுக்குமே இந்தக் கல்யாணப்படலம் ஒரு மாதிரியான பரீட்சைக் காலம். ஆசை, கனவு, லட்சியம் என்று எல்லாவற்றையும் பிசைந்து பிசைந்து கொழுக்கட்டையாகப் பிடித்து வைத்திருக்கும் மனது எதிரில் ஒருவன் வந்திருக்கும்போது அவள் அண்ணாந்து பார்க்க தவிப்பதில் இருந்து, அவனைத்

தனக்குப் பிடித்து, தன்னை அவனுக்குப் பிடித்து, இருவரையும் எல்லோருக்கும் பிடித்து... ஐயோ எத்தனை இருக்கிறது இதில்...

கல்யாணி சன்னமாக வியர்த்தாள். கனவுதான் என்று முடிவு கட்டிவிட்ட அந்தக் கல்யாணப் பந்தலில் நானும் போய் உட்காரப் போகிறேனா? நிஜமா? அந்தப் பெண்ணின் முகம்தான் எத்தனை எத்தனைக் கேள்விகளை ஏந்த ஆரம்பித்து விட்டது.

“யாரு பத்துவா? நான்தான்டா அம்மா பேசறேன். பத்து... நேத்து வந்து பார்த்துட்டுப் போனாளே... அதான்டா பிள்ளையாத்துல...”

“.....”

“அவாளுக்குப் பரிபூரண சம்மதமாம். இப்பத்தான் போன் வந்தது. கல்யாணத்தையும் உடனே வெச்சுக்க சொல்றா.”

“.....”

“அதான் உனக்கு முதல்ல போன் பண்றேன். எல்லாம் அந்தப் பொண் ரங்கநாயகி வந்த வேளை...”

“.....”

“எந்த ரங்கநாயகியா... நன்னா இருக்கு! நேத்து காலம்பற வந்தாளே ஒரு மகராசி. அவளேதான். இப்பகூட என் எதுக்க இங்கதான் உக்காந்துண்டு இருக்கா.”

அம்முணி சந்தோஷத்தில் எதைச் சொல்லக்கூடாதோ அதைச் சொல்லவும் ரங்கநாயகிக்குத் தொண்டையில் மிடறு கட்டிற்று.

“பெருமாளே!”

***

அத்தியாயம்

7

'உள் மனத்தின் காயங்கள் புலம்புகின்றன.

தோல்விகளின் கனம் நெஞ்சை அழுத்துகிறது.

காற்றடிக்கும் இடத்தில் வைக்கப்பட்ட காகிதக்கட்டின் மீது அது பறக்காமல் இருப்பதற்காகக் கல்லைத் தூக்கி வைத்த பிறகும் காகிதங்கள் பறந்து பறந்து காட்டுகின்றன.

ஆறுதல் கூறி அடக்க முயன்றும், உள் மனத்தின் நான்கு புறங்களில் இருந்தும் உணர்ச்சிகள் பிரவகிக்கின்றன. பிரக்ஞை இல்லாத மனிதனுக்கு இந்த வேதனைகள் இல்லை.'

– 'கதம்ப'த்தில் கவிஞர் கண்ணதாசன்

ரங்கநாயகி இங்கேதான் இருக்கிறாள் என்று அம்முணி சந்தோஷமாகச் சொன்னாலும் மறுமுனையில் ஏபிஎன் ஆவேச கதியில் போனை முடக்க அம்முணி ஆடிப்போனாள்.

"என்னதிது...? எதுக்கு இவன் இத்தனை வேகமா போனை வைக்கறான்?" முணுமுணுப்போடு திரும்புகிறாள்.

ரங்கநாயகி வியர்வை முத்தரும்பி எதிரில் தெரிந்தாள்.

"உக்காரு ரங்கநாயகி... ஆமாம் ஏன் இப்படி வேர்க்கறது உனக்கு?"

"ஒண்ணுமில்லை மாமி. ஒடம்பே சரியில்ல."

"ஒக்காரு... ஆத்துக்குப் போய் என்ன பண்ணப்போறே? நான் இப்ப ரொம்ப சந்தோஷமா இருக்கேன்." அம்முணி சொல்லும்போதே உள்ளே கல்யாணி சமையல்கட்டில் ஹம் செய்வதும் காதில் பாய்கிறது. அது அம்முணியை லேசாக்குகிறது.

"மொத இரண்டு பேரையும் தேடிவந்து கல்யாணம் பண்ணிண்டு போய்ட்டா. ஆனா, இவளைத்தான் எப்படிக் கரை சேர்க்கப் போறேனோன்னு மறுகிண்டிருந்தேன். நீ வந்த ராசிடிம்மா. இவ வாழ்க்கையும் விடிஞ்சுடும்னு ஆயிடுத்து."

அம்முணி சோபாவில் உட்கார்ந்து உட்கார்ந்து தொட்டிபோலக் குழி விழுந்த பாகமாகப் பார்த்து அமர்ந்துகொண்டு ஆயசித்தாள்.

ரங்கநாயகி அதைக் கேட்டுச் சிரித்தாள்.

"எதுக்குச் சிரிக்கறே?"

"இல்ல... நான் வந்த ராசின்னேளே, அத நினைச்சேன். சிரிப்பு வந்துடுத்து..."

"உன் ராசிக்கென்ன... ராஜாத்திடி நீ?"

அம்முணி நாலு மாத்திரை அழுத்தம் தந்தாள்.

"ராஜாத்தியா... நானா?"

ரங்கநாயகிக்குள் மனப்புறாவின் சிறகடிப்புகள்...

குணசீலம் தாண்டி முசிறிக்கு முன்பாகக் காவிரிக் கரை ஓரமாக இருக்கிறது தேசிகாபுரம். தலை முதல் கால்வரை பச்சையாக வயல் போர்வை. அந்தரம் முழுக்க நாரைக் கூட்டம். வகிடெடுத்த மாதிரி வரப்புகள். இளசுகள் இரண்டுபண்ணும் வாய்க்கால்கள் என்கிற மகா அழகில். இதில் இந்தக் காக்கை, நாரைகளுக்கு மட்டும் விவஸ்தையே கிடையாது. வயல் நண்டுகளை மென்று தின்றதுபோக அதன் கூட்டையும், கால்களையும் கரும்புச் சக்கையாட்டம் வீட்டு மாடிகளில் உமிழ்ந்துவிட்டுப் பறந்துபோய் விடும்.

இந்தச் சக்கைக்கும் ஆலாய்த் திரண்டு வந்து உருட்டிப் பிரட்டிக்கொண்டு போகும் ஒரு செவ்வெறும்புக் கூட்டம்.

ஆசார மிக்க சக்கரவர்த்தி ஐயங்காருக்கு இந்தக் காட்சிகள் வயிற்றைப் பிரட்டும். சந்தியாவந்தனம் செய்யக் கொல்லைப்புறமும், மொட்டைமாடியும்தானே லயிக்க முடிந்த இடம். அதன் நிமித்தம் மாடிக்கு வரும்போதுதான் இப்படி உபாதை.

ரங்கநாயகிதான் அப்பொழுதெல்லாம் மாடிக்கு வந்து அந்த மாமிசத் துண்டுகளைப் பெருக்கி அள்ளி எறிவாள். முகத்தில் எந்த வித உமட்டல் குமட்டலும் இராது.

"எப்படி உன்னால் சகிச்சுக்க முடியறது?" சக்கரவர்த்தி கேட்பார்.

"நானா சகிச்சுக்கலப்பா... அது எனக்குள்ள ஏற்கெனவே இருக்கு..." என்பாள் ரங்கநாயகி.

"தினம் இப்படி பட்சிகள் அசிங்கம் பண்ணினா என்னத்தப் பண்றது?"

"ஏன் அசிங்கம்னு நினைக்கறேள். இது ஒருவிதக் குப்பை! அவ்ளோதான்... வயலுக்குப் பக்கத்துல குளுகுளு காத்தோட இருக்கோமோல்லியோ... ஒரு சௌகர்யம்னா ஓர் அசௌகர்யம் இருக்கத்தான் செய்யும்."

என்னமோ பெரிய வேதாந்திபோல அவள் பேசிச் செல்வதைக் கேட்க, அவருக்குப் பெருமிதமாக இருக்கும். அந்தக் காலத்து வீடு. தடிதடியாகத் தேக்கு மரத்தில் தூண்கள், கதவுகள், இன்றைக்கெல்லாம் அந்த மரத்துண்டங்களை விற்றே டவுன்சில் ஒரு வீடு வாங்கிவிடலாம்.

வீட்டு மாடியிலிருந்து நோக்க, தூரத்தே தென்னை வனம் நடுவே தெரியும் ஹயக்ரீவர் சந்நிதி. வித்தைக்கெல்லாம் அதிபதியான கடவுள். வேதாந்த தேசிகன் பாடிய விதத்தில் உபாசிக்க உபாசிக்க உயிர்க்குலைக்குள் ஒரு மின்சார ஊர்வலமே நிகழ்ந்து முடியும்.

அப்படி ஓர் அருள் பிழம்பான தெய்வம். ஸ்ரீரங்கத்தை எடுத்துக் கட்டிய போதில் இங்கே இந்தக் கோயில்லையும் சோழ மன்னன்

கட்டியதாகக் கல்வெட்டுக் குறிப்புகள் சொல்கின்றன. அப்படி ஒரு கோயிலில் பட்டாச்சாரியாக இருப்பதில் சக்கரவர்த்திக்குப் பெருமிதமான பெருமிதம். மாசம் ஒரு மூட்டை நெல். நூறோ, நூற்றைம்பதோ சம்பளம். இதுபோக, தட்டில் விழுகின்ற காசுகள் இதில்தான் ஜீவனோபாயம்.

ஒரு நாளும் ஒருபோதும் வருவது வயிற்றுக்கே பத்தவில்லை என்றோ, இல்லை வேறு மாதிரியாகவோ இவர் கவலைப்பட்டதேயில்லை. ஆனால், ரங்கநாயகிக்காகவும், அத்தனை சித்த ஸ்வாதீனம் இல்லாதவனாய் ஜனித்துவிட்ட கோவிந்துவுக்காகவும் அவர் கவலைப்படாத நாளே இல்லை.

கோவிந்துவைக் குணசீலத்தில் பெருமாள் சந்நிதியில் விட்டு வைத்ததில் அவன் சற்றுத் தெளிந்து வந்தான். ஆனாலும் இந்தக் கம்ப்யூட்டர் யுகத்துக்கு அது போதுமானதில்லை. பத்து ரூபாயைக் கொடுத்து மளிகை வாங்கி வரச் சொன்னால் சொச்சம் வாங்கிவரத் தவறிவிடுவான். மீறினாலும் வரும் வழியில் பெராக்கு அதிகம்.

அப்படித்தான் ஒருமுறை கொக்கு வேட்டையாட ஒரு கூட்டம் துப்பாக்கியும் கையுமாகத் தேசிகாபுரம் வந்து முகாமிட்டு ஊரையும் சுற்றிச்சுற்றி வந்து அந்த வெண்ணிற நீச்சல் பறவைகளைச் சுட்டுச்சுட்டுப் பையில் போட்டுக்கொண்டது. அவர்களோடு சேர்ந்துகொண்டு கூடவே ஓடி, செத்து விழும் அதுகளைத் தூக்கிவந்து தந்து உச்சு உச்சுகொட்டிப் பரிதாபப்பட்டுக்கொண்டே அவர்கள் கூடவே போய்விட்டான்.

ரங்கநாயகிதான் பார்த்துவிட்டுப் பிடித்து இழுத்து வந்தாள். வீட்டுக்குள் நுழைந்தது முதல் ஒரு கழியைத் துப்பாக்கியாட்டம் நினைத்துக்கொண்டும் டிஷ்யும், டிஷ்யும் என்று தன்னையே ஒரு வேட்டைக்காரனாகக் கருதிக்கொண்டு விளையாட்டுப் பண்ண ஆரம்பித்தான்.

“அப்படியெல்லாம் பண்ணப்படாது கோந்து. இந்தச் சுட்றது கொல்றது எல்லாம் பாவம்.”

“பாவம்ன்னா?”

“பாவம்னா பாவம்தான்... உன்னை அடிச்சா வலிக்கறதோல்லியோ. அப்படித்தானே சுட்டா வலிக்கும்...?”

“சுட்டா வலிக்குமா?”

“பின்னே... உசுரே போய்டும்.”

“உசிர் போறதுன்னா?”

“செத்துப்போறது.”

“அதான்... செத்துப் போறதுன்னா என்ன?”

“நம்ம அம்மா பெருமாள்கிட்டா போனாளே... அதான்...”

“அப்போ அந்தக் கொக்கெல்லாம் பெருமாள்கிட்ட போகணும்னா செத்துப்போகணுமா?”

“ஐய்யோ... கொஞ்சம் வாய மூடிக்கிறியா?”

“ஏங்கா... கோவிக்கறே, மந்திரம் சொன்னா பெருமாள்ட்ட போலாங்கறார் அப்பா. செத்தா பெருமாள்ட்ட போலாம்கறே நீ... நான் பெருமாள்ட்ட போகணும், அம்மாவையும் பாக்கணும். என்ன பண்ணட்டும்.”

“போ... போய் மந்திரம் சொல்.”

“சொன்னா பெருமாள்ட்ட போலாமா... நிஜமா?”

“நீ போக வேண்டாம். அவரே உன்னைத் தேடி வருவார்.”

“சரி, நான் இப்பவே கோயிலுக்குப் போய் மந்திரம் சொல்றேன். ஆமா... மந்திரம் எப்படிச் சொல்லணும்!”

“நாராயணா... நாராயணான்னு சொல் போறும்.”

“அதான் மந்திரமா?”

“ஆமாம்... ஆமாம்... ஆமாம். இனி பேசினே படவா வெளுத்துடுவேன்.”

கோவிந்து அடுத்தநொடி, நொட்டுப் போட்டுக்கொண்டு கோயில் நோக்கி ஓடினான். அவள் கண்களிலோ கண்ணீர் ஓடத் தொடங்கியது. காவிரியில்கூட அத்தனை ஓட்டமில்லை.

கோயிலுக்குள் பிள்ளை ஓடிவந்து பிராகாரத்தில் அமர்ந்துகொண்டு பெரிய ரிஷிபோல விறைப்பாக உட்கார்ந்துகொண்டு நாராயணா சொல்ல, உள்ளே கருவறைக்குள் இருந்து லேசாக எட்டிப்பார்க்கும் சக்கரவர்த்தி அங்கேயே, அப்படியே உட்கார்ந்து விசும்ப ஆரம்பித்தார்.

"பெருமாளே... நான் யாருக்கு என்ன கெடுதல் பண்ணினேன். கொள்ளிபோட ஒரு பிள்ளையைக் கொடுத்தேன்னு நினைச்சேன், அது இப்படி என் மனசுல உயிரோட இருக்கும்போதே போட்றதுக்கா?"

விசும்பி விசும்பி அழுதார் பட்டர். பிராகாரத்தில் நாராயண மந்திரம் படு உக்ரமாக அந்தக் கல்கட்டில் மோதித் தெறித்துக்கொண்டிருக்கிறது.

"நாராயண..."

"நாராயண..."

"நாராயண..."

நடுவில் கார் ஒன்றின் ஹாரன் சப்தம், "யாரோ சேவார்த்தி வரா..." விருட்டென்று எழுந்து இடுப்புத் துண்டால் முகம் துடைத்துக்கொண்டு எட்டிப்பார்க்க பட்டும் பீதாம்பரமுமாய் ஒரு கூட்டம்.

நல்ல ஆறடி உயரத்தில் அதில் ஒருவன், பளிச்சென்று ஸ்ரீசூர்ணம் தகிக்கும் நெற்றியோடு... உடன் மடிசார் சரசரக்க ஒருத்தி. கூடவே ஒற்றை நாடி வயதான மனிதர்.

"வாங்கோ... வாங்கோ..."

"அர்ச்சனை பண்ணணும். சீட்டு வாங்கணுமா?"

“இல்ல இல்ல... இங்க அந்தப் பாடெல்லாம் கிடையாது. பேர், நட்சத்திரம் சொல்லுங்கோ...”

சக்கரவரத்தி கேட்க, அவர்கள் ‘நாராயணா, நாராயணா’ என்று வாய்ப்பாடு சொல்லும் குழந்தையாட்டம் அமர்ந்திருக்கும் கோவிந்துவைப் பார்க்க...

“யாரு இது? இப்படிச் சத்தம் போட்டு நாராயணனைக் கூப்டுண்டு...”

“அவன்... அவன்... என் பிள்ளையாண்டான். செத்த சித்த ஸ்வாதீனமில்ல அதான். நீங்க பேர் நட்சத்திரம் சொல்லுங்கோ.”

ஒற்றைநாடி மனிதர் அர்ச்சனைத்தட்டில் கை வைத்துப் பேர், நட்சத்திரம் சொல்லத் தொடங்கினார்.

“ஸ்ரீனிவாஸ வரதன்... நட்சத்திரம் பூரம், வைதேகி... நட்சத்திரம் மிருக சீரிஷம். அவன் என் பிள்ளையாண்டான். பேர் ஸ்ரீக்காந்த்... நட்சத்திரம் கிருத்திகை.”

பட்டர் கர்ப்பக்கிரகத்துக்குள் திரும்ப ஸ்ரீக்காந்த் என்னும் அந்த அர்ஜுன லட்சணன் மட்டும் சிரிப்போடு கோவிந்துவைப் பார்த்தப்படியே நிற்கும்போதுதான், ரங்கநாயகியும் துளசி மாலையும் கையுமாக உள்ளே நுழைந்தாள்.

அவளைப் பார்த்த ஷணத்தில் நிலாத்துண்டு ஒன்று கண்ணுக்கு முன்னால் ஊஞ்சல் வீச்சில் அப்படியே ஓர் ஓட்டம் காண்பித்ததுபோல ஒரு பிரமை அவனுக்கு.

ரங்கநாயகி அவர்களைப் பார்த்தாலும் தலையைத் தாழ்த்திக்கொண்டாள். அவர்களைக் கடந்து அர்ச்சனை மந்திரம் சொல்லும் அப்பா நிற்கும் கருவறை நிலைகால் வரை போய் நின்றாள்.

அவன்... ஸ்ரீக்காந்த்... வைதேகி என்பாளைப் பார்க்கிறான். பார்வையே எதையோ கேட்கிறது. அவள் உதட்டில் உடனே பதில்.

"பொண்ணு ராஜாத்தியாட்டம் இருக்கா!"

அது ரங்கநாயகி காதிலும் விழுந்தது. சிருட்டென்று அவர்களை நோக்கித் திரும்பினாள்.

அந்த வயதான மாமி இத்தனை வேகத்திரும்பத்தை எதிர்பார்க்கவில்லையோ...? தத்...த... தடுமாறிப்போனாள். பிராகாரத்தில் கோவிந்து உதட்டில் நாராயண... நாராயண...

அம்முணி தோளைத் தொடவும்தான் அந்த ராஜாத்தி என்றதன் பின்னோக்கம் அறுபட்டுப்போனது.

"என்ன ரங்கநாயகி... என்ன சிந்தனை? நான் உள்ள ஒரு நடைபோய் கரமீத்த[1] கிளறிக்கூட விட்டுட்டு வந்துட்டேன். மனசு சரியில்லியா? பிரமை பிடிச்ச மாதிரி இருக்கியே?" அம்முணி திரும்ப வாத்சல்யமாகிறாள்.

"ஆமாம் மாமி... காத்தாலே இருந்தே வயத்தப் பிரட்டல், வாந்தி... நான் கிளம்பறேன்."

"வந்ததுல இருந்தே பறக்கறியே, என்னாச்சு உனக்கு? உக்காரு சாப்டுட்டுப் போகலாம். அனேகமா பத்துவும் வந்தாலும் வருவான்."

அம்முணி அவளை மேலும் அதிர்வுக்குள்ளாக்க ஜல்ஜல் என்று சப்தம். மைலா வெளியில் காரில் இருந்து இறங்கி உள்நுழைந்து கொண்டிருந்தாள்.

"என் பெரிய பேத்தி வந்துட்டா. டான்ஸ் கிளாஸுக்குப் போய்ட்டு வரா... வாடா கண்ணு, ஏன் லேட்டு?"

"அப்பா ஆபீஸ்ல இருந்து கார் அனுப்ப லேட் பண்ணிட்டா."

"மாமி யார் தெரியறதோ?"

"ஓ தெரியுமே... நேத்து பாட்டுப் பாடின மாமி. நன்னாருந்துது உங்க பாட்டு."

---

1 கரமீது: கறியமுது - அதாவது பொரியல்.

மைலாவின் நைச்சியம். வியர்வையில் கரைந்த அந்தக் குங்கும நெற்றி, சற்று போஷாக்கான அந்தக் கன்னம் ரங்கநாயகியை நிஜமாலும் ஈர்க்கும்போது, “என்ன மாமி சௌக்கியமா?” என்று ஒரு குரல்.

வெங்கட்ராமன் உள் நுழைந்து கொண்டிருந்தார்.

ரங்கநாயகியை ஏபிஎன்னுக்கு அறிமுகம் செய்து வைத்த புண்ணியவான்.

ரங்கநாயகிக்குள் நின்ற இடத்தில் நிலம் பிளக்க ஆரம்பித்த மாதிரி ஓர் அதிர்ச்சி.

***

அத்தியாயம்

8

'நான் சற்று திகைத்தே போய்விட்டேன். அந்த மேனியையும், நிறத்தையும், முக உடல் அமைப்பையும் பார்த்துத்தான்! குளித்துவிட்டு துல்லியமானதொரு சேலையை அணிந்திருந்தாள் அவள். நடுவில் எழுந்திருந்த வகிட்டின் இரு பக்கங்களிலும் காட்டருவி மாதிரித் தலைமயிர் அலைந்து நீள விழுந்து கிடந்தது.

பளபளவென்று பழத்தோல் வண்ணம். எனக்கு இந்தப் பெரிய மனிதர்கள் ஃப்ரிஜிடேரிலிருந்து எடுத்துச் சாப்பிடுகிற ஆப்பிளும், ஆரஞ்சும், பாலும் தயிரும்தான் நினைவுக்கு வந்தன.

அந்த ஊட்டம் இல்லாவிட்டால் இந்த மேனி ஏது?

கையில்தான் என்ன குழைவு - சரிவு! உள்ளங்காலில் கூட அழுக்குப்படாத ஒரு பளபளப்பு. நான் காலைப் பார்த்ததைக் கவனித்ததும், அவள் தலைப்பால் அதை லாகவமாக மூடிக்கொண்டாள்.'

– 'கமல'த்தில் தி. ஜானகிராமன்

வெங்கட்ராமன் உள் ஏகுகிறார். மிக சகஜபாவம். நோக்கமில்லாத நடை.

"ஆரு வெங்கட்ராமனா... வாப்பா வா..." என்று அம்முணியும் உற்சாகமாக வரவேற்றாள்.

ஆனால், ரங்கநாயகிக்கு தான் நின்ற இடத்தில் நிலம் பிளந்துவிட்டதே...? மேனியிலும் வியர்வைப் பிரவாகம் மழையில் நனைந்தவளாட்டம் ஆக்கிவிட்டிருக்கிறதே...?

வெங்கட்ராமன் வராண்டா கடந்து தாழ்வாரமெனும் பாகம் நுழைந்து பங்களா மையமாக விளங்கும் ஹாலுக்குள் நுழையும்போது ரங்கநாயகி வேகமாகப் புடவைத் தலைப்பால் முட்டாக்குபோல் போட்டுக்கொண்டு வெங்கட்ராமனிடம் இருந்து மறைத்துக்கொள்ளும் விதமாக அமர்ந்திருந்தாள்.

வெங்கட்ராமனுக்குச் சற்று வீசி வளாவும் கண்கள் ஒருவரோடு பேசும்போதுகூட அவரது முகத்தையோ, கண்களையோ பார்த்துப் பேசாதபடிக்குச் சுற்றிலும் பார்த்துக்கொண்டேதான் பேசுவார்.

அதில், என்னதான் முட்டாக்குப் போட்டுக்கொண்டாலும் ரங்கநாயகி தப்ப முடியுமோ?

“வா வெங்க்கி... உக்காரு. எங்கே இவ்ளோ தூரம்?”

“சும்மாதான்... எங்க என் அருமை ஸ்நேகிதன் ஃபேக்டரிக்குப் போய்ட்டானாக்கும்.”

“ஆமாம், உனக்கென்ன ஆபீஸ் லீவா?”

“போட்ருக்கேன். கல்யாணிக்கு ஏதோ வரன் வரப்போறதுன்னு கேள்விப்பட்டேனே...”

வெங்கட்ராமன் உட்கார்ந்தபடியே பதிலும் கேள்வியுமாக மாறினாலும் பார்வை என்னவோ ரங்கநாயகியை அறியும் துடிப்பில்தான் தத்தளிக்கிறது.

“அது யார்னு பாக்கறியா...? பேர் ரங்கநாயகி. ரொம்ப நல்ல பெண்ணு. மகாராசியானவ வெங்க்கி. நீ வரவும் வெட்கப்பட்டுண்டு புடவை முட்டாக்குப் போட்டுண்டுட்டா.” என்று அம்முணி வெங்கட்ராமனின் நயனப் பிராண்டலுக்கு ஒரு விடையைத் தர மைலா நடுவில் நழுவலானாள்.

“பாட்டி நான் மாடிக்குப் போறேன். காலெல்லாம் ஒரே வலி...”

"போ... போய் ரெஸ்ட் எடு. டி.வி. பாக்காதே. செத்த கழிச்சு நான் காம்ப்ளான் போட்டு எடுத்துண்டு வந்து தரேன்."

பாட்டியும், பேத்தியும் நடுவில் ஈஷிக் கொள்ளும்போதும் வெங்கட்ராமன் பார்வை ரங்கநாயகியைத்தான் பிடுங்கி எடுக்கிறது.

அவள் விருட்டென்று எழுந்துகொண்டாள். "மாமி நான் கிளம்பறேன். நீங்க வந்தவாளப் பாருங்கோ" என்று நடக்க ஆரம்பித்தாள்.

"இரு ரங்கநாயகி. வந்ததுல இருந்தே பறந்துண்டுருக்கே. நீ செத்த உக்கார். கல்யாணிய குங்குமம் தரச் சொல்றேன், வாங்கிண்டு போகலாம்."

சொன்னவளாய் அம்முணி அங்கிருந்து ஸ்ரீநிதியை இடுப்பில் ஏற்றிக்கொண்டு விலக, அந்த ஹாலில் தாற்காலிகமாக ரங்கநாயகியும், வெங்கட்ராமனும் மாத்திரம்.

"நமஸ்காரம் மாமி..." வெங்கட்ராமன் கிண்டலான குரலோடு கைகூப்ப ரங்கநாயகி திணறலின் பெருக்கத்தில் தடுமாறி நிற்க.

"பதட்டப்பட வேண்டாம். போட்டு விட்ற ஜாதி இல்ல நான். அனந்தபத்மநாபன் மயங்கமாட்டான்னுதான் நினைச்சேன். ஆனா, ஆத்தோடையே லிங்க் பண்ற அளவு போவான்னு நினைக்கவேயில்லை. ஆச்சரியம்...

அதிர்ச்சி...

ஆனால், கண் எதிரில் காணும் நிதர்சனமான உண்மை சபாஷ் ரங்கநாயகி. புளியங்கொம்பாவே பிடிச்சுட்டியே..."

கையை, காலை ஆட்டிக்கொண்டு ரங்கநாயகியை வெங்கட்ராமன் நெருங்கும் விதமே சரியில்லை.

சில அடி இடைவெளியில் அவளை நெருங்கி நிற்கும் வெங்கட்ராமன். "என்ன ரங்கநாயகி... உன் பாலிசிப்படி பர்மெனென்ட்டா வெச்சுக்கறேன்னுட்டானா பத்மநாபன்...?"

"உங்களைக் கெஞ்சிக் கேட்டுக்கறேன். இங்க எதையும் பேச வேண்டாம். அவருக்கு நான் இங்க வந்துருக்கறது தெரியாது."

"ஏன் தெரிஞ்சாதான் என்ன இப்போ? அதெல்லாம் ஒண்ணும் சொல்லமாட்டான் பத்மநாபன். அவனுக்கு ஒருத்தரைப் பிடிச்சுட்டா அவாளுக்காக உசுரையே கொடுக்கறவன் அவன். போகட்டும்... இனி எப்படி உசிதம்? பத்மநாபனுக்கு மட்டும்தான் இனி முந்தி விரிப்பா... இல்ல, ஐயா மாறி ஆட்களும் அப்பப்ப வந்து போகலாமா...?"

"ஐய்யோ... செத்த பேசாம இருங்கோளேன்."

"பதட்டப்படாதே. இப்ப யார் இருக்கா இங்க? யூ நோ ஒன்திங்க். நீ எனக்கு தேங்க்ஸே பண்ணணும். உனக்கு பத்மநாபன் கிடைக்கவே ஒரு வகைல நான்தான் காரணம்."

வெங்கட்ராமன் விஸ்தாரம். விலாவாரி என்று நீள, நெருப்பது மேல் நிற்பதுபோல உணர்பவள் இனி நிற்பது ஆபத்து என்று மளமளவென்று நடக்க ஆரம்பித்து விட்டாள்.

✱ ✱ ✱

கல்யாணி குங்குமச் சிமிழும் கையுமாக வந்து பார்க்கும்போது அவள் இல்லை.

"எங்க இங்க இருந்த ரங்கநாயகி மாமி...?"

"மாமியா... மாமா ஞாபகம் வந்துடுத்து போலருக்கு கிளம்பிப் போயிட்டா."

"அடடா..."

"நீ ஏன் கவலைப்பட்றே கல்யாணி. அப்புறம் மாப்ள வரப்போறான் போலத் தெரியறதே?"

"ஆமாம்..." சொல்லும்போதே கல்யாணியிடம் வெட்கம்.

"நல்ல பெரிய இடம்தான் போல. பத்மநாபன் எல்லாத்தையும் சொன்னான். அதான் உன்னைப் பார்த்து பிளஸ் பண்ணிட்டுப்

போகலாம்னு வந்தேன். கல்யாணமாகப் போறதுன்ன உடனேயே ஒரு களை வந்துடறது இந்த பொண்களுக்கு, மின்ன ஆரம்பிச்சுட்டே போ..."

வெங்கட்ராமன் புகழ்ந்தார். அம்முணி அப்பொழுது பார்த்து வந்து, அவளும் ரங்கநாயகியைத் தேட,

"மாமி அப்பவே போய்ட்டாம்மா... குங்குமம்கூட வாங்கிக்கலை..."

"குங்குமம்கூட வாங்கிக்கலையா? என்ன இந்தப் பொண்ணு இப்படிப் பண்ணிப்பிட்டா..."

"ஆமா மாமி... இவளை எங்க பிடிச்சேள்?" குறுக்கில் வெட்டுகிறது வெங்கட்ராமனின் கேள்வி.

"எங்க பிடிச்சேனா... அவ என்ன ஆடா, மாடா வெங்க்கி... தங்கமான பொண்ணுப்பா."

"தங்கமான பொண்ணா... ஓஹோ ரொம்ப நாள் பழக்கமோ...?"

"புடலங்கா, ஒருத்தரைப் புரிஞ்சுக்க ரொம்பநாள் பழகணும்னு அவசியமில்ல இந்த அம்முணிவரை. இரண்டு நாளாத்தான் ரங்கநாயகியைத் தெரியும். என்னமா பாட்றா தெரியுமா? அப்படி ஒரு சாரீரம்."

"சாரீரம் மட்டுமா? சரீரமும்தான்..."

பட்டென்று கவிச்சையாக உதடு பிரிந்து விடுகிறது. வெங்கட்ராமனின் அந்த பிரத்யேகம் அம்முணியையும் இம்சிக்கிறது. ஏற்கெனவே வெங்கட்ராமன் பற்றிப் பிரமாதமான அபிப்ராயம் இல்லாதவளாகவும் இருப்பதால் இந்த அபிப்ராய நிமித்தம் சட்டென்று கோபவசப்பட்டாள்.

"சரிதான், நான் மனசைப் பாக்கற ஜாதி. நீ வயசைப் பாக்கற ஜாதிங்கறது சரியாத்தான் இருக்கு..." என்றாள் சற்று நறநறப்போடு.

"இல்ல மாமி... நல்ல களையா, லட்சணமா மகாலட்சுமியாட்டம் இருக்கான்னு சொல்ல வந்தேன்."

“அப்படித் தெரிஞ்சிருந்தா, எங்க பிடிச்சேன். எப்படிப் பிடிச்சேன்னுல்லாம் மனசுல கேள்வி வராது வெங்க்கி. நீ ஓர் அரைபிராமணன்கறது எனக்குத் தெரியும். என் பிள்ளையும் சொல்லியிருக்கான். என் மாதிரி வயசானவாகிட்டப் பேசும்போதாவது பண்பா பேசப்பாரு. இல்லேன்னா வெளிய போன்னு சொல்ல ரொம்ப நாழியாயிடாது...”

அம்முணி அந்தக் காவி உடுத்திய கிழட்டுத் தேகத்தில் காளியின் குணாம்சங்களைக் காட்டினாள்.

“நீ போடி உள்ற... கல்யாணமாகப்போற பொண்ணு கண்டவா முன்னால்லாம் இனி வரப்படாது” என்று கல்யாணி மேலும், ஒரு கோப பாணம்.

அது அவளுக்குப் போட்டாலும் வெங்கட்ராமனையும் குத்துகிறது.

“என்ன மாமி நீங்க... ஏதோ வாய் தவறி ஒரு வார்த்தை உடனே அரை பிராமணன் கால் பிராமணன்னு... கல்யாணி எனக்குத் தங்கை மாதிரி. அவளுக்குக் கல்யாணம்ன உடனே எத்தனை சந்தோஷப்பட்டேன் தெரியுமா?”

வெங்கட்ராமன் அம்முணி மனசின் கறுத்துவிட்ட பாகம்மேல் முலாம் பூசப்பார்த்தார். ஆனால், அது ஒட்டத்தான் மறுக்கிறது.

அந்தக் கிழவியின் முகம் கும்முட்டி அடுப்பில் சுட்டெடுத்த நாட்டுக் கத்தரியாகக் காட்சி தந்து, இதற்குமேல் எதையும் பேசாதே என்று எச்சரித்தது.

கூடவே, ஒரு வேசிக்காக அம்முணி இப்படி அலட்டிக்கொள்கிறாளே என்று கோபமும் வரவே, பேசாமல் உண்மை இதுதான் என்று போட்டு உடைத்து விடலாமா என்றுகூட தோன்றியது.

அதை விடவும் இதை வைத்தே ரங்கநாயகியை மடக்கலாமே என்று உள்ளிருக்கும் சபலம் புத்திபூர்வமாக யோசிக்கவும் அம்முணிமேல் வந்த காய்ப்பு அப்படியே அடங்கியது.

"சரி அப்ப நான் கிளம்பறேன்..."

"உம்... உம்..."

அம்முணி வாயைத் திறக்காமல் அங்கீகரிக்க, 'வெச்சுக்கறேன், இரு கிழவி உன்னை...' என்று வெங்கட்ராமனின் மனசும் சிறுமைவசப்பட...

✲✲✲

வீதி முக்கில் இருக்கிறது நாடார் மாளிகைக்கடை. காலை ஆறு மணிக்கெல்லாம் நாடார் கடை திறந்துவிடுவார். காரணம் கடையிலேயே பால் வியாபாரம், பேப்பர் வியாபாரமெல்லாமும் செய்வதால் காலை கடையைத் திறந்தால்தானே வியாபாரம் நடக்கும்?

நாடாருக்கு மூன்று பசங்கள். மூன்று பேரையுமே கடைக்கென்றே பிறப்பித்துக் கொண்டாரோ என்று நினைக்கத் தோன்றும்.

ஒருத்தன் கல்லாவைக் கவனித்தால் ஒருவன் லிஸ்ட் பார்த்து மளிகை கட்டுவான். இன்னொருவன் மொத்தச் சரக்கைக் கொள்முதல் செய்து உள்ளே தீரத்தீர நிரப்பிக்கொண்டிருப்பான். மூன்று பேரிடமும் பல ஒற்றுமையான அம்சங்கள் உண்டு. ஒரே வண்ணத்தில் வேட்டி சட்டை, அப்புறமாய் ஆள் வைத்துப் போட்டுக்கொண்டது போல் நெற்றிப்பட்டை, மூக்கின்மேல் கோன் ஐஸ் மேல் வைத்த ஃப்ளம் பழமாட்டம் ஒரு வகையான உருட்சி.

"எலேய் வடிவேலு" என்று அழைக்கும்போது, "என்ன அண்ணேய்" என்று அடுத்தவன் முன்வருவதில் உள்ள சகோதர வாஞ்சை, குறிப்பாக யார் அழைத்தது. யார் பதில் சொன்னது என்றதைக் கண்டறியமாட்டாத அந்தக் குரலின் ஒற்றுமை...

வியாபாரத்திலும் ஒருவகை பிரமிப்பூட்டும் கண்ணியம் அவர்களது விசேஷ அம்சம்.

இதனாலேயே ரங்கநாயகி வயர்கூடையும் கையுமாக காய் வாங்கவும், பால் வாங்கவும் அவளே வந்து போகிறாள்.

“வாங்க மாமி... கீரை ஃப்ரெஷ்ஷா இருக்கு. மூணு முடி போடவா?” என்று கேட்கும்போதே அவள் கட்டாயம் வாங்கிவிடுவாள் என்று நம்பி அதை அவளது கூடையிலும் போட்டுவிடுவான் இளையவன் வடிவேலு.

அதைப் பார்த்து ரசித்துச் சிரிப்பாள் ரங்கநாயகி.

அந்தச் சிரிப்பு அவனுக்கு மிகவும் பிடிக்கும்.

அவர்களிடமும் ரங்கநாயகி புருஷ விஷயமாகத் துபாய் கதைதான் அளந்திருந்தாள். ஆனாலும் அதை அவர்கள் வெகு சீக்கிரமே நம்பவில்லை என்பதும் அவளுக்குத் தெரிந்துவிட்டது.

இருந்தும் அவர்கள் அவளைச் சந்தேகப்பட்டது போலவோ, ஒதுக்குவது போலவோ தெரியவில்லை.

அவளை எதிர்கொள்ளும்போது மதிப்புக் குறையாதபடிப் பார்த்துக் கொள்கின்றனர். முப்பது வருஷ வியாபாரம். வீதியில் யார் யார் எப்படி என்பதெல்லாம் விரல் நுனியில் ஸ்டாக் செய்யப்பட்டிருக்கும் சமாச்சாரம்.

வீதியில் எந்த வீடு எத்தனை சதுரம், அதன் உண்மை எவ்வளவு என்பதைக்கூட நாடார் தங்கத்தை எடையிடுவதுபோலத் துல்லியமாக எடையிட்டு வைத்திருப்பதுதான் உச்சபட்சம்.

இப்படி ஜடப்பொருளையே எடையிட முடிந்த அந்த அனுபவஸ்தருக்கு உயிர் மனசுகளை எடையிடுவதுதான் சமயங்களில் தப்பாகி விடுகிறது.

வீதியின் மையத்தில் பதினெட்டு தடவை சபரிமலைக்குப் போய் வந்திருக்கும் ஜனார்த்தனம் பற்றி நல்ல மனிதர் என்று ஒரு பொதுவான கருத்து இருந்தது நாடாரிடம். ஆனால் சற்றுமுன் ஜனார்த்தனம் அதை கவிழ்த்து காலி பண்ணிவிட்டார்.

"என்ன நாடாரே... நம்ம ஐயங்கார் வீட்டுக்கு ஒரு கட்ட குடி வந்திருக்கே... தெரியும்தானே?" என்று கேள்வி பிறந்த விதத்திலேயே மகா அசுரத்தன்மை.

"அவங்களுக்கென்ன சார்?"

"என்னவா... ஆள் ஒரு டைப்பாமே?"

"அப்படியா?"

"என்ன நாடாரே... அப்படியாங்கறீர்? இந்தத் தெருவுல எத்தனை கொசு பறக்குதுங்கறதைக்கூட கணிசமா எண்ணிச் சொல்றவர் நீர். உமக்குத் தெரியாதாக்கும்."

"சரி என்ன வேணும்?"

"ஒரு செவன் ஓ க்ளாக் ப்ளேடு. ஆமா, என்ன பதிலைச் சொல்லாம வியாபாரத்துக்கு தாவறீர்?"

"வேண்டாம் சார், நான் வெட்டிப்பேச்சுப் பேசத் தயாரா இல்லை. ஆளை விடுங்க."

நாடார் துல்லியமாக நறுக்கினார். ஆனாலும் ஜனார்த்தனத்துக்கு நாடார் எதையோ தெரிந்துகொண்டு அதைப் பேசத் தயங்குவதாகவோ, இல்லை ரங்கநாயகியிடம் ஓர் ஒப்பந்தம் போட்டுவிட்டுக் கொண்டதாகவோதான் தோன்றுகிறது. அது ப்ளேடு வாங்கிக் கொண்டுபோகக் காலெடுக்கும் சமயம் வெளிப்படவும் செய்தது.

"நாடாரே... உமக்கு என் பேச்சு வெட்டிப் பேச்சா இருக்கலாம். ஆனா, வீதியே அந்த வீட்டுமேல ஒரு கண்ணா இருக்கறதும், அவளைப்பத்திப் பேசிக்கிட்டிருக்கறதும் உங்களுக்குத் தெரியாம இருக்காது. நான் நோண்டி நொங்கு எடுக்காம விடப்போறதில்ல. அப்ப யார் யாருக்கு அவகிட்ட கனெக்ஷன்கறது தெரியாமலா போயிரும்..."

ஜனார்த்தனம் லுங்கியை மடித்துக் கட்டியவராக ஒரு சிகரெட்டையும் பற்ற வைத்துக்கொண்டு வக்கரித்துவிட்டு நகர்ந்த நாலாவது நிமிடம், ரங்கநாயகி கடைமுன் பிரசன்னமானாள்.

முகத்தில் மாறாத அந்த மலர்ச்சி. எள் முனையளவு தவறாக நினைத்துவிட முடியாத தீட்சண்யம்.

"வாங்கம்மா..."

"பச்சரிசி பழசு இருக்கா...?"

"இருக்கும்மா... எந்த ரகம் வேணும் பொன்னியா, ஐ.ஆர். எட்டா..."

"பொன்னி கிலோ என்ன விலை?"

"பதினாறு ரூவா ஒரு ரகம், பதினேழு ஒரு ரகம்."

"அதுக்குக் கீழ்..." அவள் குரலில் சுரத்துக் குறைகிறது.

"நல்லாருக்காதேம்மா, நசநசன்னு போகும் சோறு."

"பரவால்ல, ஓர் எட்டு பத்து ரூவால..."

"என்னம்மா துபாய்க் காசுதான் வருதுல்ல. தினப்படி சம்பளக்காரங்க மாதிரிக் கேக்கறீங்களே..."

நாடார் கேட்ட விதத்தில் நாலாவித அர்த்தங்கள். ரங்கநாயகி முகம் வாடிப்போகிறது.

"அது... அது..." எதைச் சொல்லி எப்படிச் சமாளிப்பது என்பதுகூடப் பிடிபடவில்லை.

"பரவால்லம்மா, சிக்கனமா இருந்துக்கப் பாக்கறீங்க. கல்ச்சர் அரிசி இருக்கு. ஒம்போது அம்பதுதான் கிலோ, ஒரு மூட்டை போடவா...?"

"ஒரு மூட்டையா... ஐய்யோ... அஞ்சு கிலோ போறும்."

"அஞ்சு கிலோவா?" நாடார் குரலில் இளக்காரம்.

"ஆமா... நிறைய வாங்கி வெச்சா பூச்சி வந்துடறது."

"அதுவும் சரிதான். வடிவேலு... ஓர் அஞ்சு கிலோ கல்ச்சர் போடு..."

வடிவேலு அவள் தந்த மஞ்சள் பை ஒன்றில் அரிசியை எடையிட்டுத் தருகிறான். பதிலுக்கு அவள் ஒரு ரூபாய்க்

காசாக நாப்பத்து எட்டு ரூபாயை நாலு ஐந்து தடவை எண்ணிப் பார்த்துவிட்டுத் தருகிறாள்.

"என்னம்மா... சில்ரக்காசாத் தர்றீங்க. எங்க புடிச்சீங்க?" நாடார் உள் நுழைக்கும் கேள்விக்கு ஓர் அசட்டுச் சிரிப்புத்தான் பதிலாக வருகிறது அவளிடம்.

எதுவும் பேசாமல் அரிசியை வாங்கிக்கொண்டு நடந்தாள். நாடார் முகத்துல் ஆயிரமாயிரமாய் உணர்வுக் கலவைகள். உள்ளங்கையில் அவள் தந்த சில்லறை, அதை ஒரு க்ஷணம் முகர்ந்து பார்க்கிறார். மஞ்சள் கற்பூர வாடை அடிக்கிறது.

"என்னப்பா... மோந்து பாக்கறீங்க காசை..." வடிவேலு உள்ளிருந்தபடி கேட்டான்.

"உண்டியல் காசு தம்பி. சாமிக்காசு. பாவம் சாப்பாட்டுக்காண்டி உண்டியலை உடைச்சிருக்குப் போல..."

"அப்ப ஜனா சார் சொன்னதெல்லாம்..."

"அவன் கிடக்கறான். இந்தப் பொண்ணு எப்ப வந்து எதைக் கேட்டாலும் காசைப் பார்க்காமத் தாங்க. தங்கமான பொண்ணு இது. தப்பான பொண்ணா இருந்தா பாசுமதி அரிசி இருக்கான்னுதான் கேட்ருப்பா. தளுக்கா, ஒரு மூட்டை போட்டுவிடுங்கன்னும் சொல்லி நம்மையும் முடிஞ்சுவெச்சுக்கப் பார்த்துருப்பா. பொய்யும் புனசிருட்டும் அதுங்ககிட்டப் பிச்சு உதறும். இதுக்குப் பொய்யே பிடிபடமாட்டேங்குது. இது பாவம்... இதும் பின்னால ஏதோ ஒரு மோசமான கதை இருக்கு..."

நாடார், மளிகையை மட்டுமல்ல மனத்தை எடையிடுவதிலும்தான் நிகர்த்தவர் என்று காட்டும்போது அவரது கடைமுன் ஒரு கார், அதிலிருந்து ஸ்ரீக்காந்த் இறங்கிக் கொண்டிருந்தான்.

***

அத்தியாயம்

9

'மண்டைகனத்தது. எதுவும்... எதுவும்வெளியேசொல்லமுடியாது. வாய் திறந்து பேச முடியாது. பகிர்ந்துகொள்ள முடியாது. தவறு என்னுடையது. இந்தத் தடுமாற்றம், சிறுபிள்ளைத்தனம், இந்த ஏக்கம், விடலைத்தனம், இந்தத் துள்ளல், இந்தக் குதூகலம், காத்திருத்தல் எல்லாம் சிறுபிள்ளைத்தனம். அமைதியாய் இரு பெண்ணே! அமைதியாய் இரு. திடும்மென்று மழை பெய்ய அலையும் காகம்போலத் தவிக்கிறாய். ஆந்தைபோல இரு. இன்னும் ஒடுங்கு. உள்ளே பதுங்கு. சூழல் கவனி. மழை வலுக்கட்டும், காத்திரு. கற்பனைகளை உதறு. கனவுகளைப் புறக்கணி. மழை இன்னும் வலுக்கட்டும்.'

– 'ஆசை எனும் வேதத்தில்' பாலகுமாரன்

காரில் இருந்து இறங்கும் ஸ்ரீக்காந்த் நேராக நாடார் கடை நோக்கித்தான் சென்றான். நல்ல வைதீகத் தோற்றம். அவன் நடந்து வருவதை மட்டும் படம் எடுத்து வேஷ்டி விளம்பரத்துக்குப் பயன்படுத்தலாம். அப்படி ஒரு மிடுக்கு. வேஷ்டியிலும் மயில்கண் ஜரிகையின் பளபளப்பு.

நிமிர்ந்து பார்த்தார் நாடார்.

அவனது மதர்த்த மீசை மிகப் பிடித்துவிட்டதோ, என்னவோ அதையே பார்த்தார்.

"வணக்கம்" - இது அவன்.

"வணக்கம்" - இது நாடார்.

"இதானே ராமாபுரம் மூணாவது தெரு?"

"ஆமாம்."

"இங்க தேசிகாச்சாரின்னு..."

"பேங்க் அய்யர் வீடா?"

"அ... ஆமாம்... அவர் பேங்கிலதான் ஒர்க் பண்றாரு."

"இதே வரிசைல ரீப்பர் போட்ட வீடு."

"தேங்க்ஸ்... ரங்கநாயகின்னு யாராவது..."

"எதுக்குக் கேக்கறீங்க?" நாடார் புருவம் சுருக்கிக் கேட்கும்வித்தில் அதீதமாக ஒருவித எதிர்பார்ப்பு.

"இல்ல, அவ ஒரு மாதிரிப் பொண்ணுன்னாங்க."

"உங்களுக்கு யார் வேணும்? தேசிகாச்சாரியா? ரங்கநாயகியா?"

"ஆங்... ரங்கநாயகிதான். தப்பா எடுத்துக்காதீங்க. அவ எனக்குச் சொந்தம். அவளைப்பத்தித் தப்புத் தப்பாக் கேள்விப்பட்டேன், அதான் எந்த அளவு உண்மைன்னு தெரிஞ்சுக்க வந்தேன்..."

ஸ்ரீக்காந்த் பம்மிப் பம்மிப் பேசுவதை, நாடாரோடு சேர்ந்து வடிவேலும், கசங்கின முகமாய் வைத்துக்கொண்டு கேட்டபடியே பேப்பரைக் கூம்பு போலாக்கி, அதில் உளுந்தம் பருப்பைக் கொட்டி, வலக்காலை மடக்கலாக்கி மேலுயர்த்தி, படிந்து வந்த தொடைப் பாகத்தில் ஒரு மெத்து மெத்தி அப்படி மெத்துவதில் ஸ்ரீக்காந்தையே மெத்துவதாகவும் நினைத்துக்கொண்டான்.

நாடார் பதில் சொல்லாதபடிக்கு வடிவேல் பக்கம் திரும்பி, "வடி... நாய்க்கரம்மா சரக்குப் போட்டு முடிச்சையா?" என்று கேட்டார். அப்படி அவர் கேட்கும் விதமே, 'உனக்கு இந்த விஷயத்தில் நான் பதில் சொல்லப் பிரியப்படவில்லை' என்று சொல்கிற மாதிரிதான் இருந்தது.

"என்னங்க கேட்டேன்ல..." ஸ்ரீக்காந்த் திரும்பவும் அவரை நிமிண்டினான்.

"ஆமா, நீங்க அவங்களுக்கு என்ன சொந்தம்? அதச் சொல்லுங்க முதல்ல..."

"அத்த மகன்."

"அப்படிங்களா? நான் உங்களத் திருப்பி சில கேள்வி கேட்கலாமா?"

"தாராளமா?"

"நீங்க கேள்விப்பட்டது வாஸ்தவம்னா நீங்க என்ன பண்ணுவீங்க...?" நாடார் குத்துப்பார்வை பார்த்தார்.

"என்ன பண்ண முடியும்? ஹூம், அவ தலை எழுத்து இப்படி ஆயிடுச்சேன்னு வருத்தப்பட முடியும்..."

"சரி அப்படி எல்லாம் இல்லைன்னா...?"

"சந்தோஷப்படுவேன்."

"மொத்தத்தில் அவுகளுக்கு ஓர் உதவியும் செய்யற உத்தேசம் மட்டும் இல்ல."

"என்ன சொல்றீங்க நீங்க?"

"பாவங்க அந்தப் பொண்ணு. நல்ல அரிசி வாங்கிச் சாப்பிட வக்கு இல்ல அதுக்கு. நான்தான் சரக்குப் போடறேன். நாதேரி முண்டையா இருந்தா பாதாமும், பிஸ்தாவுமாதான் பில் போடுவாளுக. ஆமா, உங்களை ஒண்ணு கேக்கறேன். சொந்தம்கறீங்களே... அதோட புருஷன் யாருன்னு உங்களுக்குக் கூடவா தெரியாது...?"

"அது... அது..."

"அவ புருஷன் வீட்ட விட்டுட்டு ஓடிட்டானா? இது பைத்தியக்காரத் தம்பியோட லோல்படுதா... அப்பன் ஆயின்னு யாருமில்லையா?"

ஸ்ரீக்காந்த் வியூகத்தில் சிக்கிய ஏமாளியாட்டம் நாடாரைப் பார்த்துச் சற்று மிரண்டான். அந்தக் கேள்விக்கு எந்தப் பதிலும் சொல்லாமல் காரை நோக்கித் திரும்ப உத்தேசிக்கும்போது ஒரு வயர்க்கூடையுடன் கௌசல்யா நாடார் கடைக்கு வந்த வண்ணமிருந்தாள். நெருங்கி வந்துவிட்டாள்.

"நாடாரே ஒரு கிலோ கோதுமை மாவு..." என்றபடியே திரும்பியவள் கண்களில் காரின் கதவைத் திறக்கும் ஸ்ரீக்காந்த் படுகிறான். அடுத்த கணமே அவள்மேல் இடி பாய்ந்ததுபோல் ஓர் உணர்ச்சி. விசுக்கென்று கையையும், காலையும் காத்திருந்த மாதிரி வலிப்பு வந்து கவ்வத் தொடங்கியது. அப்படியே முன் மூட்டைமேல் விழுந்தாள்.

நாடார் பதறிப்போனார்.

அவன் – ஸ்ரீக்காந்த் – காரில் அமர்ந்த நிலையில் அதைப் பார்க்க, கார் புழுதிப் படலத்தோடு கிளம்பியது.

✲✲✲

ஊஞ்சல் பலகையில் கிடத்தப்படுகிறது கௌசியின் உடம்பு. கூடவே, வடிவேல், நாடார், தேசிகாச்சாரி எல்லோரும்.

"உங்களை ரொம்ப சிரமப்படுத்திட்டேன். உங்களுக்கு ரொம்ப நன்றி." தேசிகாச்சாரி நாடார் முன் கைகூப்பினார்.

"என்ன சாமி நீங்க? மனுஷாளுக்கு மனுஷாள் இந்த உபகாரம்கூடச் செய்யலேன்னா எப்படி? ஆமா பாப்பாக்கு எத்தனை நாளா இப்படி இருக்குது?"

"என்னத்த சொல்வேன்...? கல்யாணத்துலே இருந்துதான்."

"அப்ப மாப்ளை...?"

"இப்ப ஓர் எழவுமில்ல நாடாரே. எல்லாம் அறுத்துவிட்டாச்சு. அது பெரிய கதை. எம் பொண்ணுக்குக் கல்யாணம்கற பேர்ல நடந்தது ஒரு விபத்து."

“மன்னிச்சுக்குங்க. இது உங்க வீடுன்னு தெரியும். ஆனா, உங்க கதை தெரியாது. நான் பழசைக் கிளறிட்டேன். போவட்டும். நல்ல டாக்டரா பார்த்துக் காட்டுங்க. வடிவேலு நீ கடைக்குப் போ. நான் பின்ன வாரேன்.” நாடார் மகனை அனுப்பிவிட்டுத் திரும்ப, “காட்டணும், காட்டவும் செஞ்சேன்.” தேசிகாச்சாரி வியர்வைச் சளைப்போடு துண்டை ஒத்திக்கொண்டு ஆசுவாசித்தார். நாடாரின் பார்வை அதைக் கேட்டபடியே சுற்றுமுற்றும் அளந்தது.

சுவர்கொள்ளாத ஸ்வாமிப் படங்கள்! மகாவிஷ்ணு தம் பத்து அவதாரத்தையும், தஞ்சை ஓவியமாக அந்தச் சுவரிலேயே எடுத்து முடித்திருக்கிறார்.

வைணவச் சின்னமான ஸ்ரீசக்கர திருமண் காப்புடன் திருச்சங்குப் படம் ஒன்று. கூடவே பழுப்பேறிப்போன கறுப்பு வெள்ளைப் புகைப்படங்கள்.

ஆடுகுதிரை மேல், மூன்று சக்கர சைக்கிள்மேல் குழந்தைகளின் குழிப்பார்வை.

பக்கமாய் கௌசியின் கல்யாணக்கோலப் புகைப்படம். மாலையும் கழுத்துமாய் அவள் கணவனோடு நின்றிருக்க, முன்னால் சக்கர நாற்காலியில் ஒரு பாட்டி.

அந்தக் கணவனின் முகம் நாடாரைக் கவ்வி இழுக்கிறது. நெருங்கிச் சென்று பார்க்கிறார். சற்று உற்று... அது... அது ஸ்ரீக்காந்த்!

“இவரா உங்க மாப்ளை?”

“ஆமாம். சக்கர நாற்காலியில் இருக்கிறது எங்கம்மா. அவ படமே இல்லேன்னு அந்த எழவெடுத்தவன் படத்தையும் சேர்த்தே வெச்சிருக்கேன். இல்லேன்னா இந்நேரம் விட்டெறிஞ்சிருப்பேன்.”

தேசிகாச்சாரி சடைத்துக்கொள்ள, வாசற்புறமாய் படபடப்போடு ரங்கநாயகியும் உள்ளே நுழையும்போது நாடார் போட்டு உடைத்தார்.

“இந்த ஆள் கொஞ்சம் முந்திதான் கடைக்கு வந்து உங்களைப்பத்தியும், ரங்கநாயகி மாமி பத்தியும் கேட்டான். ரங்கநாயகியம்மாவுக்கு உறவுன்னான். நான் சில கேள்விகளைக் கேட்டேன், பதில் சொல்லலை. கிளம்பிட்டான். அப்பதான் நம்ம பாப்பா வந்திடுச்சு. அவனைப் பாத்த பிறகுதான் இதுக்கு வலிப்பும் வந்திடுச்சு... விஷயம் இப்பத்தான் விளங்குது...”

நாடார் விவரிப்பில் ரங்கநாயகி முதல் அனைவரும் சிருட் சிருட்டென்று நிமிர்கின்றனர்.

“ஐய்யோ இந்தச் சண்டாளன் இங்க வந்தானா...? என்னல்லாம் கேட்டான் நாடாரே...?” தேசிகாச்சாரி சிலிர்த்து எழுந்தார்.

“உங்கள விடவும் ரங்கநாயகியம்மா பத்திதான் அதிகம் கேட்டான் ஐய்யரே... அதான் எனக்கு ஒண்ணும் புரியலை.”

“ரங்கநாயகி பத்தியா? பருந்து இங்கேயும் வந்துடுத்து. உனக்கு நான் உதவிண்டுருக்கிறது அவனுக்குத் தெரிஞ்சிடுத்து. போச்சு ரங்கநாயகி, எல்லாம் போச்சு.” தேசிகாச்சாரி படபடவென்று வெடித்தார்.

நாடாருக்கு எல்லாமே புதிராக இருந்தது.

“ஐய்யரே... கொஞ்சம் புரியற மாதிரிச் சொல்லுங்க.”

“என்னத்த சொல்வேன் நாடாரே. அந்தச் சண்டாளன் என் பொண்ணுக்கு மட்டும் புருஷனில்ல. இதோ நிக்கறாளே, இந்தப் பத்தரை மாத்துத் தங்கம்... இதுக்கும் அவன்தான் புருஷன்.”

“மாமா...” பலமாக ஆட்சேபிக்கிற மாதிரி இடை நறுக்கினாள் ரங்கநாயகி.

“என்ன மாமா? நாடார் நல்ல மனுஷன். அவருக்குத் தெரியறதுல தப்பில்ல...”

“ஆனா, அதுதான் என் சத்யத்துக்கு இடைஞ்சல், அது ஞாபகம் இருக்கட்டும் உங்களுக்கு...”

“பொடலங்கா. நீ ஒரு பொண்ணும்மா. சத்தியம் சாகாத்யம்னுண்டு. இன்னுமா அதெல்லாம் இருக்கு. அதோட உன்னை மாதிரி நெருப்பையே புடவையா கட்டிண்டு இருக்கிற ஒரு பொண்ணையும் நான் பார்த்ததில்ல தாயே. உனக்கு நெஜமாலுமே ஆனாலும் நெஞ்சழுத்தம்தான்.”

“என்ன வேணா சொல்லுங்கோ கேட்டுக்கறேன். நாடாரே, ரொம்ப நன்றி. கொஞ்சம் கிளம்பறேளா?”

“வேண்டாம், நாடாரே நில்லுங்கோ நீங்க. நீங்களே நியாயத்தைச் சொல்லுங்கோ. இனியும் நான் உன்னை உன் போக்கில விட்டா நான் நல்ல மனுஷனே இல்லை.”

“வேண்டாம் மாமா... உங்களைக் கெஞ்சிக் கேட்டுக்கறேன். அவனை எப்படிச் சமாளிக்கிறதுன்னு எனக்குத் தெரியும். என் பேச்சுக் கேளுங்கோ... ப்ளீஸ்...”

ரங்கநாயகி பஞ்சக்கச்சம் உழற்றும் அவரது காலடியில் பொத்தென்று விழுந்து கைகளால் அதைக் கட்டினாள்.

அவரது வாயும் திரும்பப் பூட்டிக்கொள்கிறது.

நாடாருக்கு எல்லாமே புதிராக, குழப்பமாக இருந்தது.

ரங்கநாயகியைத் தேசிகாச்சாரி தொட்டு எழுப்ப அவள் கண்களில் கசிதலோடு எழுந்துகொள்ள,

“அம்மாடி... எனக்கும் உன் வயசுல பொண்ணு இருக்கு ஆத்தா. தெருவுல சில நாயிங்க உன்னை நீலக்கண்ணாடி மாட்டிப் பாக்கைல, நான் மட்டும் மாரியாத்தாளைப் பாத்த மாதிரி பாத்தவன். உங்க குடும்பச் சங்கதியும், சிக்கலும் எனக்குத் தெரியறதால் உனக்கு நல்லதுதான் நடக்கும், கெடுதல் வராது தாயி.”

நாடாரின் விளக்கம் எழுந்து நிற்பவளைக் கைகூப்பச் செய்தது.

“உங்க உதவி தேவைப்படும்போது நிச்சயமா கேட்பேன் நாடாரே. இப்ப நீங்க கிளம்புங்கோ.”

அவள் அத்தனை பேசிவிட்ட பிறகு எந்த ஆண்மகனுக்கு நிற்கப் பிடிக்கும்.

நாடார் நகர்ந்தார். ஊஞ்சலில் கௌசியும் கண்களை மெல்ல மெல்லக் கசக்கித் திறந்தாள்.

"அப்பா..."

"கௌசி... என்னடா நடந்தது? அந்தச் சண்டாளனைப் பாத்தியாக்கும்?"

"ஆ... ஆமாம்ப்பா. நான் கொஞ்சம்கூட எதிர்பார்க்கலை. நாம் இங்க இருக்கறது தெரிஞ்சுப்போச்சு அவனுக்கு எப்படியோ?"

"போகட்டும் விடு... பெருமாள் இருக்கார் நமக்கு. இப்ப எப்படி இருக்கு உடம்பு...?"

"அக்கா எங்கப்பா... அவளுக்குத்தான்..."

ஏதோ சொல்ல வருமுன் ரங்கநாயகியின் நிலாமுகம் முன் வர, "அக்கா" என்று ஊஞ்சல் சங்கிலிகள் குலுங்க எழுந்து அவளைக் கட்டிக்கொள்கிறது கௌசியின் கரங்கள்.

"அழாதே கௌசி... அவன் என்னை நோட்டம் போடத்தான் வந்துருக்கான். நான் சவால்விட்ட மாதிரி வாழ்ந்துண்டுருக்கேனா. இல்ல, என்ன பண்ணிண்டிருக்கேங்கறது அவனுக்கு இப்பத் தெரியணும். இது நல்லதுக்குதான். அவனை நான் தேடி அலைய வேண்டாம் பாரு."

"அது இல்லக்கா... வசந்தாவைப் பண்ணின மாதிரி உன்னையும் ஏதாவது பண்ணிட்டா..."

கௌசியிடம் நடுக்கம் குறையவேயில்லை.

"வசந்தா ஓர் ஏமாளி. நான் அப்படி இல்லை தைரியமா இரு..."

இருவரும் ஆவேசம், அழுகை என்று பேசுவது தேசிகாச்சாரியைப் பெருமாள் முன் போய் நின்று கேவ வைத்து விட்டது.

✻✻✻

"வாங்கோ... வாங்கோ அத்திம்பேர். வாங்கோ... வாங்கோ..." வரவேற்றுக் கொண்டிருந்தான் கோவிந்து. உள்ளே நுழைந்து கொண்டிருப்பது வெங்கட்ராமன்.

"சபாஷ்... நான் உன் அத்திம்பேராக்கும், யார் சொன்னா உனக்கு?" வெங்கட்ராமன் வெற்றிலைக் குதப்பில் கூடவே விஸ்கி வாடை கலந்து பரவக் கேட்டார்.

"அக்கா. அப்படித்தான் சொல்வா, அதான் நானே முந்திண்டு சொன்னேன். உட்காருங்கோ..." கோவிந்துவின் பசலைப் பேச்சு வெங்கட்ராமனைக் குடையத் தூண்டுகிறது.

"ஆமா, எங்க ரங்கநாயகி?"

"அக்கா பக்கத்தாத்துக்குப் போயிருக்கா, வந்துடுவா."

"நீ என்ன பண்ணிண்டிருக்கே?"

"பல்லாங்குழி விளையாடிண்டிருக்கேன். உங்களுக்கு விளையாடத் தெரியுமா?"

"ஆமா... பெரிய ஆசியன் கேம். போய் நான் வந்துருக்கேன்னு சொல்லி உங்கக்காவை அழைச்சிண்டு வா பார்ப்போம்..."

அடுத்த நொடி கோவிந்து வெளிச் செல்ல...

"ததரின்னா... ரங்கநாயகி இன்னிக்கு உன்னை நான் விடப்போறதில்லடி பொண்ணே..." என்றபடி ஊஞ்சலில் போய் அமர்ந்தார்.

***

அத்தியாயம்

10

'கைக்கு எட்டியும் எட்டாத உயரத்தில் ஆசை காட்டும் ஒரு பூவைப் பறித்தே ஆகவேண்டும் என்று வந்துவிட்ட ரோஷத்தில் குடலையைக் கிணற்றுச் சுவர்மேல் வைத்துவிட்டு அவசரமாகத் திரும்பின இசைகேடில் ஏனம் சாய்ந்து, நல்லவேளை கிணற்றுக்குள் விழவில்லை. ஆனால் அத்தனை பூக்களும்... ஒரு கணம் பிரமை பிடித்து நின்றேன். இன்றைய பூஜை இப்படித்தானா?'

– 'சிந்தா நதி'யிலிருந்து லா.ச.ரா.

புடவை முட்டாக்கால் இழுத்துப் போர்த்திக்கொண்டு வாசல் தாண்டி ரங்கநாயகி தன் வீட்டில் பிரவேசிக்கும்போது ஊஞ்சல் ஆடும் சப்தம் கேட்டது.

வெங்கட்ராமன் நுனிக்கால் கெந்த ஆடிக்கொண்டிருந்தார். உள் நுழைபவளை ஒரு கோணல் பார்வை பார்த்துக்கொண்டே வரவேற்க ஆரம்பித்தார்.

"வா ரங்கநாயகி... எங்கே போய்ட்டே? அக்கம்பக்கம்லாம் நன்னாப் பழகறாளா?"

கேள்விகளில் நிறைய உள்ளார்ந்த அர்த்தங்கள்.

"எங்க வந்தேள்..." – நறுக்குகிறாள் ரங்கநாயகி. கிரீச்சிட்டு நிற்கிறது ஊஞ்சல்.

"என்ன ரங்கநாயகி கேள்வி இது..."

"....."

"பாத்தியா. உன்னாலையே பதில் சொல்ல முடியல. பரஸ்த்ரீ ஆத்துக்கு ஒரு மனுஷன் எதுக்கு வருவான்?"

திரும்பவும் ஊஞ்சலைக் கெந்துகிறது கால்கள்.

'க்ய்வீச்ச... க்ய்வீச்ச்...'

ரங்கநாயகி எதையோ சொல்ல வரப்பார்த்து இயலாதுபோய்த் தலையைத் தாழ்த்திக்கொள்ள,

"என்ன ரங்கா... ஏதோ சொல்ல வந்தே போல இருக்கே? அனந்தபத்மநாபன் பர்மனென்டா வெச்சுக்கறேன்னு சொல்லிட்டானாக்கும்." க்ய்வீச்ச், க்ய்வீச்ச்...

"....."

"பேசு. வாய் மூடிண்டிருந்தா என்ன அர்த்தம், புடவையை வேற பத்தினியாட்டம் கழுத்து வரை இழுத்து மூடிண்டிருக்கே. உன்னை என்னாலே புரிஞ்சுக்கவே முடியல." க்ய்வீச்ச்... க்ய்வீச்ச்...

"வேண்டாம். நீங்க எதையும் புரிஞ்சுக்க வேண்டாம். நான் இப்ப எதையும் பேசற மனநிலைல இல்ல. நீங்க கிளம்பறேளா?"

"என்ன ரங்கநாயகி... இது கொஞ்சம்கூடத் தொழில் தர்மமே இல்ல."

வெங்கட்ராமனின் விடாத வளைப்பு ரங்கநாயகி கண்களில் நெருப்பை கொளுத்திப் போட்டதோ? சடாரென்று நிமிர்ந்து அவரைப் பார்க்கும் விதத்திலும் ஒரு நூறு சூரியத் தகிப்பும், கூர்மையும்.

"அப்படில்லாம் பாக்காதே. இன்னிக்கு நான் என் ஆசையைத் தீத்துக்காமப் போகமாட்டேன். தப்பிச்சுக்கலாம்னு மட்டும் நினைச்சுடாதே. நேரா போய் அம்முணி மாமிண்ட போட்டு விட்றுவேன். பரவால்ல நீ... அந்தக் கிழவிய நன்னாவே

மயக்கி வெச்சிருக்கே! உனக்காக அந்தக் கெழம் என்னையே கரிச்சுக்கொட்றதே சபாஷ். உன்கிட்ட பல திறமை இருக்கு. ஐ திங்க்... நீ இப்படி பிகு பண்றது... சில பாலிசி வெச்சிண்டு இருக்கிறது எல்லாமே ஒரு தினுசாத்தான் இருக்கு. ரேட்டைக் கூட்டிக் கேட்க இதெல்லாம் ஹெல்ப் பண்ணுங்கறது எனக்குத் தெரியாதா என்ன?"

வெங்கட்ராமன் பக்கவாட்டில் தட்டில் உள்ள வெற்றிலையைக் கை நீட்டி எடுத்து சுண்ணாம்பு தடவியபடியே பேசும் பேச்சு அவளை மேலும் நெருப்பாக்கியது.

"இப்ப நீங்களா போறேளா இல்லை..."

குரலில் உச்சஸ்தாயிக்குப் போகும்போது கோவிந்து தலையைச் சொறிந்து கொண்டு உள்நுழைந்தான்.

"அக்கா பசிக்கறதுக்கா..."

"உள்ற போ... கல்சட்டியில பழையது இருக்கு. போட்டுண்டு சாப்டு."

"அக்கார வடிசல் பண்ணிப் போட்றியேன்னியே..."

"நாளைக்கு போட்றேன். நீ போ... போய்ச் சாப்டு."

"போக்கா... மூணு நாளா பழையதுதானா?"

"வெய்யக்காலம் வந்துடுத்தோல்லியோ... சூடுபிடிக்காம இருக்கத்தான்... நீ போ... போங்கறேனோல்லியோ?"

"சரி..." அவன் திரும்பத் தலையைச் சொறிந்துகொண்டு உள்ளே சென்றான்.

அவ்வளவையும் பார்த்தபடி இருக்கும் வெங்கட்ராமன் முகத்தில் இப்போது அசாதாரண மாற்றம். சில நொடிகள் முன்வரையில் நிலவிய அந்தக் கித்தாப்பு, வக்கரிப்பு, சலனம் எல்லாமே சப்தம் கேட்டு ஒடுங்கிவிட்ட எலிக்குஞ்சுகளாகிவிட முகம் கொள்ளாதபடி ஆச்சரியச் சுமை.

அவள் கண்களிலும் நீரின் சேர்க்கை. ஆனால், வெங்கட்ராமனுக்குத் தெரியாதபடி அதைத் துடைத்துவிட்டுக் கொண்டாள். ஒரு நல்ல ஆண்மகன்தான் இப்படித் தான் அழுவதைப் பிறர் பார்த்துவிடக் கூடாதபடி தயக்கத் தடுமாற்றங்களைக் கைக்கொள்வான்.

ஆனால், இங்கே ஒரு பெண்.

"ரங்கநாயகி... உண்மையைச் சொல். உனக்கு என்ன பிரச்சினை?"

வெங்கட்ராமன் மிக நேராக விஷயத்தைப் பிடித்தார்.

"எனக்குப் பிரச்சினையா... ஒரு பிரச்னையுமில்ல. இப்ப நீங்க இங்க இருக்கறதுதான் பிரச்சினை."

"கடைக்குச் சரக்கு வாங்க வந்தவன் வியாபாரிக்கு எப்படிப் பிரச்சினையாவான்? உண்மையைச் சொல். யார் நீ?"

"தயவுசெஞ்சு கிளம்பறேளா?"

"மாட்டேன். உன்கிட்ட நிறைய மர்மங்கள் இருக்கு. ஏபிஎன்னைப் பார்க்கப் போனப்போ அங்க டேபிள் மேல அஞ்சாயிரத்தைப் பாத்தேன். உன்கிட்ட பத்மநாபன் விட்டெறிஞ்சதா சொன்ன அதே தொகை. அதை நீ திரும்பித் தரத்தான் அங்க வந்துருந்தேங்கறது புரிஞ்சுப்போச்சு எனக்கு அப்பவே.

வாழைப்பழத்தை வேண்டாத குரங்கு, பணத்தை வேண்டாத வேசி... எல்லாமே ஆச்சரியமான விஷயங்கள். அதைப் பத்தித் தெரிஞ்சுக்கவும்தான் இப்ப இங்க வந்துருக்கேன். ஏனோ தெரியல, உன்னைத் தப்பாவே என்னால நினைக்க முடியல. நீ வேசி வேஷம் போட்றியோன்னு தோண்றது. இது ஒரு கொடுமையான வேஷம். இதைப் போட்டு எதைச் சாதிக்கப்போறே?"

வெங்கட்ராமன் அதிசயமாக ஒரு நல்ல மனிதரைப் போலவும் பேசினார். ஆனால், ரங்கநாயகி எந்தப் பதிலும் சொல்லாமல்

ஊஞ்சலில் அமர்ந்து தரை தட்டியிருக்கும் அவர் பாதம் முன் மண்டியிட்டு விழுந்தாள்.

ஆயிரம் அர்த்தங்களை அந்த நமஸ்காரமெனும் சேவிப்பு அவருக்கு உணர்த்தியது. நினைத்துகூடப் பார்க்கக்கூடாத ஒரு வக்கரிப்பு ஆசையோடு வந்தவனுக்கு வந்தனமா? உடம்பெல்லாம் கூச்சம் பிடுங்கலெடுக்கிறது. உள்பாகங்களில் கிள்ளல் நிகழ்ந்த மாதிரி ஒரு தூக்கியடிப்பு வேறு.

“ஐய்யோடிம்மா... எதுக்கு இந்த நமஸ்காரமெல்லாம். நான் நல்லவனில்லை. உன்னை ஆழம் பாக்க வந்தவன்...”

“யாராயிருந்தாலும் சரி... இந்தச் சேவிப்பு உங்களுக்குத்தான். என்னால் சில விஷயங்கள் இப்பப் பேச முடியாது. பேசவும் கூடாது. எனக்காகத் தெய்வம் பேசும்னு நம்பிண்டு இருக்கேன். அது பேசட்டும். பிறகு நான் பேசறேன். அப்ப உங்க எல்லாக் கேள்விக்கும் பதில் சொல்றேன். ஒரே ஒரு பதிலை மட்டும் இப்ப சொல்றேன். நான் வேசிதான். ஆனா, யாருக்குங்கறதுலதான் எல்லாமே இருக்கு.”

நிமிர்ந்து கண்களைத் துடைத்துக்கொண்டாள் ரங்கநாயகி.

“கொழப்பறியே ரங்கநாயகி.”

“கவலைப்படாதேள்... ஸ்படிகமா சீக்கிரம் தெளிஞ்சிடும்.”

“அது சரி... உன்னைப் பத்திக் கேள்விப்பட்டு வரும் ஒவ்வொருத்தரையும் இப்படித்தான் சமாளிச்சு அனுப்பறியா?”

“இப்படியும்...”

“எல்லாரும் கேட்டுக்க மாட்டாளே, என்னடி பசப்பறேன்னு பாஞ்சா என்ன பண்ணுவே?”

“அது என் கவலை. உங்களுக்கு எதுக்கு அதெல்லாம்?”

“இல்ல ரங்கநாயகி... என்னால உன் வரைல எனக்கென்ன வந்ததுன்னு போகமுடியாது. நீ ஓர் ஆச்சரியம். நீ ஓர் அதிசயம். ஹாட்லி சேஸ் நாவல்ல இருக்கற அளவு மர்மம் உன்

வாழ்க்கைலையும் இருக்கு. நீ எதுலையோ சிக்கிண்டு இருக்கே. நான் மனசார உனக்கு உதவி செய்ய விரும்பறேன். உன் சிக்கல் என்ன சொல்லு?"

"உங்க அக்கறைக்கும், அனுதாபத்துக்கும் ரொம்ப நன்றி. வேளை வரும்போது நானே வந்து கேக்கறேன். இப்ப கிளம்புங்கோ."

"என்னம்மா இப்படிப் பிடிவாதம் பிடிக்கறே. சத்தியமாச் சொல்றேன், நான் கொஞ்சம் சபலிதான். மறுக்கல. ஆனா, எனக்குள்ளறையும் பல நல்ல விஷயங்கள் இருக்கு. முன்ன உன்னைப் பார்க்க வந்த வெங்கட்ராமன் இல்ல நான். உன் சகோதரனைப் போலன்னு நினைச்சுக்கோயேன்."

"சந்தோஷம்... ரொம்ப சந்தோஷம். ஒவ்வோர் ஆணுக்கும் இந்த உலகத்துல ஒரே ஒரு பொண்ணைத் தவிர மத்த எல்லாருமே சகோதரிகள்தான். அந்த ஒருத்திகூட கொஞ்ச நாளைக்குத்தான் மனைவியா இருக்க முடியும். அப்றமா அவ தோழி... அம்மா... சகோதரின்னு பல வடிவம் எடுத்தாகணும். ஆணும் தன் சகோதரிகளைக் கண்ணா நினைச்சு நேசிக்கணும். அவாளுக்குப் பக்க பலமா இருந்து பாதுகாக்கணும். புஜபலமும், ஆண்மையும் பெண்மையைக் கசக்கறதுக்கில்ல... பெண்மையைப் பாதுகாக்கறதுக்கு."

ரங்கநாயகி பெரிய பெரிய ரகஸ்ய சங்கதிகளை நெகிழ்ச்சியோடு உதிர்க்க, வெங்கட்ராமன் மிரட்சியோடு அதைக் கேட்ட வண்ணம் ஊஞ்சலை விட்டு எழுந்தார்.

"நீ சொல்றது வாஸ்தவம்தான்..." என்றன சப்தம் செத்த அவரது உதடுகள்.

"என் பரம்பரையில் என் தாத்தாக்கள்ல யாரோ சிலர் பெண்களைப் போகப்பொருளாவே பார்த்துட்டாப்போல இருக்கு. அதான் எனக்கு இன்னிக்கு இப்படி ஓர் இழிஞ்ச நிலை."

"நீ என்ன சொல்றே...?"

"உங்க பொண் குழந்தைகள் நல்ல புருஷனோட நல்லவிதமா வாழணும்னா எந்தப் பொண்ணையும் நீங்க காமத்தோட பாக்காதேள்."

"அதுக்கு அப்படி ஒரு சக்தியா?"

"என் உள் மனசு அப்படித்தான் சொல்றது. காமம் அதிகமாயிட்ட நாட்ல பெண்களுக்கு நல்ல வாழ்க்கை சாத்யமில்ல. ஒரு பெண் அழற வீடே உருப்படாதுன்னா, நாடு எங்க இருந்து உருப்பட முடியும்? அதான் குடிக்கற ஜலம் பாட்டில் பதினஞ்சு ரூவா விக்கறது..."

ரங்கநாயகியின் விளக்கங்கள் வெங்கட்ராமனைப் பொட்டில் அடித்துத் தட்டில்போட்டுப் பிசைகிறது.

"எனக்கு இரண்டு பொண் குழந்தைகள். அவா நன்னா இருக்கணும். அவாளுக்கு நல்ல புருஷன் வாய்க்கணும். சபலம்பிடிச்சவன், சராசரி மனுஷனுக்கும் கீழானவன் வாச்சுடக்கூடாது. ஆயிரம் பத்தாயிரம் சம்பாதிக்கலைன்னாலும் பரவால்ல. ஆம்படையாளுக்கு ஒரு தலைவலின்னா பதறிப்போகணும். அந்த அன்பும், பாசமும் வேணும். கட்டாயம் வேணும்."

"அப்படியா. தங்கை நான் சொல்றேன், அப்படியே நடக்கும். அவா ஏதாவது பாவம் பண்ணியிருந்தா அது என் கணக்குல சேரட்டும். அத நான் அனுபவிச்சுக்கறேன். நீங்க கிளம்புங்கோ. ஆத்துல மாமிய இனிமேலாவது உண்மையாக் காதலியுங்கோ..."

ரங்கநாயகியின் பேச்சைத் தொடர்ந்து வெங்கட்ராமனின் கைகள் கூம்புகின்றன. கண்களில் கலக்கம்.

"ரங்கநாயகி... எப்பன்னாலும் சரி சொல்லியனுப்பு. உதவி செய்யக் காத்துண்டு இருக்கேன், எதுக்கோ வந்தேன். எதுவாவோ ஆயிட்டேன். வரேன்."

விறுவிறுவென்று அவர் நடக்க, ஒரு விசும்பல் சப்தம் கேட்டுத் திரும்பினாள் ரங்கநாயகி.

இருண்ட சமையல்கட்டின் நிலை அருகில் கௌசி. புழக்கடை வழியாக வந்துவிட்டவள் நடந்தது அனைத்தையும் பார்த்துத்தான் அழுகிறாள்.

அப்படியே ஓடி வந்தாள். 'பொதேல்' என்று காலில் விழுகிறாள்.

"அக்கா... அக்கா..." என்று விம்மிவிம்மி வெடித்தாள்.

"உன்னை மாதிரி முடியாதுக்கா. சத்யமா நீ அந்த மகாலட்சுமிக்கா... நரசிம்மர் மடியில் ஏறி உக்காந்த அந்த லட்சுமிக்கா..." அந்தச் சின்னப்பெண் கேவிக் கேவி மாரணைந்தபடி பேசிற்று...

ரங்கநாயகியும் ஜலக் கோர்வையுடன். ஆனால், அதை அங்கீகரிக்க முடியாதபடி அழுதாள்.

✲ ✲ ✲

டாடா சுமோவின் தேங்கலுக்குப் பின் கதவுகள் திறந்துகொள்ள நால்வரும் இறங்குகின்றனர். இறங்குவது ஏபிஎன்னின் பங்களா முகப்பு.

"வரணும்... வரணும் பெரியவா வரணும்." வாசலிலேயே நின்றுகொண்டு நெற்றிகொள்ளாத ஸ்ரீசூரணக் காப்போடு பட்டு உத்ரிய பளபளச் சட்டையோடு வரவேற்புத் தருகிறார் ஏபிஎன்.

வீட்டினுள் கல்யாணக் களை, ஹாலில் ஏபிஎன்னின் முதலிரண்டு தங்கைகள், அவர்களின் குழந்தைகள் எல்லோருமே உள்ளே நுழையும் டாடா சுமோ கோஷ்டியைப் பார்த்து வரவேற்பு முகமன் வாசிக்கின்றனர்.

கூடவே, என்ன இது நாலே நாலு பேர் மட்டும் வந்திருக்கின்றனர் என்கிற லேசான சஞ்சலமும் அவர்கள் முகத்தில் ஓடாமல் இல்லை.

ஆனாலும், துளியும் சலன சஞ்சலங்கள் இன்றி அவர்கள் பிரவேசித்து அமர்ந்தனர். அந்த நால்வரில் நடுவயதில் இருக்கும்

பட்டு உடுத்திய நகை ஸ்டாண்ட் பெண்மணி, "உங்க மனுஷா எல்லாரும் வந்துட்டாப்போல இருக்கே?" என்று கேட்டாள். அம்முணி ஒடுங்கி ஓரம் கட்டியிருப்பவள், தன் பெண்ணைப் பார்த்து ஏதோ ஜாடை காட்ட அவளிடம் இருந்து பதில் முளைத்தது.

"அ... ஆமாம்... ஆமாம்... நான் பெண்ணோட பெரியக்கா... அவ இரண்டாவதவ... ஆமா, உங்க மனுஷா..."

"நாங்கதான்... மாப்பிள்ளை பிசினஸ் விஷயமா போயிருக்கான். முன்னால போங்கோ... பின்னால வரேன்னான்."

"அப்ப நீங்க நாலுபேர் மட்டும்தானா?"

"நிச்சயதார்த்தம்தானே. கல்யாணத்துக்குப் பாருங்கோ. கல்யாண மண்டபம் கொள்ளாது."

"அதோட... எனக்கு இந்த மாதிரி ஃபார்மாலிட்டி ஃபங்ஷன்ல அத்தனை ஈடுபாடு கிடையாது. எதுக்கு அநாவசியச் செலவு. அத நீங்க பண்ணா என்ன, நாங்க பண்ணா என்ன? காஞ்சி பெரியவர் சொல்வார்... கல்யாணம்கறது ஒரு புனிதமான சடங்கு. அதுல பட்டுப்புடவை உடுத்திக்கறதுகூடத் தப்பு. ஒரு பட்டுப்புடவைக்காக லட்சம் பட்டுப் புழுன்னா சாகறது?"

இப்படிக் கேள்விகேட்டு நெகிழ்த்தியவர் பையனின் அப்பாபோலத் தெரிந்தார்.

அப்பொழுது பார்த்து வாசல்பக்கம் ஒரு மாருதி காரின் தேங்கல்.

உள்ளிருந்து மாப்பிள்ளை மிடுக்கோடு இறங்கிக்கொண்டிருந்தான் ஸ்ரீக்காந்த்!

***

அத்தியாயம்

11

'என்னைப் பொறுத்தவரை வாழ்ந்து தீர்ப்பது என்று முடிவு செஞ்சுட்டேன். நான் ஏமாந்துபோனதை லோகத்தின் முன்னே பகிரங்கமா ஒப்புத்துக்க எனக்கு அவமானமா இருக்கு. என்னதான் அவர் என்னை வெறுத்து ஒதுக்கியே வெச்சிருந்தாலும், நான் என்னவோ என் வரைக்கும் ரொம்ப சுயநலத்தோட சந்தோஷமா இருக்கிறதா நினைச்சுண்டு ரகசியமா திருப்திப்பட்டுண்டிருக்கிற எங்க அப்பா அம்மாவுக்கு இந்த சமாதானமாவது இருக்கட்டும். அதுவுமில்லாத இந்த என் உடம்பை நாலு இடங்களுக்கு வீசி எறியறதன் மூலம், என் மனம் சுகம் கண்டுடாதுங்கறதையும் நான் புரிஞ்சுண்டிருக்கேன்.'

– 'கோகிலா என்ன செய்து விட்டா'ளில் ஜெயகாந்தன்

காரிலிருந்து இறங்கும் ஸ்ரீக்காந்த் பட்டு வேட்டி, சட்டை என்று மின்னுகிறான். கழுத்தில் விரல் பருமனில் ஒரு சங்கிலி. அது உள்ளங்கை மூடுமளவு டாலருடன் அதில் பச்சை மரகதக்கல் மின்ன ஜொலிக்கிறது.

மேல் பட்டன்வரை போட்டு நெற்றியிலும் ஸ்ரீசூரணம் தரித்திருந்தான்.

வாசல்படி தாண்டி வராண்டா மார்பிளில் நடந்து வருபவனை எல்லோருமே பார்க்க,

"வா ஸ்ரீக்கா... உனக்காகத்தான் உக்காந்துண்டுருக்கோம்" என்று வரவேற்றார் அவனது அப்பாவைப் போன்றவர்.

"நல்லவேளை பட்டு உடுத்திண்டு வந்தே. எங்க எனக்கு சிம்பிளா இருக்கத்தான் பிடிக்கும்னு தொளதொள போஜன் மாதிரி ஒரு பேண்ட், சட்டையைப் போட்டுண்டு வந்து நிப்பியோன்னு பயந்துட்டேன்." சொல்லிவிட்டுச் சிரித்தாள், அம்மாவைப் போன்ற பெண்மணி. எல்லோர் பார்வையும் அழுத்தமாக அவன்மேல்... அதிலும் ஏபிளன் பர்வையில் ஒரு கூர்மையும்கூட! ஸ்ரீக்காந்த் சேவித்தபடி காலியாயிருக்கும் ஒரு குஷன் நாற்காலியில் அமர்ந்தான். ஏபிளன்னின் சகோதரிகள் சாருவும், ஜானகியும் பரபரப்பாயினர்.

"என்ன சாப்பிடறேள்?" பொறுப்பாக விசாரிக்கத் தொடங்கினார், மூத்த மாப்பிள்ளை சடகோபன். அதுவரை பேசாமல் எக்ஸ்பிரசில் கண்களை உருட்டிக் கொண்டிருந்தவர், வீட்டு மாப்பிள்ளை எனும் தோரணையோடு கேட்கும் விதத்திலேயே லட்சணக்கொடி பறந்தது.

நடுவில் இந்தக் கூத்தைப் படம் எடுக்கும் ஆசையோடு ஏபிளன்னின் உறவுக்காரப் பையன் ஒருவன் அம்மாஞ்சியோ ஆட்டுக்குட்டியோ, சுற்றிச்சுற்றி வந்து கொண்டிருந்தான்.

பளிச் பளிச் என்று ஃபிளாஷ் வாரி வாரி விழுங்கிற்று.

"சாப்படறதெல்லாம் இருக்கட்டும்... முதல்ல கொஞ்சம் பேசுவோம். உள்ள வரும்போதே நாலு பேர்தானா? கூட்டம் இல்லியான்னு கேட்டுட்டேன். என் ஆத்துக்காரி ஆண்டாள் சொன்ன சமாதானம் ஒங்களுக்கு ஒப்புதலா இருக்கான்னு தெரியணும். இல்லேன்னா ஏதோ ஆள் அம்பு இல்லாத பனாதிக் கூட்டம்னு நினைச்சுடப்படாது பாருங்கோ..."

ஸ்ரீக்காந்தின் அப்பா போன்றவர் விஸ்தாரமாகப் பேசிக் கண் கண்ணாடியைச் சற்று அழுத்திவிட்டுக் கொண்டார்.

ஏபிஎன்னுக்கு நல்ல நடுமண்டை மேல் கட்டை விழுந்த மாதிரி ஒரு வலி.

“அதெல்லாமில்லை” என்று சொல்ல வந்து முடியாதுபோய் எச்சில் விழுங்கிக் கமறினார்.

“தெரியறது... அதெல்லாமில்லைன்னு சொல்ல வந்தேள், ஆனா முடியல. பரவால்ல. உங்க நிலைல நானிருந்தாலும் அப்படித்தான் இருப்பேன்.

தோ பாருங்கோ... ஸ்ரீக்காந்த் எனக்கு ஒரே பிள்ளை. அவன் பெரிய ஆடிட்டரா இருக்கான். திருச்சில ஆடிட்டிங் ஆபீஸ், பத்துப் பதினைஞ்சு அசிஸ்டென்சுன்னு அமோகத்துக்குக் குறைச்சலில்ல.

தின்னவேலிப் பக்கம் கருங்குளம் என்னோட பூர்வீகம். ஆனா வேலை ஜாகைன்னு தஞ்சாவூர்ப் பக்கம் வந்து அப்படியே செட்டிலாயிட்டேன்.

இதெல்லாம் உங்களுக்குத் தெரிஞ்ச சமாச்சாரம்தான். என்ன திரும்பச் சொல்றேன்னு நினைக்கப்படாது. ஜாதகம் வாங்கிண்டு போக வந்தப்பவே கிட்டத்தட்ட எல்லாத்தையும் சொல்லிட்டேன். ஆனா, ஒரு முக்கியமான விஷயத்தை இங்கேயும் சொல்லணும்.”

அவர் சற்று இடைவெளி விட்டார். அர்த்தமுள்ள இடைவெளி. மாடியில் தூண்பின் மறைவாக நின்றுகொண்டு சகலத்தையும் பார்த்துக் கொண்டிருக்கும் கல்யாணி முதல், ஹாலிலேயே பக்கவாட்டு அறைக்குள் புடவை முட்டாக்கு நடுவில் துளி கதவு திறந்த நிலையில் அதன் வழியாக மையத்தில் நடப்பதைப் பார்த்தபடி இருக்கும் அம்முணி வரைக்கும் அந்த இடைவெளி ஒரு சரியான உபாதைதான்.

ஏபிஎன் நடுவில் கமறினார். “அதான் ஏற்கெனவே சொல்லிட்டேளே... அதை விடுங்கோ. நிச்சயதார்த்தம்கறது கிட்டத்தட்ட அரை கல்யாணம். அதான் என்னடா யாரையும் காணோமேன்னு மனசுக்குச் செத்த சலனமா இருக்கு...”

"நான்தான் சொன்னேனே மிஸ்டர் ஏபிஎன். எங்களுக்கு ஆடம்பரம் பிடிக்காது, லௌகீகம்னு சொல்லிண்டு தாம்தூம் பண்றதும் பிடிக்காது. அஞ்சு லட்சம், பத்து லட்சம் செலவு பண்ணிக் கல்யாணத்தப் பண்ணினாலும் அதுல ஒரு நொட்டுச் சொல்லாம இருக்கப் போறதில்லை.

இதனாலேயே சிம்பிள் சிம்பிள் வெரி சிம்பிள்னு இருக்கணும்கறது என் பாலிசி மட்டுமல்ல, என் பிள்ளையோட பாலிசியும்கூட...

நாட் ஒன்லி இன் அவர் பாலிசி. ராஜமன்னார்குடி ராஜகோபால் ஐயங்காரான என் தோப்பனாரும் அப்படித்தான், நானும் அப்படித்தான்..."

அந்த மனிதர் பேச்சின் கனபரிமாணம் அம்முணியைக் கலக்கிற்றோ என்னவோ, கைகளைக் கூப்பி 'நாராயணா' என்று கசிந்தாள்.

"அதனாலதான் கல்யாணத்தக்கூட சிம்பிளா திருப்பதில முடிச்சுக்கறது நல்லதுன்னு சொன்னேன். இன்னொண்ணு எங்காத்துக்குத் திருஷ்டி ஆகாது. துளிக்கூட ஆகாது. எதாவது ஒண்ணு நன்னா நடந்துடுத்துன்னா நாங்கள் ஒரு மாசத்துக்குப் படுக்கைல விழும்படி ஆயிடும். இப்படிப் பல விஷயங்கள் யோசிக்கப் பாத்துட்டுத்தான் கூட்டம் கூட்டாம அடக்கமாப் பண்ண வந்திருக்கோம். ஆடம்பரமா ஒரு கல்யாணம் பண்ணித்தான் அவஸ்தைப்பட்டாச்சே..."

சுருக்கென்கிறது எல்லோருக்கும். பார்வை கூராகிட புருவம் புழு நெளிசல்கொள்ள நடுவில் காப்பித் தம்ளரும் கமகம் வாசமுமாகப் பெரியவள் சாருமதி பிரவேசித்தாள்.

"யாருக்கு ஆடம்பரமாகக் கல்யாணம் நடந்தது...?" மாப்பிள்ளை சடகோபன் ஆவலாதியைக் கேள்வியாக்கியபடி காபியை ஒரு முழுக்கு நாவில் பரத்தினார்.

“ஸ்ரீக்கு ஓர் அண்ணன் இருக்கான். அவனைப்போலவே இருப்பான். அந்தக் கழிசடைக்குத்தான்...”

“இவர் உங்களுக்கு ஒரு பிள்ளைன்னேளே...?”

“இப்பகூட அப்படித்தான் சொல்றேன். எப்பவும் அப்படித்தான் சொல்வேன். நன்னா கவனிச்சேளா... ஸ்ரீக்கு அண்ணன்னுதான் சொன்னேன். எனக்குப் புள்ளைன்னு சொல்லலியே...”

“புரியல...” சடகோபனும் சரி, சகோதரிகளும் சரி, குழம்பிப் போகின்றனர்.

“நான் சொல்றேன்... என் பேர் பிச்சுமணி. இவர் மச்சினன். மாப்ள நீர் சும்மா இரும். ஸ்வாமி எங்க மாப்ளைக்கு இரண்டு பசங்கள். இரட்டைப் புள்ளைகள். அதுல பெரியவன் ஸ்ரீனிவாஸ். சின்னவன் ஸ்ரீக்காந்த். பார்க்க அச்சு அசல் ஒண்ணா இருப்பா. என் அக்கா பண்ணின பாவமோ, இல்ல நாங்க பண்ணின பாவமோ. அவன் ஒரு தெல்லவாரியாப் போய்ட்டான். இருந்தும் பொறுப்பா அவனுக்கு ஒரு கல்யாணத்தப் பண்ணினோம். கிராண்டாவே பண்ணினோம். அப்றமாவது திருந்தி நன்னா இருப்பான்னு பார்த்தோம். கல்யாணத்துல் திருஷ்டி விழுந்ததுதான் மிச்சம். அவன் திருந்தல. அந்தப் பொண்ணும் சூசைய்ட் பண்ணிண்டுட்டா. ஹூம்...” பெருமூச்செறிந்தார் ஸ்ரீக்காந்தின் மாமா பிச்சுமணியாகத் தன்னைக் காட்டிக்கொண்டவர்.

ஒரு சின்ன மௌன விலாசம்.

நிச்சயதார்த்த வேளை தப்பிப்போகும் ஒரு பதற்றமும் வியாபிக்க ஆரம்பித்தது.

“அதுக்கப்புறம் அவனை எங்க மாப்ள ஆத்துல சேக்கல. அடிச்சு விரட்டிப்புட்டார். இருந்தும் அந்த நாய் தன்னை ஸ்ரீக்காந்துன்னு சொல்லிண்டு என்னென்ன தப்பு உண்டோ அதைப் பண்ணிண்டு இருக்கான்.

இதை நாங்க ஏபிஎன்கிட்ட ஜாதகம் பார்த்துப் பொருந்தினப்பவே சொல்லிட்டோம். அவர்தான் இதைப் பிரஸ்தாபிக்க வேண்டாம்னுட்டார். இருந்தும் இப்ப சொல்லும்படியாயிடுத்து.”

அவர் முடிக்க காபியின்மேல் ஆடை வேய்ந்துகிடந்தது. எல்லோர் முகங்களிலும்கூட அதிர்ச்சியின் வியாபிப்பு.

"அதனாலதான் அமரிக்கையா நடந்துக்கப் பாக்கறோம். சிம்பிளா இருந்துட்டா தேவலைன்னு நினைக்கறோம். அதேசமயம் நாம பட்ட கஷ்டம் பொறத்தியார் படக்கூடாது. ஒரு பொண்ணைத் தெரிஞ்சோ தெரியாமலோ கொன்னுட்டோம். அதுக்குப் பரிகாரமாதான் உங்க பொண்ணுக்கு வாழ்க்கை கொடுக்க நினைக்கறோம்."

அவர் சொல்லச் சொல்ல அத்தனைபேர் முகமும் இன்னதென்று சொல்ல முடியாத தினுசுக்கு உருமாற, வந்த நான்கு பேரில் அதுவரையிலும் பேசியிராத, மாமாவின் பக்கத்தில் அமர்ந்திருக்கும் பெண்மணி கனைப்புடன் கமறினாள்.

"அக்கா... இதையெல்லாம் இப்பவா பேசுவா? எல்லாத்தையும் பொண் பாக்க வரப்பவே பேசியிருக்கலாமே... இவாளையெல்லாம் பாத்தேளா, இத்தனை சங்கதி இருக்காங்கற மாதிரி பாக்கறதை... இவாளைச் சொல்லியும் தப்பில்ல..."

அந்தப் பேச்சு ஏபிஎன்னை நெம்பி நிமிர்த்தியது.

"தப்பு என்மேலதான்... அழகிரி சார் எல்லாத்தையும் முன்னையே என்கிட்ட சொன்னார். நான்தான் இங்க சொல்லலை. சொல்லி என்ன ஆகப்போறதுங்கற நினைப்புதான். ஆனா, அழகிரிசார் இங்கேயும் போட்டு உடைச்சிப்பிட்டார். இதுவும் ஒருவகைல நல்லதுதான்."

ஏபிஎன் சொல்லிக்கொண்டே மாப்பிள்ளை, சகோதரிகள் என்று ஒருபார்வை பார்த்து முடித்துவிட்டு, அப்படியே அறைப்பக்கம் அம்முணியைப் பார்க்க, அவளிடம் கையசைக்கும் அழைப்பு.

அவ எழுந்து அவளை நெருங்கி நின்று.

"என்னம்மா...?"

"என்னடா பத்து இதெல்லாம். ஏன் என்கிட்டகூடச் சொல்லலை நீ..."

“மாப்ளை தம்பி எக்கேடு கெட்டா நமக்கென்னமா? மாப்ளதானே நமக்குக் கணக்குன்னு நினைச்சுட்டேன்.”

“சரி. ஆர்ப்பாட்டம் பிடிக்காது, தாம்தூம் பிடிக்காதுன்னு அள்ளிவிட்றாளே இவாளைப்பத்தி நன்னா விசாரிச்சுட்டையா?”

“விசாரிக்காம... பையனோட ஆடிட்டிங் ஆபீசுக்கே ஆளை அனுப்பிப் பார்த்துட்டு வரச் சொன்னேன். இந்த அழகிரிபத்தியும் ஆத்துகிட்ட விசாரிச்சேன்.”

“உனக்குத் திருப்திதானே?”

“இல்லாமலா இத்தனை தூரம் வந்துருக்கேன். அதோட ஜோசியர் வேற இந்த மாசத்துல கல்யாணம் முடிவாகலைன்னா கல்யாணி அப்புறம் எப்பவுமே நித்யகல்யாணிதாங்கறார். அதனால் ரொம்ப மீனமேஷம் பாக்கல. நீதான் அடிக்கடி சொல்வியேம்மா... நாராயணன் ஒருதடவை எழுதினதை யார் வந்தாலும் மாத்த முடியாதுன்னு...”

ஏபிஎன்னின் பதில் அம்முணியைச் சற்று பொட்டலமாகக் கட்டிற்று. மெலிந்த நடுக்கமும், இதயத்தில் திடுதிப்பும், கண்ணில் மிரட்சிப்பசையும் உணரும்படித் தெரிந்தன.

“என்னம்மா பேசாம நிக்கறே... நல்லநாழி தப்பிண்டு இருக்கு. லக்னப்பத்திரிகை எழுதிடுவோம். மத்ததைப் பிறகு பேசிக்கலாமே...”

அம்மாவும், பிள்ளையும் ஆலோசனை புரிய, மெல்ல பெரிய தங்கை சாருமதியும், சின்னவள் ஜானகியும், “என்னண்ணா, என்ன பேசிண்டுருக்கேள்” என்று இணைந்தனர்.

“சாரு நீ சொல்லு... பையனப் பிடிச்சிருக்கா உனக்கு?” ஏபிஎன் சட்டென அவள் முன் ஒரு கேள்வி வைத்தார்.

“ஆமா இது நிச்சயமா... இல்ல பொண் பாக்கற படலமா. இப்ப போய்க் கேக்கறே இப்படி...?”

“இல்ல நாலு பேரா மட்டும் வந்துருக்கா. பேசறதை எல்லாம் பாத்தா கல்சர் தப்பின குடும்பமோன்னு செத்த மிரட்சியா இருக்கு. அதான்...”

அம்முணியின் அபிப்ராயம் ஏபிஎன்னைச் சற்றுக் குத்தியது.

"அம்மா நான் என்ன மாங்கா மடையனா... கல்சர் இல்லேன்னா எப்படிம்மா அந்தப் பையன் ஆடிட்டரா இருக்க முடியும்? ஒரு மெக்கானிக்காவோ, ஆட்டோ டிரைவராவோ பீடி பிடிச்சுண்டுதான் இருந்திருப்பான். சி.ஏ. பாஸ் பண்றது என்ன சின்ன விஷயமா? போகட்டும். நாமளும் இங்க சிம்பிளாத்தானே கூடியிருக்கோம். ஊரைக்கூட்டாதே கண்படப்போறது. கல்யாணத்துல தர்பார் பண்ணிக்கலாம்னு சொல்லலியா?"

ஏபிஎன் பதிலில் திரும்பவும் மௌனப் பரவல். குழப்ப அடக்கம்.

கூட்டத்தில் அதுவரை அமைதியாக அமர்ந்துகொண்டு வெற்றிலை பாக்கு பழத்தட்டை அப்படியும் இப்படியுமாக நகர்த்திக்கொண்டும், அட்சதை அரிசி, சந்தனக் கரைசல் என்றும் பொழுதைக் கடத்திய பராசர பட்டர் இடையில் சற்றுக் கூவலாகவே கூப்பிட்டார்.

"அனந்து... டயமாயிண்டிருக்கு. காலம் தப்பி லக்னப் பத்திரிகை எழுதினா நன்னா இருக்காது. செத்த வரேளா?"

"இதோ..." ஓடிவரத் தொடங்கினார் அனந்தபத்மநாபன்.

அவர்களின் அந்தக் குசுகுசுப்பை, கும்மாளிப்பை உர்ரென்று கவனித்துக்கொண்டிருந்த ஸ்ரீக்காந்த் அப்படியே பக்கவாட்டில் சரிந்து அப்பா அழகிரி என்று சொன்னவரிடம் காதைக் கடிக்க ஆரம்பித்தான்.

"என்ன ஓய்... இன்னும் நாலு பேரோட வந்து தொலைச்சிருக்கலாமில்லியா? பாத்துப்பாத்து மத்த விஷயத்தைப் பண்ணியும், இதுல கோட்டை விட்டுட்ட மாதிரி தெரியறதே... பாத்தேளா தாலி கட்றதுக்கு முந்தியே முழிச்சிக்கப் பாக்கறதே..."

***

அத்தியாயம்

12

'என் வாழ்வில் ஒரு தவறு நடந்திருக்கிறது. மாபெரும் தவறு நடந்திருக்கிறது. இருபத்து மூன்று வயதில் லட்சியம், சமூக சிந்தனை, தெளிந்த வாழ்க்கை என்று கனவு கண்டது தவறா? இல்லை புருஷன் என்பவன் காசு கொண்டு வந்து கொட்டுபவன் என்கிற பெண்ணை மணந்தது பிசகா? தாலியைக் களைந்தெறிவதா, இல்லை சுவழ் வேண்டாம் என்று முடிவு செய்வதா?

இரண்டும் இல்லாது கூழில் முடி விழுந்தாலும் பாதகமில்லை என்று குடிப்பதா? இத்தனை நாள் இப்படித்தான் குடித்தனம் நடந்தது, ரோமம் விழுந்த உணவாகத்தான் தாம்பத்தியம் நடந்தது.'

– 'பலாமரம்' நாவலில் பாலகுமாரன்

ஸ்ரீக்காந்தின் அந்தக் குசுமுசுப்பு அவர் முகத்தில் கலவரரேகைகளைப் பரத்துகிறது. சற்று திணறத்தான் செய்தார். “இவங்களை இழுத்துண்டு வரதே பெரும்பாடாயிடித்து... நீ வேற” என்று நாக்கை வேறு கடித்தார்.

“ஸ்வாமி...” நடுவில் பட்டரின் அழைப்பு.

“லக்னப் பத்திரிகை எழுதி மாத்திண்டுடலாமா?”

“ஓ பேஷா...”

“முகூர்த்தத்தை எப்ப வெச்சுக்கலாம்? வர்ற சித்திரைல...?”

“எதுக்கு அவ்ளோ தள்ளிப் போயிண்டு... அடுத்த வாரமே ஒண்ணு வரதே?”

“அவ்வளவு சீக்கரமாவா... இரும்... ஏபிஎன் என்ன சொல்றார்னு பார்ப்போம். நீர் என்ன சொல்றீர்?”

“அத்தனை சீக்கரமா எதுக்குன்னு பாக்கறேன். ஏன்னா கடைக்குட்டி கல்யாணம் இது. நன்னா நாலு நாளைக்கு சாஸ்த்ரோக்தமா பண்ணலாம்னு பாக்கறேன்...”

ஏபிஎன் அப்படிச் சொல்லும்போது மாடியில் கல்யாணி முகத்தில் ஒரு பொன் வண்ணம் உருவாகி மின்னுகிறது.

அம்முணி அதற்குமேல்... கைகூப்பிக் கசிந்தாள். பக்கவாட்டில் சுவரில் ஏபிஎன்னின் அப்பா நரசிம்மாச்சாரியாரின் படம். அதைப் பார்த்து கணவனோடு மானசீகமாக எதோ பேசினாள்.

கூடத்தில் ஏபிஎன் சொன்னதில் உடன்பாடில்லாததுபோல் உம்மணாமூஞ்சித் தோற்றம் காட்டியவனாக அமர்ந்திருந்தான் ஸ்ரீக்காந்த்.

“ஸ்ரீ... நீ என்ன சொல்றே? கடைக்குட்டிங்கறா. நன்னா கல்யாணம் பண்ணணும்கறா.”

“.....”

“சொல்லுப்பா... எதுவா இருந்தாலும் இங்கேயே பேசிடு. பின்னால் ஒரு சின்ன வருத்தம் வந்துடப்படாது.”

அழகிரி எனும் அந்த மனிதர் நன்றாகவே மேடைபோட்டுத் தந்தார்.

“நான் சொல்றேன். ஸ்ரீக்குக் கல்யாணம்ங்கற பேரில் வெட்டிச்செலவு பண்றதுல விருப்பமில்ல. அந்தப் பணத்த பொண் பேர்ல பாங்க்ல போட்டுட்டா பின்னால பல விஷயத்துக்குப் பயன்படும்கறது அவன் அபிப்பிராயம்” அழகிரி பிடித்து வந்தவள், அவரது மனைவி ஸ்தானத்தில் இருந்துகொண்டு பேசுவதில் எல்லோர் முகத்திலுமே ஆச்சரிய பெருக்கம்.

“என்ன ஸ்வாமி...? அது அதை அதுக்குண்டான மாதிரி பண்ணினாத்தானே நல்லது?” ஏபிஎன்னின் மாப்பிள்ளை சடகோபன் தன் பங்குக்குக் கேள்வி கேட்க, ஸ்ரீக்காந்திடம் சட்டென்று ஓர் ஆவேசம்!

“சாரி மாமா... எனக்கு ஆடம்பரக் கல்யாணத்துல ஒப்புமானமில்ல, அதோட நல்ல காரியத்தைத் தள்ளிப்போடவும் வேண்டாம். காதும் காதுமா வெச்ச மாதிரி கல்யாணம் நடக்கறதுதான் நல்லது. ரிசப்ஷனை ஜமாய்ச்சுக்கலாம். நான் வேண்டாங்கல. நான் இப்படிச் சொல்ல பல காரணம் இருக்கு...”

ஸ்ரீக்காந்த் இடைவெளிவிட, பராசரபட்டர் கிட்டத்தட்ட சலிப்பின் உச்சம் போனார்.

“செத்த சீக்கிரம் முடிவுக்கு வாங்கோ நல்ல நாழி போகப்போறது...”

“போகட்டும்... கல்யாணிதான் என் பொண்டாட்டின்னு நான் முடிவு பண்ணியாச்சு. இந்த லக்னப் பத்திரிகை. லௌகீகம்லாம் சும்மா பேருக்குத்தான்...

நான் ஏன் சிம்பிளாவும், சீக்கிரமாவும் முடிச்சுக்க விரும்பறேங்கறதுக்குக் காரணத்தச் சொல்லிடறேன். என் ஜாதகத்தையும், கல்யாணி ஜாதகத்தையும் பார்த்த ஜோதிடர் ஒருத்தர் இந்தப் பெண்ணை நீ கல்யாணம் பண்ணிக்காதே. இவளுக்குக் கடுமையான தோஷம் இருக்கு அது உன்னைப் பாதிக்கும்னார். எனக்கு அதுல எல்லாம் நம்பிக்கை இல்லை.

எப்பவும் யாராவது இதைச் செய்தா இப்படி ஆயிடும்னு சொன்னா நான் கேட்கமாட்டேன். எதிரா செயல்பட்டு என்னதான் நடக்கறதுன்னு ஒரு கை பார்த்துடுவேன்.

இப்பவும் அதனாலதான் சொல்றேன். அப்றம் உங்க இஷ்டம்.”

ஸ்ரீக்காந்த் வசமாக தோஷம் பாதிப்பைத் தனக்குத் துணைக்கு அழைத்துக் கொள்ளவும். மொத்தப்பேருமே சற்றுத்திணறித்தான் போயினர்.

"சரி ஸ்வாமி... மாப்ள விருப்பப்படியே கல்யாணம் நடக்கும். இனி வெட்டிப் பேச்சே கூடாது. அவர் அபிப்ராயம்தான் என் அபிப்ராயமும்."

ஏபிஎன் படபடக்க லக்னப் பத்திரிகை கிடுகிடுவென உருவாகத் தொடங்கியது.

பத்திரிகையைத் தட்டில் வைக்கும்போது அழகிரி சாதுர்யமாக ஏபிஎன்னைச் சற்று ஓரம் கட்டினார்.

"வெறும் பத்திரிகையையா வைக்கப்போறீர்?"

"ஆமா... ஏன் கேக்கறீர்?"

"ஐயோ நன்னா இருக்காதே. ஒண்ணு பண்ணும். நான் ஒரு பத்தாயிரத்து ஒண்ணை என் பிள்ளைக்குத் தெரியாம தரேன். நீர் தந்த மாதிரியே இருக்கட்டும் மணைல பாக்கவும் லட்சணமா இருக்கும்."

ஏபிஎன்னுக்குச் சுரீர் என்றது.

"என்கிட்ட இல்லாத பணமா...? நான் மாப்ள டிரெஸ், மைனர் செயினுக்குன்னு இருபத்தஞ்சாயிரமே வெச்சுத்தரதா இருந்தேன். சிம்பிள் சிம்பிள்ங்கறேளே... தப்பா எடுத்துண்டுட்டா என்ன பண்றதுன்னுதான் அதப்பத்தி யோசிக்கல..."

"ரொம்ப சந்தோஷம்... நீர் வெச்சுத் தாரும். அவன் வாங்கிக்கமாட்டேன்னு சொல்வான். நான் சமாளிச்சுக்கறேன். இதை நான் ஏன் வாங்கிக்கறேன்னா முதல் தட்டு அமோகமா இருந்தாதானே அவ வாழ்க்கை பூரா நன்னா இருக்கும்."

திரும்பவும் சென்டிமெண்ட் டச், ஏபிஎன்னுக்குச் சிலிர்த்துப்போனது.

"உங்களுக்கு ரொம்ப பெரிய மனசு."

"நமக்குள்ள எதுக்கு இந்த மாலையெல்லாம். குழந்தைகள் நன்னா இருக்கணும், தப்பாச் சொன்ன ஜோசியக்காரன் முகத்துலையும் கரியப் பூசணும் அவ்ளோதான்."

"ரொம்ப சந்தோஷம் ரொம்ப சந்தோஷம்..."

ஏபிஎன் அழகிரியின் கைகளைப் பற்றிக் கண்களில் ஒற்றிக்கொள்ளும்போது வெங்கட்ராமன் உள்நுழைந்து கொண்டிருந்தார். "சாரி... லேட்டாயிடுத்து. லக்னப் பத்திரிகை எழுதிடலையே?" என்கிற கேள்வியோடு.

"எழுதிண்டேயிருக்கா... வா வா!" ஏபிஎன் வரவேற்று அழைக்கிறார்.

"நமஸ்காரம்"

"நமஸ்காரம்" அறிமுகம் ஆரம்பமாகிறது.

"வெங்க்கி இவர்தான் மாப்ள, பேர் ஸ்ரீக்காந்த், ஆடிட்டர். இவர் அழகிரி... மாமி பேர்..."

"ஆண்டாள். வில்லிப்புத்தூர்ல பொறந்தவர். அதனால ஸ்தலத்து தாயார் பேரே திருநாமமாயிடுத்து..."

"திவ்யமாருக்கு... இவர் பிச்சுமணி, மாப்ளையோட மாமா... மாமி திருமாமகள்."

நாலுபேரும் கைகளைக் கூப்பி நமஸ்கரித்ததில் ஆண்டாள் நமஸ்கரிக்கும்போது கைவளையல்கள் அதிகமாகவே சப்தம் போட்டன. சாதாரணமாகத் தங்கம் அப்படிச் சப்தம் போடாது. இருந்தும் ஆராய்ச்சி அதனுள் சென்றுவிடாதபடி கத்தரித்தது பராசர பட்டரின் குரல்.

"பத்திரிகை ரெடி... மாத்திக்கலாமா?"

"காத்திண்டுருக்கோம்..."

ஏபிஎன் திட்டமிட்டதுபோல் சலவை நோட்டுக் கற்றைகளை எடுத்து லக்னப் பத்திரிகை உள்ள வெற்றிலை பாக்குத் தட்டின்மேல் வைக்க ஸ்ரீக்காந்த் ஓர் எகிறு எகிற ஆரம்பித்தான் அதைப் பார்த்து...

"என்னதது... எதுக்குப் பணம்?"

“நன்னா இருக்கு. உங்களுக்குக் கல்யாண உடுப்பு வாங்கத்தான்.”

“அத நீங்க எதுக்கு வாங்கித் தரணும்? எனக்கு வாங்கிக்கத் தெரியாதா?”

“இல்ல மாப்ள... இது சம்பிரதாயம்.”

“சாரி... இத நான் ஏத்துக்க முடியாது. எனக்கு இதெல்லாம் பிடிக்காது.”

“ஸ்ரீ... கொஞ்சம் எங்க பேச்சக் கேளேன். முத தட்டு மூளியா இருக்கக்கூடாதுடா. ஏபிஎன் சார்கிட்ட நான்கூட சொன்னேன். கேக்கல அவர்.”

“அப்ப பதிலுக்கு நாம் ஏதாவது பண்ணணும்.”

“என்ன பண்ணணும் சொல்லு?”

“அம்மா உன் வளையல்ல ஒரு பத்த கழட்டிக் கல்யாணி கைல போடு.”

“இவ்ளோதானே இதோ இப்பவே...”

ஆண்டாள் வளையலைக் கழட்டவும், ஏபிஎன் சிலிர்ப்பின் உச்சம் போனார். ரோமக்கால்கள் சிலிர்த்துக் குலுக்கியது அவரை.

அம்முணியின் கண்களில் ஆனந்தத் தாரைகள். வெங்கட்ராமனுக்குக்கூட உச்சியில் தைலம் வைத்த மாதிரி ஒரு குளிர்ச்சி.

* * *

அனைவரும் சிலிர்ப்பில் இருக்கும் அந்தத் தருணத்தில் ஆண்டாள் உரிமையோடு, “எங்க என் மாட்டுப் பொண்ணு...” என்று மாடிப்படி ஏற ஆரம்பிக்கிறாள். தூணுக்குப் பின் நின்றுகொண்டிருப்பவளைப் பார்த்து நெருங்கிக் கைகளைப் பற்றி இழுக்கிறாள்.

“எதுக்கு இப்படி மறைஞ்சு நின்னுண்டிருக்கே. இது என்ன அந்தக்காலமா?” கேள்வியை உதடு கேட்க, கைகள் வளையலை மாட்டிவிடத் தொடங்குகின்றன.

“மாமி இதெல்லாம் எதுக்கு? அண்ணா எனக்குன்னு அம்பது பவுனுக்கு மேல பண்ணப்போறார்” கல்யாணி ஈனசுரத்தில் பேசியதற்கு ஓர் அலட்சியச் சிரிப்பு ஆண்டாள் எனும் அந்தப் பெண்ணின் உதட்டில்.

கைகளைப் பற்றி வளையடுக்கும்போதே, “ஆமா, என் பிள்ளையோட எதுனா பேசறையா?” என்று ஒரு கேள்வி கல்யாணிக்கு வியர்த்துக் கொட்டியது.

“பேசறதா...?”

“தப்பென்னடா கொழந்தே... கல்யாணத்துக்கு முந்தி அவனைப் பத்தித் தெரிஞ்சுக்க வேண்டாமாக்கும். அவனுக்கும் உன்கூட ஏதோ பேசணுமாம். என்ன சொல்றே?”

கல்யாணி மல்லிகை பாரம் அழுத்தும் தலைப் பின்னலோடு தலையை அசைத்துச் சம்மதம் தந்தாள்.

“சமத்து, உன்னை எனக்கு ரொம்பப் பிடிச்சிருக்கு. வெக்கப்படாதே, மனசுவிட்டுப் பேசு என்ன?”

கன்னம் தொட்டு ஒரு செல்லக் கிள்ளு கிள்ளிவிட்டு ஆண்டாள் இறங்கி வர ஆரம்பித்தாள்.

படி இறங்கி வரும்போதே, “ஸ்ரீ... என் மாட்டுப்பொண்ணு உன்னோட ஏதோ பேசணும்னு ஆசைப்படறா” என்று ஒரு கொக்கியை மாட்டவும் தவறவில்லை. மாட்டுப்பொண்ணா ஆசைப்பட்டது?

“அதுல ஒருதப்பும் இல்லை. தாராளமா மாப்ள போய்ப் பேசலாம்” என்று ஏபிஎன்னும் எடுத்துக்கொடுக்க மளமளவென்னு மற்ற விஷயங்கள் நடக்கத் தொடங்கின.

தட்டு மாற்றிக் கொண்டார்கள்.

கைகுலுக்கிக் கொண்டார்கள்.

ஸ்ரீக்காந்த் முதல் காரியமாக, "மாமி எங்கே?" என்று கேட்டு அம்முணியைத் தேடிப்போய் அவள் கால்களில் விழுந்து எழுந்தான். பின், ஏபிஎன்...

எல்லோரிடமும் மிக மரியாதை தெரிந்த பையன் என்னும் சிலிர்ப்பு, ஸ்லாகிப்பு... அப்படியே மாடிப்படி ஏறி கல்யாணியைச் சந்திக்கவும் போனான்.

கீழே வெங்கட்ராமன் பலமாக ஏபிஎன்னின் கைகளைக் குலுக்கினார்.

"நல்ல இடமாப் பிடிச்சுட்டே ஏபிஎன்... கல்யாணி கொடுத்து வெச்சவ" என்று வெற்றிலை அரைத்த வாயால் சொல்ல அதைக் கேட்டு, நான்கு பேரும் ஒருவரை ஒருவர் பார்த்துக்கொள்ள மேலே...

"நமஸ்காரம்."

"என்ன இது? என்ன போய் நீங்க சேவிச்சுண்டு..."

"அதுல தப்பென்ன... ஆமா, என்னை நிஜமா உங்களுக்குப் பிடிச்சிருக்கா?"

"ப்ளீஸ் மரியாதைல்லாம் வேண்டாம். என்னை அது என்னவோ பண்றது."

"அப்படியா...? சரி என் கேள்விக்குப் பதில் என்ன?"

"அது நான் கேக்க வேண்டிய கேள்வி."

"சரி அதுக்குப் பதில் சொல்லிடறேன். பிடிச்சதாலதான் இவ்வளவு தூரம் விஷயம் நடந்திருக்கு."

"அப்ப என்கிட்ட மட்டும் எதுக்கு அப்படிக் கேட்டேள்?"

"இந்தத் தேசத்துல பல பெண்கள் நிர்ப்பந்தத்தால்தான் கல்யாணத்துக்குச் சம்மதிக்கறா. முதலிரவுல நான் ஒருத்தரைக் காதலிச்சேன். பெரியவா மிரட்டி உங்களுக்குக் கல்யாணம் பண்ணி வெச்சுட்டாங்கறா அதான்."

“சத்யமா நான் அப்படியில்லை. ஒருகால் நான் காதலிச்சாலும் இந்தக் கறுப்பியை, ஒல்லிப்பிச்சானை யார் காதலிப்பா சொல்லுங்கோ பார்ப்போம்.”

“ஏன் நான் இல்லியா?” ஸ்ரீக்காந்த் அவளை நெம்பித் தூக்கினான். அவள் கண்ணில் ஒளிப்பிழம்பு ஊடே நீர்த்தாரை. அந்த நெகிழ்ச்சியை அவள் கை தொட்டுக் கூட்டிப் பெருக்கலானான். அவளுக்குள் முதல் அந்நிய ஆணின் ஸ்பரிசம்.

உடம்பில் கோடி மின்னல் ஓடி விளையாடியது போன்ற பரவசம் வேறு. இரத்தத் திவலை ஒவ்வொன்றின் செல்லிலும் சர்க்கரைப் பாகு பொட்டுப்பொட்டாகக் கரைந்து இனிக்க இனிக்க ஓடத் தொடங்குகிறது.

“தொட்டுட்டேன், ஒண்ணும் தப்பா எடுத்துக்கலையே?”

“தொட்டது சரீரத்தை மட்டுமல்ல. என் ஆத்மாவையும்னா.”

“அப்ப ஒரு நிச்சயதார்த்தப் பரிசு தரட்டுமா?”

“பரிசா?”

“ஆமாம்” சொன்ன சூட்டோடு அவள் உதட்டின்மேல் தன் உதட்டை வைத்துப் புதைக்க ஆரம்பித்தான். அவள் உயிரோடு இருக்கும்போதே கொள்ளியிட்டது போல எரியலானாள்.

சட்டென்று விலகினான்.

அவள் இவ்வளவுதானா என்கிற தாபப்பார்வை பார்க்கலானாள்.

“வரட்டுமா?”

“உம்...”

திரும்பி நடக்கத் தொடங்கி சில தப்படி போட்டுப் பின் திரும்பி, “கல்யாணி ஹனிமூனுக்கு எங்க போகலாம்?” என்று கேட்க அவளிடம் திக்குமுக்காடல்!

✲ ✲ ✲

எல்லோரும் கிளம்பிப் போய்விட்டார்கள்.

வெங்கட்ராமன் மட்டும் நகராமல் அமர்ந்துகொண்டே இருந்தார். பழைய வெங்கட்ராமனாக இல்லாமல் நிறைய மாற்றங்களுடன் முன்புபோல வீசி நடக்கும் நடையோ, பேச்சோ இல்லை. நெற்றியிலும் பளிச்சென்று திருநீறும், குங்குமமும்.

அம்முணி அந்த மாற்றத்தைக் கவனிக்கத் தவறவில்லை. எனவே, சற்று ஸ்நேக பாவத்தோடு வெங்கட்ராமனின் அபிப்ராயமறிய ஆசைப்பட்டு, “என்ன வெங்கட்ராமா? எப்படி இருக்கார் மாப்பிள்ளை?” என்று கேட்கவும், வெங்கட்ராமன் சொல்ல ஆரம்பித்தார்.

“நல்ல லட்சணம், பணிவும்கூட! கல்யாணிக்குக் கல்யாணம் தள்ளிப்போனதுலயும் ஓர் அர்த்தமிருக்கு மாமி.”

“ஆரம்பத்துல எனக்குத் செத்த பயமாத்தான் இருந்தது. ஆனா பேசப்பேசத்தான் புரிஞ்சது.”

“சரசரன்னு வளையலக் கழட்டிப் போட்டுட்டாளே அந்த மாமி. சாதாரணமா அம்மாக்கள் இந்த மாதிரி சந்தர்ப்பத்துல் பிள்ளைகளப் பம்பரமா ஆட்டி வைப்பா. இங்க தலைகீழ்... பிள்ள சொல்லி அம்மா கேட்ருக்கா. எங்காத்துலையும் இருக்கே...”

பெரியவள் தன் கணவன் சடகோபனைப் பார்த்தபடிச் சொல்ல, சடகோபன் க்ஷணத்தில் சங்கடகோபன் ஆனாலும், “அப்ப, அம்மா பேச்சக் கேட்டேன். இப்ப உன் பேச்சக் கேட்கறேன். மொத்தத்துல என் பேச்சக் கேட்கத்தான் ஆளில்லை” என்று அவர் சொல்லவும் கொல்லென்று சிரிப்பலை...

மொத்த வீட்டிலும் குதூகலம் பொங்கி வழிகின்றது. கல்யாணி அதற்கு நடுவில் உச்சத்தில் இருந்தாள். அவன் கட்டியணைத்துத் தந்த முத்தம் சித்தத்தையே பிரட்டிப் போட்டிருந்தது.

“என்னடி பேசினார்?” என்று சகோதரிகள் கேட்டபோது திக்கித்திணறிப் போனாள்.

“பிடிச்சிருக்கான்னு கேட்டார்” என்று மிடறு விழுங்கினாள். அவன் சொல்ப நொடிகளில் அந்தப் பெண்ணை உருட்டிப் பிசைந்து விட்டிருந்தான்.

ஏபிஎன் மார்பில் பனிப்பாளம் உருகுவதுபோன்ற ஒரு பிரமை. அப்போது வெங்கட்ராமன் நைச்சியமாகச் சொன்னதில் அவரிடம் பயங்கரத் திகைப்பு.

“ஏபிஎன்... உன் தங்கை வாழ்க்கைக்கு ஒரு வழி பாத்துட்டே. என் தங்கையின் வாழ்க்கைக்கும் அப்படியே ஒரு வழி பாத்துடு...”

“உனக்கொரு தங்கையா வெங்க்கி... என்ன சொல்றே நீ?”

“ரங்கநாயகியைச் சொன்னேன்பா!”

***

அத்தியாயம்

13

'My dark Gazelle of the night! என் இரவின் கரிய மானே! இரவு கண்ட விரிசல் போலும், மின்னல்கிளை பிரிந்த உன் கொம்பு விலாவில் ஏறி, நான் வீழ்ந்த மூர்ச்சையினின்று மீண்டபோது உந்தன் முன்னங் குளம்புகள் என் மார்பின்மீது உணர்ந்தேன். உன் மூச்சின் நெருப்பு, குங்கிலியத்தின் குபீர் குபீரில் உன்னைச் சூழ்ந்த இருளை எரித்து, அந்த வெளிச்சத்தில் நீ விட்டு விட்டு வெளிப்பட்டு உடன் உடன் மறைகையில், என் கன்னத்தில் உன் மூக்கு ஈரத்தின் உராயலில், உன் நக்கலில், மீண்டும் நான் மூர்ச்சையில் மூழ்காமல், நில்நில் நினைவே, மாறிமாறி நீ, விழுவதும் எழுவதும்... இழப்பதும் என் அவமானம்.'

– 'சிந்தா நதி'யிலிருந்து லா.ச.ரா.

ரங்கநாயகியைத் தன் தங்கை என்று சொல்லும் வெங்கட்ராமனை ஏபிஎன் பார்க்கும் பார்வையே ஒரு தினுசாகத்தான் இருந்தது.

"என்ன வெங்க்கி... என்ன இது வசனம்...?" என்று பக்கமாக அமர்கிறார் ஏபிஎன்.

"வசனமில்ல ஏபிஎன்... சத்யம். வாஸ்தவத்துல ரங்கநாயகிய நான்தான் உனக்குக் கூட்டிக்கொடுத்தேன். அவளைப்பத்தி என்னவெல்லாமோ சொல்லியும் வெச்சேன். ஆனா, அதெல்லாம் தப்பு... ஏபிஎன்..."

"தப்பா?"

"ஆமாம்... அவ ரொம்ப நல்ல பொண்ணு. அவ வேசி இல்ல. வேசியாட்டம் நடிக்கிறா. ஏன்னு கேட்டா சொல்லமாட்டேங்கறா... பெரிய புதிரா இருக்கா!"

"ஓஹோ..."

"நீ கேக்கற தொனியே சரியில்லை. நான் சொல்றத நம்பு."

"சரி நம்புறேன். இப்ப எதுக்கு இந்த நல்ல நாழில அவளப்பத்திப் பேசற?"

"காரணமாத்தான்."

"பீடிகை போடாம சொல்லித் தொலை."

"எனக்கென்னவோ அவ என்னைப் பார்த்தது, பேசினது, பேசும்போது உன்னைப்பத்தி விசாரிச்சது எல்லாமே சாதாரண ஒண்ணா தெரியல. அதற்குப் பின்னாடி ஏதோ காரண காரியம் இருக்குன்னு தோண்றது."

"என்னது? என்னைப் பற்றி விசாரிச்சாளா?"

"ஆமாம், யார் அது ஏபிஎன்னுன்னு கேட்டா... ரொம்ப ஆசாரமான மனுஷனா...? எத்தனை அக்கா, தங்கைகள்னு கேட்டதை எல்லாம் கூட்டிப்பார்த்தா அப்படித்தான் தோண்றது..."

வெங்கட்ராமன் தன் பேச்சில் புதிய கோணத்தைக் காட்டினார். ஏபிஎன்னிடம் அதன் நிமித்தம் சலன சஞ்சலம். நடுவில் ஸ்ரீநிதி அழுதபடி ஓடிவந்தது அவரை நோக்கி. துரத்திக்கொண்டு வந்தாள் கல்யாணி.

வழக்கமான கல்யாணியாக இல்லாமல், நிஜ கல்யாணியாக. கண்ணாடி வளையல் சப்தம், கழுத்தில் பிரளும் மல்லிகைச்சரம், பளிச்சென்ற கார்டன் சாரி! அசத்தினாள்.

"அப்பே... அப்பே"

"என்னடா கண்ணு... என்ன வேணும்? எதுக்கு இப்படி ஓடி வரே?"

“மம்மு நாண்டாம்ப்பா... நாண்டாம்...”

“அண்ணா அவள இப்படிக் கொடு... சாப்ட இவ படுத்தற பாடு இருக்கே...”

“போதி...த்தே... போதி... போதி...”

“மம்மு நாண்டாம்...ம்...ம்”

“சாப்பிட்றா கண்ணு... சாப்பிட்றா ராஜா! சாப்டாதானே உடம்பு பிடிக்கும். இல்லேன்னா உங்கத்த மாதிரி சோனியாதான் இருப்பே. சாப்பிட்றா ராஜா...”

ஏபிஎன் யதார்த்தமாத்தான் குழந்தையிடம் பேசினார். ஆனால், அதில் ஓர் ஊசி உருவாகி, அது கல்யாணியைச் சோனி என்று போய்த் தாக்க அவளும் அதனால் பாதிக்கப்பட்டதுபோல் சற்று உதறல்கொள்ள அவ்வளவும் வெங்கட்ராமனுக்குப் புரிந்தது.

“என்ன கல்யாணி? நல்ல புளியங்கொம்பாகவே புடிச்சுட்டியே...” என்று அவளுக்குள் தேன்தடவப் பார்த்தார்.

கல்யாணி வெட்கம்பிடித்துச் சிரித்தபடியே திரும்பவும் ஸ்ரீநிதியை இழுக்க, அது வரமாட்டேன் என்று சண்டித்தனம் செய்ய, அம்முணி இடையில் நுழைந்தாள்.

“கொண்டா இப்படி... நான் ஊட்றேன். ஆமா இரண்டுபேரும் இங்க என்ன பண்றேள். ஹால்ல அவ்ளோ இடம் இருக்கும்போது உட்கார்ந்துண்டு பேசாம...”

“சும்மாத்தான் மாமி.”

“என்ன கண்றாவியோ... வெங்க்கி... மாப்ளையைப் பிடிச்சிருக்கா உனக்கு...?”

“நன்னா ராஜா மாதிரி இருக்கான் மாமி.”

“என்னமோப்பா... நாலு பேரா வந்து ஒரு நிமிஷம் எங்கள உலுக்கிப்பிட்டா. அப்றமாத்தான் சரியாச்சு.”

“எதுக்கு மாமி வெட்டிக் கவலை. உங்க மனசுக்கு எல்லாம் நன்னாத்தான் நடக்கும்.”

"நடந்தால் சரி. இவ கல்யாணம் முடிஞ்ச கையோட இதுகளுக்கும் ஒரு வழிய பார்த்துட்டா நான் நிம்மதியா கண்ண மூடிடுவேன்..."

அம்முணி ஸ்ரீநிதியைத் தூக்கிக்கொண்டே ஒரு குண்டைப்போட ஏபிஎன் முகத்தில் வெளிறல்.

"என்ன ஏபிஎன் உங்கம்மா சொல்றது புரியறதா உனக்கு."

"கிடக்கறா, நீ விஷயத்துக்கு வா. ரங்கநாயகியைப் பத்தி என்னவோ சொன்னியே..."

"அதாம்ப்பா... அவ வாழ்க்கைல ஏதோ பயங்கர மர்மம் அடங்கியிருக்கு. உன்னைப்பத்தி விசாரிச்சது... அப்புறமா உங்க ஆத்துக்கே வந்தது எல்லாத்துலையும் ஏதோ அர்த்தமிருக்குன்னு நினைக்கிறேன். உன்னண்ட ஒண்ணு கேக்கவா?"

"என்ன?"

"நீ அவளைப் போய் பார்த்தியே, அவ உன்னண்ட எப்படி நடந்துண்டா?"

"எதுக்குக் கேக்கற?"

"சொல்றேன். ஆனா ஒளிவு மறைவில்லாம சொல்லு."

"என்னத்த சொல்ல... நான் போதைல இருந்தேன். சரியா பிடிபடமாட்டேங்கறது."

"அப்ப நான் நினைக்கிறதுதான் சரி..."

"என்ன?"

"நீ எந்தத் தப்பும் பண்ணல. அவளும் அதுக்கு இடம் கொடுக்கற பொண்ணு இல்ல. அதேசமயம் உன்னண்ட எதையோ எதிர்பார்க்கறா அவ."

"வெங்க்கி நீ ரொம்ப குழப்பறே... என்னண்ட எதிர்பார்க்க என்ன இருக்கு? நான் அவளைக் கல்யாணம் பண்ணிக்கணும்னு ஆசைப்படறாளா?"

“நிச்சயமா இருக்காது. அதையும் தாண்டி ஏதோ ஒண்ணு. நீ அவகிட்ட பேசிப் பாரேன்.”

“இதெல்லாம் இப்ப அவசியமா வெங்க்கி. அவளுக்கு அவசியம் இருந்தாதான் பேசியிருப்பாளே...”

“போடா முட்டாள். நீதான் பேச வந்தவளை விடுவிடுன்னு விட்டு விரட்டிப்பிட்டியே...”

“தோ பார்... அவ விஷயத்துல் நான் அப்படி நடந்துக்க வேற ஒரு காரணமும் இருக்கு...”

“என்ன?”

“.....”

“சொல்லுடா. உன் மாப்ள சடகோபன் நம்மையே பார்க்கறார். சீக்கிரம்.”

“தப்பா புரிஞ்சுக்காதே... அவளப் பார்க்கச்சே எனக்கு என் கோமளம் ஞாபகம் வந்துடறது. அது எங்கே என்னை அவகிட்ட அழுத்திடுமோன்னு பயமா இருக்கு. அதனாலதான் அவகிட்ட நான் கொஞ்சம் வேகமாப் பேசினேன். கூடவே என் கோமளத்தப்போல இருந்துண்டு வேசித்தனம் பண்றாளேங்கற ஆத்திரம் வேற...”

“இல்ல ஏபிஎன்... சத்யமா அவ வேசி இல்ல. எந்தக் கோயில்ல வந்து சத்யம் பண்ணணும்னாலும் சரி, பண்றேன்.”

“இருந்தா சந்தோஷம். தோ பார். இப்பதான் கல்யாணிக்கு வரன் கூடி வந்துருக்கு. கல்யாணத்தையும் அடுத்த வாரமே நடத்தவேண்டிய கட்டாயம். இந்தச் சமயத்துல நான் ரங்கநாயகி பத்தி நினைக்கறதோ, அவளைப் பாக்கறதோ, பேசறதோ கொஞ்சமும் சரியா இருக்காது. அன்னிக்கு உன் பேச்சக் கேட்டுப் போய்ட்டு வந்ததே இன்னமும் பிராண்டிண்டு இருக்கு. ஆகையால், எல்லாத்தையும் பிறகு பேசிக்கலாம். கல்யாணம் முடியட்டும் என்ன?”

ஏபிஎன் சொல்வதும் சரியாகத்தான் படுகிறது. அதற்குமேல் ரங்கநாயகி பற்றிப் பேச வெங்கட்ராமனுக்கும் பிடிக்காதுபோக, “சரி கிளம்பட்டுமா?” என்று கேட்டார்.

"வெத்தல பாக்கு வாங்கிண்டு போ. நாளைக்கு போன் பண்ணு. கல்யாண சம்பந்தமா உன்னண்ட நிறைய பேசணும்."

"பேஷா."

***

ராத்திரி வேளை...

சித்திரைப் புழுக்கம் காரணமாக எல்லா வீட்டு ஜன்னல் கதவுகளும் திறந்திருந்தன. தேசிகாச்சாரியும் கட்டிலை வாசல்புறம் போட்டுவிட்டு அதில் காற்றாட அமர்ந்திருந்தார். பக்கமாய் கோவிந்து,

நாடார் கடைக்கான மளிகைச்சாமான் கட்டும் பேப்பர் கவர்களை உருவாக்கும் முயற்சியில். சட்டியில் பசை, பழைய தினத்தந்தி, மாலைமுரசுகள் என்று சுற்றிலும்... நூறு கவர் ஒட்டித் தந்தால் இரண்டு ரூபாய். ஆயிரம் என்றால் இருபது ரூபாய்.

எல்லாம் தேசிகாச்சாரி செய்த ஏற்பாடுதான்! நடுவில் தெருக்குழாயில் இருந்து கௌசி தண்ணீர் பிடித்துக்கொண்டு உள் செல்கிறாள். அப்பொழுதுதான் அந்த ஆட்டோ அங்கு வந்து நின்றது. அதிலிருந்து இறங்குபவனாக ஸ்ரீக்காந்த்!

அவனைப் பார்க்கவும் தேசிகாச்சாரிக்கு நரம்பில் முடிச்சு விழுந்தது. திணறலோடு எழுந்திருக்கும் முன் அவன் விறுவிறுவென்று உள் செல்கிறான். அவர் வீட்டினுள்தான்!

"ஏய் ஏய்... இந்தாடா..." கத்திக்கொண்டே செல்ல உள்ளே அவனைப் பார்த்த அதிர்ச்சியில் குடத்தைக் கூடத்திலேயே போட்டுவிட்டு ஓடினாள் கௌசி.

கூடத்தில் ஒரு பிரம்பு நாற்காலி.

அதில் போய் அமர்பவன் நிமிர்ந்து மூச்சிளைக்க பின்னால் வந்த தேசிகாச்சாரியைப் பார்த்தான்.

"என்ன மாமா சௌக்யமா?" எகத்தாளமான கேள்வி வேறு.

"மாமாவா... அதான் அறுத்துவிட்டாச்சே... இன்னும் என்ன மாமா? எங்க வந்தே?"

"உம்... விருந்து சாப்ட. நான் எதுக்கு வருவேன்னு தெரிஞ்சும் என்ன கேள்வி?"

"உன் வழிக்கே வரதில்லைன்னுதான் சத்யம் பண்ணிட்டேனே. இன்னும் ஏன் எங்க பிராணை வாங்கறே?"

"அப்படி தெரியலையே..."

"என்ன சொல்றே?"

"ரங்கநாயகி எதுக்கு இந்த ஊருக்கு அதுலையும் உங்க வீட்டுக்கே குடி வந்துருக்கா?"

"தெரியும், நீ இப்படிக் கேப்பேன்னு தெரியும். அவ என் பொண்ணு மாதிரி. பெத்த அப்பன்தான் உன்னால போயிட்டாரே. அதான் நான் அடைக்கலம் கொடுத்திருக்கேன்."

"நீர் எதுக்கு அடைக்கலம் கொடுக்கணும். அவதான் யார் தயவும் இல்லாம என்னை ஜெயிக்கறதா, அதுவும் தே*** சொல்லிண்டே ஜெயிக்கறேன்னு சொல்லியிருக்காளே... உம்ம உதவிய அவ எப்படி வாங்கிக்கலாம். என் காதுல பூ வைக்கப் பாக்கறாளா?"

அவன் கேள்வி அவரைச் சாதாரணமாக மடக்கின மாதிரி அவர் திணறும்போது, அரிவாள்மணையைத் தூக்கிக்கொண்டு ஆவேச கதியோடு வீட்டுக்குள் நுழைந்திருந்தான் கோவிந்து!

"ஏய்ய்ய்ய்..." பாய்ச்சல் வேறு.

***

அத்தியாயம்

14

'நீ உன் தங்கையோடு இருந்தாய். உன்னைப்போல இல்லையென்றாலும் அவளும் அழகுதான். எவ்வளவு அழகாக இருந்தாய் நீ, என் அருகே பட்டாம்பூச்சியைப் போலச் சிறகடித்துச் சுற்றினாய், உன் கூந்தலின் மணத்தை என்னால் உணர முடிந்தது. இப்படி உன்னில் இருக்கும் வாசனையை எங்கிருந்து பெற்றாய் நீ. உன்னுடைய மார்பு அவ்வப்போது என்னைத் தொட்டது. அதை உணர்ந்திருக்க மாட்டாய் நீ. அப்படித்தானே? என்ன நினைத்தாய் நீ. நான் ஒரு பெரிய மனிதன் என்றுதானே? கலகலத்துப்போன ஒரு காரில் வந்ததால்தானே? ஆ... பெண்களின் சிறுகுறிப்பையும் இந்த ஆண்கள் விடாப்பிடியாகப் பிடித்துக்கொள்வது ஏன் என்று உனக்குத் தெரியுமா?'

– 'ஏழு கார்ட்டூன்களும், ஒரு வண்ண ஓவியமும்'
எனும் ஒரிய சிறுகதையில் ரிஷிகேஷ்பண்டா.

கோவிந்துவின் அந்த ஆவேசம், பாய்ச்சல், ரௌத்ரம் எல்லாமே எல்லோர்க்குமே புதிது. தேசிகாச்சாரியும், கௌசியும் விடைத்துப்போய் நிற்க, தெறித்து விழுந்த தீப்பொறியாட்டம் அது அவிந்துபோவது போலவே அவிந்துபோய், கூடவே மிரண்டும்போய் நின்றான் ஸ்ரீக்காந்த். அரிவாள் வீச்சும் தப்பிப்போனது.

நடுவில் ஒரு ஈரச்சேலையின் சரசரப்பு.

ரங்கநாயகிதான். பின்கட்டு வழியாகக் குளித்து முடித்து தலைகூட முழுவதும் துவட்டியிராதவளாக ஓடி வந்து நின்றாள்.

வந்த ஜோரில் பெருமூச்செறிய அடுத்த வீச்சுக்கு ஆயத்தமாகும் கோவிந்துவை நெருங்கி செவுணி சிவக்கும்படியாக அறைய ஆரம்பித்தாள்.

"போட்றா... போட்றா கீழன்னா. என்னதிது? யார் உனக்கு இப்படி நடந்துக்கச் சொல்லிக் கொடுத்தது. என்ன நினைச்சிண்டிருக்கே நீ?"

ரங்கநாயகியின் அந்த உஷ்ணமான கேள்விகளைத் தொடர்ந்து அந்த அரிவாள் பொத்தென்று கீழ் விழுகிறது.

கோவிந்தும் விழி மணிகளைப் பிரட்டிப் பிரட்டி அலைப்பித்து மருளல் காட்டி விழிக்கத் தொடங்கினான்.

"சபாஷ்... நல்ல ட்ராமா..."

ஊடே குரலோடு பயம் நீங்கியவனாகச் சிலிர்ப்பு காட்டி நிமிர்ந்தான் ஸ்ரீக்காந்த்.

"எது ட்ராமா?" ரங்கநாயகி அவனில் ஊன்றுகிறாள்.

"உம்... நீயும், உன் தம்பியும் இப்ப இங்க நடத்திண்டிருக்கேளே அதைத்தான் சொல்றேன்."

"அப்ப உன் ஜெகஜ்ஜாலத்தை என்னன்னு சொல்றதாம்?"

"வாய மூடு... உன்னோட செப்பிடு வித்தையவிடவா?"

"எந்த வித்தைய நான் யார்கிட்டக் காட்டினேன்?"

"இந்த ஊர்க்கு நீ வந்திருக்கறதே வித்தை காட்டத்தானே?"

"....."

ரங்கநாயகி அவன் கேள்வி முன்னால் மடங்கி பதில் சொல்ல மாட்டாத திணறல்கொள்ள தேசிகாச்சாரி குலுங்கி அழுதபடி குறுக்கே புகுந்து கைகளைக் கூப்பிக்கொண்டு அவன் கரங்களைப் பற்றினார்.

“தோ பார்… போறும், நாங்க பட்டதெல்லாம் போறும். எங்களை விட்று. உன் கால்ல விழறேன். இடத்தக் காலி பண்ணு…”

“காலி பண்றதா… இவ எதுக்கு இங்க வந்திருக்கா? ஏபிஎன்னை இவ பாத்துப் பேசினதாக் கேள்விப்பட்டேன். எனக்கு எல்லாம் தெரியும் மிஸ்டர் தேசிகாச்சாரி. நான் அந்தக் கல்யாணியைக் கல்யாணம் பண்ணிக்கப்போறதைத் தெரிஞ்சுண்டு அதை தடுக்கறதுக்காகவே இவ அங்க லிங்க் கிரியேட் பண்ணிண்டிருக்கா.

ஒண்ணுமட்டும் சொல்றேன். அந்தக் கல்யாணம் மட்டும் நின்னுது… என்ன நடக்கும்னு நான் சொல்லத் தேவையில்ல உங்களுக்கு. எனக்கு மானம் போறதப் பத்திக் கவலையில்லை. ஆனா, உங்க விஷயம் அப்படிக் கிடையாது. பெரிய பத்தினித் தெய்வமாட்டம் சபதம் போட்டுட்டு இப்ப என்ன பண்றதுன்னு தெரியாம நிக்கறாளே இவ… இதப்போலப் பத்துமடங்கு மோசமாகும் உங்க எல்லார் நிலையும்.

என்னைப்பத்தி நான் சொல்லத் தேவையில்லை. உங்களுக்கெல்லாம் தெரிஞ்சிருக்கும். மூச்சு விடப்படாது. நான் யாரை வேணா கல்யாணம் பண்ணிப்பேன். எப்படி வேணும்னா இருப்பேன். ஒதுங்கி அப்படியே ஓரமாப் போயிட்டா உங்களுக்கு அது நல்லது. இல்ல…”

ஸ்ரீக்காந்த் சொடக்குப்போட்டுச் சீறி முடித்து கோவிந்துவையும் ஓர் அனல்பார்வை பார்த்துவிட்டு வெளியேறத் தொடங்கினான்.

வாசல்வரை போனவன் திரும்பி வந்து ரங்கநாயகியைப் பார்த்துத் திரும்பச் சொடக்குப் போட்டான்.

“வேசின்னு வார்த்தைல சொல்லிண்டு வேஷம் போடாதே. உனக்குத் துணிச்சல் இருந்தா வேசியாவே நடந்து காட்டு. அப்ப நீ சொல்வியே சக்திபுராணம், அதை நான் ஒப்புக்கறேன். நீங்கள்ளாம் மகா சக்தியம்சம்னு பூவும் போட்டுக் கும்பிடறேன். ஆனா, நான் கும்புடணும்கறதுக்காக நீ அவ்வளவு தூரத்துக்குப்

போகமாட்டேன்னு எனக்கு நல்லாத் தெரியும். இருந்தாலும் உன்னைப் போகவைப்பேன். என்கிட்ட இருக்கற துருப்புச்சீட்டப் பத்திதான் உனக்குத் தெரியுமே. ஜாக்கிரதை?"

சொன்ன ஷோக்குக் குறையாமல் திரும்பி நடந்தான். ஆட்டோ காத்துக்கொண்டு நின்றிருக்க ஏறிக்கொண்டான். அது 'டபடப்' என்று சப்தம் போட்டு அங்கிருந்து கிளம்பி மறைந்து போகிறது.

அதுவரை பல்லைக் கடித்துக்கொண்டு பயத்திலும், பதற்றத்திலும் உறைந்து போயிருந்த கௌசியைச் சக்கென்று கவ்விப்பிடிக்கத் தொடங்கியது, அவளை அவ்வப்போது வந்து மிரட்டும் வலிப்பு.

தேசிகாச்சாரி பார்த்து தாங்கிப்பிடிக்கும் முன் அப்படியே கீழே கிடக்கும் அரிவாள்மேல் விழுந்தாள்.

ஐய்யோ...

பதறிப்போய்த் தூக்கிப்போட்டுச் சாவியைக் கொடுப்பதற்குள் அரிவாளின் பாகம் இடுப்பு, வயிறு என்று கத்தரித்து முடித்து, இரத்தப் பாம்பைத் தரை ஓட விட்டது.

"பெருமாளே..." தேசிகாச்சாரி தலை தலையாக அடித்துக்கொள்ள, ரங்கநாயகி டாக்டரைத் தேடி ஓட ஆரம்பித்தாள்.

***

அந்த இரவின் மெல்லிருட்டில் ஏபிஎன்னின் கார் ரதமாட்டம் ஊர்ந்து சப்தம் அதிகம் போடாதபடி நின்றது.

வேஷ்டி, கேஷுவலாக ஒரு வெள்ளை நிற டி-ஷர்ட் என பாக்கெட்டில் செல்போன் சகிதம் காரிலிருந்து இறங்கினார் ஏபிஎன்.

வாசலிலேயே அழுத முகமும், அப்பி எடுத்த சோகமுமாகத் தென்பட்டான் கோவிந்து.

ஏபிஎன்னைப் பார்க்கவும் எழுந்து நின்றான். அவன் நிற்கும் விதம், அந்த இருட்டு அவரை என்னவோ செய்தது.

"என்ன கோவிந்து... அக்கா இல்ல?"

"இல்ல..."

"எங்க போயிருக்கா...?"

"பக்கத்தாத்து கௌசிக்கு அரிவாளால் காயம் பட்ருத்து. அதனால், ஆஸ்பத்திரிக்குப் போயிருக்கா..."

"அரிவாளால் காயமா?"

"ஆமாம். அது ஒரு பெரிய கதை..." கோவிந்து தன் பாணியில் மூக்கைச் சிணுப்பியபடிச் சொன்னான். ஏபிஎன் பார்வை உடனேயே தேசிகாச்சாரி வீட்டுப்புறம் தானாகச் சென்றது. முன் நடந்து அந்த ரீப்பர் கதவைத் தள்ளிக்கொண்டு எட்டிப் பார்த்தவர், எதிரில் ஆனந்தி கண்ணீர் கசிந்த முகத்தோடு காட்சி தந்தாள்.

நிலைகால் அருகே குத்துக்காலிட்டு உட்கார்ந்திருந்தாள்.

"யார் நீங்கோ..." கேட்டாள்.

"நான்... நான்... ஆமா, உன் அப்பா இல்ல."

"இல்ல... அவர் ஆஸ்பத்திரிக்குப் போயிருக்கார்."

"ஓஹோ... கோவிந்து ஏதோ உளர்றான்னு நினைச்சேன். நிஜம்தான் போல் இருக்கு" அவர் முணுமுணுக்க, "உள்ற வாங்கோ" என்றது அந்தக் குழந்தை.

"என்னம்மா நடந்தது இங்கே?"

"எல்லாம் இதோ இந்தக் கோவிந்துவால வந்ததுதான். பெரிய ரவுடியாட்டம் அந்த ஸ்ரீக்காந்தை வெட்ட வந்தான். அது என்னடான்னா எங்க அக்காவை வெட்டிடுத்து..."

"அவள் சொன்ன அந்த ஸ்ரீக்காந்த் எனும் பதம் அவர் பிடறியில் கொத்திற்று."

"யாரும்மா அது ஸ்ரீக்காந்த்..."

"முன்ன அவர் எனக்கு அத்திம்பேர்."

"முன்ன அவர் அத்திம்பேரா. அப்ப, இப்போ..."

"வேண்டாம். அப்பா அதைப்பத்தி எல்லாம் பேசக்கூடாதுன்னு சொல்லியிருக்கார்." அவள் கப்சிப் என்று வாயை மூடிக்கொள்ள முயன்றாள்.

"ஏய்... ஏன்டி பயப்படறே. எனக்கும்தான் அவன் அத்திம்பேரா இருந்தான். ஹலோ அத்திம்பேர் அவன் யார்னு வாங்கோ காட்றேன். அப்பதான் நான் சொல்லப்போறது உங்களுக்குத் தெரியும்..."

கோவிந்து நடுவில் புகுந்து ஏபிஎன் கையை அழுத்தமாகப் பிடித்துக்கொண்டு வீட்டுக்குள் நுழைந்தான்.

கூடத்தில் சுவரில் தொங்கும் அந்த போட்டோ படத்தைக் காட்டலானான்.

அடுத்த க்ஷணம் ஏபிஎன்னுக்குப் பகீர் என்றது.

கல்யாணிக்குப் பார்த்த வரனான அதே ஸ்ரீக்காந்த்.

"இது... இது..."

"இவன்தான். இந்தக் கடன்காரன்தான் எங்க அக்காவைக் கல்யாணம் பண்ணிண்டவன்."

"நெஜமாவா...?"

"ஆ... ஆமாம். ஏன் கேக்கறேள்? உங்களுக்கு இவனைத் தெரியுமா?"

"அது... அது... ஆமா உங்கப்பா, ரங்கநாயகியெல்லாம் எந்த ஆஸ்பத்திரிக்குப் போயிருக்கா..."

"தெரியாது... பக்கத்துலதான் ஏதோ ஆஸ்பத்திரின்னா..."

அந்தக் குழந்தை சொல்லச் சொல்ல ஏபிஎன்னுக்குப் பரபரப்பும், துடிதுடிப்பும் கூடித்தான் போனது.

"ஏய் பைத்தியம்... ஏதோ ஆஸ்பத்திரிங்கறியே பெரிய ஆஸ்பத்திரிக்குக் கூட்டிண்டு போயிருக்கா. உங்கப்பா சொல்லும்போது கேக்கலையா நீ... பைத்தியம்... பைத்யம்."

கோவிந்து ஆனந்திக்குச் சொன்ன பதில் ஏபிஎன்னுக்கு உதவி செய்தது.

ஏதோ நடக்கக் கூடாதது நடந்திருக்கிறது.

உடனே ஆஸ்பத்திரிக்குச் சென்று பார்ப்பதுதான் நல்லது. கல்யாணம் முடிந்தபின் ரங்கநாயகியைப் பார்த்துப் பேசிக்கொள்ளலாம் என்று முன்பு முடிவு செய்திருந்தாலும் நினைவில் அவள் முகம் முண்டி எழுந்து, முண்டி எழுந்து அலைக்கழிக்கப் போய்தான், சரி பார்த்துவிட்டு வருவோம் என்று கிளம்பியிருந்தார்.

வந்தால் வந்த இடத்தில் விஷயம் இப்படியா திசைத் திருப்பம் காட்டி கண்ணாமூச்சியும் ஆடும்?

உடனேயே காரில் ஏறி அதைக் கிளப்பினார் ஏபிஎன்.

கோவிந்து தன்னைக் கூப்பிடமாட்டாரா என்கிற மாதிரி பார்த்தான்.

கார் சீறிக் கிளம்பியது. கூடவே ஸ்ரீக்காந்த் தோன்றித் தோன்றி அலைக்கழிக்கப் பார்த்தான்.

ஃபோட்டோவில் பார்த்தது அவனைத்தானா?

இல்லை, அவன் தம்பி ஸ்ரீனிவாஸையா... யாரை?

எதற்காக ரங்கநாயகியும் தன்னைப் பார்க்க விரும்பினாள்?

எல்லாக் கேள்விகளுக்கும் விடை ஆஸ்பத்திரிக்குப் போனால் கிடைக்குமோ...?

வியர்த்து வழிய ஏ.சியைக்கூட ஆன் பண்ணத் தோன்றாதபடிக்கு காரைச் செலுத்தும் அவரைப் பார்க்கப் பரிதாபமாக இருந்தது.

* * *

ஜி.எச்!

மருந்து நாத்தமும், டெட்டால் வாசமும் கலந்து மூக்கைக் குமட்ட அதைப் பற்றிய பிரக்ஞையே இன்றி ஒரு கூட்டம் குறுக்கும் நெடுக்கும் அலைந்து கொண்டிருக்கிறது.

மெயின் கேட்டில் வாட்ச்மேன் வசூல்மேனாகி இருந்தான். விசிட்டர்ஸ் டைம் முடிந்து போயிருக்க, அவனது வசூல் டைம் ஆரம்பமாகியிருந்தது.

ஏபிஎன் சலவைத் தாளாகப் பார்த்துக் கையில் புதைக்கவும், சல்யூட்டோடு அனுப்பி வைத்தான்.

இந்த உலகமே ஏபிஎன்னுக்குப் புதிது. எந்தப்பக்கம் போகவேண்டும், யாரைப் பார்க்கவேண்டும் என்றே புரியவில்லை. தடுமாறிக் கொண்டிருப்பவர் பார்வையில் எமர்ஜென்சி வார்டும், அதன் நுழைவாயிலில் மரப்பெஞ்சின் மேல் சோகமான ரங்கநாயகியும் படுகின்றனர்.

***

அத்தியாயம்

15

'வாழ்க்கை மேல் வெறுப்பு. தன் மேலேயே வெறுப்பு. கூடவே ஓர் இறுமாப்பு. விதியே, உன் கை வரிசை இவ்வளவுதானா? இதற்குமேல் உன்னால் முடியுமா?

கொடுப்பதில் ஒரு பழிவாங்கல் இருக்கிறது. யாரை? என் விதியை. நான் வந்த வழியை எடுத்துக்கொள், எடுத்துக்கொள். எல்லாவற்றையும் எடுத்துக்கொள். நான் கொடுக்கக் கொடுக்க, எனக்கு விஷய விரக்தி கூடக் கூட உனக்கு சுப ஜெயம்.'

– 'சிந்தா நதி'யிலிருந்து லா.ச.ரா.

எமர்ஜென்ஸி வார்டு வாசலில் கவலையோடு அமர்ந்திருக்கும் ரங்கநாயகி எதிரில் ஏபிஎன் போய் நிற்க, அவளுக்குள் திக்குமுக்காடல்.

"நீங்களா... வாங்கோ... எங்க இவ்வளவு தூரம்?" வார்த்தைகள் தயங்கித் தயங்கி வெளிவருகின்றன.

"என்ன பிரச்சினை ரங்கநாயகி?" ஏபிஎன் கைகளைக் கட்டிக்கொண்டு மிகக் கனிவாகக் கேட்கவும், அதை ஓர் அதிசயமாகக் கருதிப் பார்த்தாள்.

"உன்னைத்தான் கேட்டேன். என்னை பிரச்சினை...?"

"அது வந்து..."

"மெல்லாம சொல்லு... ஸ்ரீக்காந்துங்கற பேர்ல ஒரு ரோக் வந்து ஏதாவது கலாட்டா பண்ணினானா?" ஏபிஎன் இப்படியா, இத்தனை நேராகவா நெட்டுக் குத்தலாகவா கேட்பார்!

"அப்போ உங்களுக்கு அவனைப்பத்தி எல்லாம் தெரிஞ்சுடுத்தா?" நெஞ்சின் மேல் கை பதிய ரங்கநாயகி கேட்பதில் ஓர் அசாதாரண வேகம்.

"ம்... தெரியும், அவன்தான் சிக்கலுக்கெல்லாம் காரணமா...? அதச் சொல்லு..."

"அ... ஆமாம்..."

"விளக்கமா சொல்லு. என்னைப் பாக்கணும். மனசை விட்டுப் பேசணும்னு நீ நினைக்கிறதா வெங்கட்ராமன் வேற சொன்னான். அதான் வந்தேன். வந்தா அரிவாள் வெட்டுக்காயம்னு ஏதேதோ காதுல விழுந்தது. எனக்கு ஒண்ணுமே புரியல்ல..."

ஏபிஎன் மெல்ல தன் வருகையின் உள்நோக்கங்களை வெளிப்படுத்த இடையிடையே ஸ்ட்ரெச்சர்களும், வெள்ளைக் கொக்குகளாக நர்ஸுகளும் தாண்டித் தாண்டிச் செல்ல அங்கே நின்று விலாவரியாகப் பேசமுடியாது என்கிற மாதிரி ஓர் இடர்பாடு.

நடுவில் உழுத நிலம்போல் வார்டுக்குள் இருந்து வெளிப்பட்டார் தேசிகாச்சாரி. ஓர் ஆண் அழுதால் அகோரம் பிடுங்கி எடுக்கும் என்கிற நிரூபணதாரராட்டம்... ஏபிஎன்னைப் பார்க்கவும் அவரிடம் தடுமாற்றம். பார்வை இவர் எப்படி இங்கே என்று ரங்கநாயகி பக்கம் திரும்புகிறது.

"ஆமா, உள்ள எப்படி இருக்கு நிலைமை?"

"ப்ச்ச்... இருக்கு! பெருமாளைப் பிராத்திக்க சொல்றா... பொழச்சாலும் கர்ப்பப்பையை எடுக்க வேண்டி வந்துடுமாம். வெட்டு அத்தனை ஆழத்துக்கு விழுந்திருக்கு...!"

"இது ஆக்சிடென்டா... எப்படி?"

“ஏதோ ஒரு டென்ட். மொத்தத்துல ஏழரை நாட்டான் எங்களை உலுக்கறான். அதான் உண்மை.”

“ரங்கநாயகி நான் ஏதாவது உதவி செய்யணும்கறதுக்காக மட்டும் இங்கே வரலை. அந்த ஸ்ரீக்காந்துங்கற ஸ்ரீனிவாஸன் பத்தி எனக்கும் தெரியும். உங்காத்து போட்டோல அவனைப் பாத்துட்டுதான் இவ்வளவு தூரம் வந்துருக்கேன். அவனாலதான் இவ்வளவு சிக்கலா...? செத்த விவரமா சொல்லு...”

ஏபிஎன்னின் கேள்வி முதலில் ரங்கநாயகிக்கும், தேசிகாச்சாரிக்கும் புரியவில்லை. பின்னர் புரிந்தது போன்ற பாவனை.

“அந்தக் கடன்காரன் ஸ்ரீனிவாஸ்னு ஒரு பேரை உங்களுக்கு சொல்லி வெச்சிருக்கானாக்கும்?” தேசிகாச்சாரி கேட்கவும் ஏபிஎன்னுக்கு நுரை தப்பியது வாயில்.

“என்ன சொல்றேள் நீர்...”

“இல்ல அந்த ராட்சஸன் தன்னை உங்களண்ட ஒளிச்சிண்டு ஸ்ரீனிவாஸன்னு கதை உட்றுக்கானான்னு கேட்டேன்?”

“செத்த புரியும்படி சொல்லுங்கோ?”

“எதைச் சொல்ல...? ஒரு மனுஷ மிருகம் கல்யாணம்கற புனித பந்தத்தை வியாபாரம் மாதிரி வரிசையா பண்ணிண்டே போறதையா...? அப்படி போகும்போது அந்த வியாபாரம் சரியா நடக்காமப்போகும்போல் இருந்ததுன்னா வியாபாரத்த முறிச்சுக்க எதையும் செய்யத் தயாரா இருக்கறதையா?”

தேசிகாச்சாரி குளத்தில் குளித்து எழுந்தவராட்டம் வியர்வையோடும், நெஞ்சில் குமுறலோடும், குரலில் கமறலோடும் கேட்கும் கேள்விக்குள் புதிர்போல எவ்வளவோ விஷயங்கள் இருப்பதை ஏபிஎன்னால் புரிந்துகொள்ள முடிந்தது.

ரங்கநாயகி இடையில் அவர் கரத்தை தேடிப்பிடித்து வருடத் தொடங்கினாள்.

“மாமா செத்த அமைதியா இருங்கோ... இது பொறுமையா இருக்க வேண்டிய வேளை...”

“போதும் ரங்கநாயகி... உனக்கு நான் சொன்னதை எனக்குச் சொல்றியா நீ?

ஒண்ணு தெரிஞ்சுக்கோ... தெய்வம் என் பக்கத்துல இப்ப இல்ல. அதான் பட்ட கால்ல பட்றது. கெட்ட குடி கெட்றது. கடைசியா உசுருக்கே ஆபத்து வந்துடுத்து. இனிமே நான் வாயை மூடிண்டுருக்க தயாரில்லை. கௌசிதான் என்னை விட்டுப் போயிடுவா போல இருக்கு. உன்னையும் இழக்க நான் தயாரில்லை. இவரை நீ எதுக்காகப் பார்த்து உன் பிடிக்குள்ள பிடிச்சு வெச்சுக்க ஆசைப்பட்டியோ, அதை இனியும் மறைக்காம போட்டு உடை.

அப்பத்தான் அந்த கல்யாணி பொண்ணு வாழ்க்கையாவது கடைத்தேறும். இல்லே... எல்லாம் தெரிஞ்சும் வேடிக்கை பார்த்த பாவம் உன்னையும், என்னையும் ஏழு தலைமுறைக்கும் விரட்டும்.” ஆஸ்பத்திரி காரிடார் இப்படி ஓர் அனல் பறக்கும் மேடையாக மாறும் என்று யாரும் நினைத்திருக்க மாட்டார்கள்.

“கொஞ்சம் சத்தம் போடாம இருக்கீங்களா...” உள்ளிருந்து கண்டனம் பிறந்து வந்து தாக்கிற்று! ஏபிஎன் நெற்றியில் வரிப்பந்தல். ஸ்பெக்ஸ் விழிகளில் சிந்தனையின் ஆழப் பரிமாணம். மாறாக ரங்கநாயகியிடம் தடுமாற்றம், தத்தளிப்பு.

“மாமா நீங்க செத்த இங்க இருங்கோ. நான் இவர்கிட்ட பேசி அனுப்பிட்டு வரேன், நீங்க வாங்கோ...” அவள் ஏபிஎன்னைத் தனியே அழைத்தாள். ஆஸ்பத்திரி கட்டடங்களுக்கு வெளியே ஆங்காங்கே வாத நாராயண மரக்கூட்டம். கீழே நிழலின் திரட்சி. அதில் ஒன்றில் அவள் அவரோடு போய் நிற்க.

“என்ன ரங்கநாயகி விஷயம்? அவர் என்னை ரொம்பவே குழப்பிட்டார்...”

“ஆமாம்... பொண்ணுக்கு அப்படி ஆனதால் அவர் ரொம்ப குழம்பித்தான் போயிட்டார். கௌசல்யாவுக்கு வலிப்பு வரும். அப்படி வந்தப்ப அரிவாள் கீழே கிடந்திருக்கு. அதுமேலே விழுந்துட்டா... வெட்டிடுத்து... தேசி மாமாக்குப் பொண்ணுகள்னா உசிரு... அதுலயும் கௌசி மேலே தனிப்பாசம். அதான் கிடந்து புலம்பறார்.”

“சரி கௌசி விஷயத்த விடு. நீ என்னை உன் பிடிக்குள்ள வெச்சுக்க ஆசைப்பட்டே அப்படி இப்படின்னாரே...”

“ஆமாம் நான் ஆசைப்பட்டேன். அதைத்தான் சொன்னார். நான் ஒருமாதிரிப் பொண்ணாச்சே.”

“நடிப்பு போறும். விஷயத்துக்கு வா. ஸ்ரீக்காந்தும், ஸ்ரீனிவாஸும் ஒரே ஆளா?”

“அது... அது...”

“மென்னு முழுங்காகச் சொல்லு. ஒரு விஷயத்தை மூடி மறைக்கறதுக்கும் ஓர் எல்லை இருக்கு. உனக்கு சாரி, உங்களுக்கு அவனால் ஏதோ பாதிப்பு ஏற்பட்டிருக்கு. May be கல்யாணம்கூட ஆகியிருக்கலாம்னு யூகிக்கிறேன். உண்மை பேசு, கல்யாணியும் உன்னைப்போல் ஒரு பொண்ணு. அவ வாழ்க்கை நன்னா அமையணும்.”

“அதுக்கு நான் என்ன பண்ண முடியும்? அது அவா அவா தலை எழுத்துன்னா” சொல்லும்போதே ரங்கநாயகி நாவில் தழுதழுப்பு தட்டிற்று.

“ஏய்... என்ன நீ புதிர்மேல புதிரா போட்டுண்டு போறே. உன்னை என்னால் புரிஞ்சுக்கவே முடியல.

ஏன் இப்படி மென்னு துப்பிப் பிராணனை வாங்கறே. எனக்கென்ன வேலை வெட்டி இல்லைன்னு நினைக்கறியா? எவ்வளவு அக்கறை இருந்துருந்தா இவ்வளவு தூரம் வந்திருப்பேன். புரிஞ்சுக்காமப் பேசறயே. ஆண்டவன் வாயைக் கொடுத்துருக்கறது பேசத்தான். அதுலயும் பேசவேண்டிய

வேளைல பேசலைன்னா எல்லாம் பாழாயிடும். உன் வாழ்க்கை... அந்த கௌசல்யா வாழ்க்கை, அதுல ஸ்ரீக்காந்த் பங்கு - இல்ல, ஸ்ரீனிவாஸன் பங்கு என்ன? அது எனக்கு முதல்ல தெரிஞ்சாகணும்.

வெங்கட்ராமன் மூலமா நீ என்னை தெரிஞ்சுக்கப் பாத்திருக்கே... ஏன்? எதுக்கு என்னை நெருங்கி வந்திருக்கே?

மூணாவது உன்னை வேசியா காட்டிக்க வேண்டிய அந்தக் கட்டாயம் எதனால உனக்கு ஏற்பட்டது?

கூட்டாம குறைக்காம குழப்பாம சொதப்பாம நீ தெளிவா சொல்லியே தீரணும்."

ஏபிஎன் கிடுக்கிப்பிடியாகப் போட்டுவிட்டுக் கைகளை இறுகக் கட்டிக்கொண்டு ரங்கநாயகியை நோக்கி கூர்மையாகப் பார்த்தார்.

அவள் முகத்தில் நிச்சலனம். என்ன நினைக்கிறாள் என்றே கண்டுபிடிக்க முடியாத, எந்த உணர்வும் தவழாத ஒருவகை பாவம்.

அந்த நிச்சலனமும், பாவமும் ஏபிஎன்னைக் கோப உணர்ச்சிக்குள் நெட்டித் தள்ளிற்று.

"ஐ... ஸே... பேசு ரங்கநாயகி... பேசு..." குமைச்சல் பீறிடக் கத்தினார் ஏபிஎன்.

"அவ பேசமாட்டா... கரடியாக் கத்தினாலும் பேசமாட்டா. கேட்டா சத்யம்னுவா, கத்தரிக்கா..." பின்னாலேயே குரல் கொடுத்துக்கொண்டு அங்கும் நுழைந்தார் தேசிகாச்சாரி.

"மாமா..."

"வாயை மூடு... நீ பேசாதே... ஆனா நான் பேசுவேன். அது மட்டுமல்ல, இனி எவ்ளோ வேணா பேசலாம். ஏன்னா என் கௌசல்யா போயிட்டா...!" சொன்ன மறுநொடி குபீரிட்டது அவரிடம் அழுகை.

"என்ன மாமா சொல்றேள்?" பதறினாள் ரங்கநாயகி.

“போயிட்டான்னா தெரியாதா...? செத்துட்டா... ரங்கநாயகி... செத்துட்டா... உடம்பை என்ன பண்ணலாம்? இங்க இருந்தே சுடுகாட்டுக்கு அனுப்பிடவா... இல்ல வீட்டுக்குக் கொண்டு போறீங்களான்னு கேட்டு இப்பத்தான் கையெழுத்து வாங்கிண்டா...”

சொல்லி முடிக்கக்கூட முடியவில்லை. நடுவிலேயே திக்கல், திணறல், தடுமாற்றம் எல்லாம்.

ரங்கநாயகியால் நிற்க முடியாது போனது. உடனே ஓடத் தொடங்கினாள் வார்டு நோக்கி...

ஏபிஎன் தேசிகாச்சாரியைத் தாங்கிக்கொண்டார். வாய் பொத்தி அழத் தொடங்கிவிட்ட அவரது தோள்களைத் தாங்கிப் பிடித்து வாஞ்சை காட்டி ஆறுதல் தரப் பார்க்கின்றன ஏபிஎன்னின் கரங்கள்.

சட்டென்று தேசிகாச் சாரியின் அழுகை நின்ற அவர் முகத்தில் ரௌத்திரமான மாற்றங்கள்.

“என் கௌசி எரிஞ்சு சாம்பலாறதுக்குள்ள என்ன நடந்ததுங்கறதை நான் சொல்றேன் ஏபிஎன். என் பொண்ணு கதி உங்க கல்யாணிக்கு வந்துட வேண்டாம். அந்த ஸ்ரீக்காந்த இருக்கானே அவன் கிராதகன், பஞ்சமாபாதகன், அவனுக்கு ஊருக்கு ஒரு பெண்ணாட்டி தெரியுமா உங்களுக்கு?

என்ன பாக்கறேள்? ஸ்ரீனிவாஸன்னு அவனைப்போலவே ஒரு தம்பி இருக்கான்னு அளந்துருப்பான். அவன்தான் இப்படிக் கல்யாணம் பண்ணிண்டு அலையறான்னும் சொல்லியிருப்பான். நம்பாதேள். ஸ்ரீக்காந்த் வேற, ஸ்ரீனிவாஸ் வேற இல்லை.”

தேசிகாச்சாரியின் பொறி பறந்த விளக்கத்தைத் தொடர்ந்து ஏபிஎன் ஒரு விநாடி நிலைகுலைந்தார். பின் நிமிர்ந்தெழப் பார்த்து, முடியாது போய் நிலைகுலைவில் விழ, தூரத்தில் இருந்து பார்த்தபடி இருந்தான் ஸ்ரீக்காந்த் என்னும் அந்த இளைஞன்!

***

அத்தியாயம்

16

'புலிவாலைப் பிடித்து இழுக்காதே... துரத்திக்கொண்டு வந்த பாம்பு வளைக்குள் நுழைந்தபின் வெளியே துடிக்கும் வாலைப் பிடித்தும் இழுக்காதே. உள்ளேயே அதன் கடிக்கும் நுனிக்கு அதன் உடலை மடிக்க அதனால் முடியும். எந்த சுபாவத்தின் வாய் உள்ளேயும் தலையை நீட்டாதே...'

– 'சிந்தா நதி'யிலிருந்து லா.ச.ரா.

ஸ்ரீக்காந்த் எப்படி ஆஸ்பத்திரிக்கு வந்தான்? குறிப்பாக தேசிகாச்சாரியும், ஏபிஎன்னும் பேசும்போது எப்படி அத்தனைத் துல்லியமாகக் கவனிக்கிறான் என்பதெல்லாம் சினிமாவில் நடக்கிற மாதிரியான சமாச்சாரம்தான். சந்தேகமே இல்லை!

ஈரேழு பதினாலு உலகம் என்பார்கள். இனி அது பதினைந்து என்பார் தேசிகாச்சாரி. சினிமா உலகத்தைச் சேர்த்தால் அது பதினைந்துதானே என்பது அவர் கணக்கு.

சினிமா உலகமும் மனிதர்கள் சார்ந்த உலகம்தானே? இந்தப் பூலோகத்து மனிதனால் அவன் சந்தோஷத்துக்காக உருவாக்கப்பட்ட ஒரு விஞ்ஞான பூமிதானே அது என்றால் இருக்கலாம். ஆனால், அதில் காட்டப்படும் ஒரு விஷயமாவது வாழ்க்கைக்குப் பொருந்தி வருகிறதா என்று மடக்குவார்...

எந்தக் காதலர்கள் இன்று கடற்கரை, பார்க், வனாந்தரமெல்லாம் சுற்றிப் பாடுகிறார்கள்? பாடத்தான் முடியுமா? எந்த மனிதன் இன்று பத்துப் பதினைந்து பேரை ஒரே மூச்சில் அடித்துப் போடுகிறான்? துக்கம், சந்தோஷம், ஹாஸ்யம், வீரம் எல்லாமே ஏகத்துக்கும் மிகைப்படுத்தப்பட்ட ராட்சஸமான பொய்களின் சாம்ராஜ்யமல்லவா சினிமா? ஆகையால் அது ஒரு தனி உலகமே. அதற்கும், நமக்கும் சம்பந்தமே இல்லை என்று வாதிட்டவர். ஸ்ரீக்காந்தைச் சந்தித்த பிறகு அந்தக் கருத்தை மாற்றிக் கொண்டதுதான் ஆச்சரியம்.

ஆச்சரியத்துக்குக் காரணமான அவன் கேரக்டரும் அப்படி அமைந்துவிட்டது.

நிஜ வாழ்விலும் சினிமாவைத் தூக்கிச் சாப்பிடும் மனிதர்கள் இருக்கத்தான் செய்கிறார்கள்.

அவர்களுக்கு ஏதோ ஒரு வகையில் நம் வாழ்விலும் இடமளித்து விடும்படியாகி விடுகிறது.

"இவனுக்கும் நான் இடத்தைக் கொடுத்துட்டேன். எல்லாம் நான் செஞ்ச பாவம். போன ஜென்மத்துல யாருக்கு என்ன கெடுதலைப் பண்ணினேனோ, இப்போ அனுபவிக்கிறேன் ஸ்வாமி... இப்ப அனுபவிக்கிறேன்..."

அந்த மரத்தடியில் இருட்டுக் கரிக்குட்டி போடும் பொழுதில் தேசிகாச்சாரியின் விசும்பலும், புலம்பலும் ஏபிஎன்னை ரொம்பத்தான் பாதித்தது.

பெற்ற பெண்ணை வாரிக் கொடுத்துவிட்டு துக்கம் தாளாதபடி, அடுத்து என்ன செய்வது என்பதும் பிடிபடாதபடி அவர் மருண்டுபோய்ப் பேசுவதையும், புலம்புவதையும் பார்க்கப் பார்க்க வலி அதிகரித்தது.

"பொறுமையா இரும். எல்லாத்தையும் பேசிக்கலாம். இது கதை கேக்கற வேளையில்ல தேசிகாச்சாரி. உம்ம பொண்ணு உடம்பை

வாங்கிண்டு அடுத்து ஆக வேண்டியதப் பாருங்கோ... நானும் கூடவே இருக்கேன். எல்லாத்தையும் பின்னால் பேசிக்கலாம்..."

ஏபிஎன் அந்த மனிதரின் தோளைப் பற்றி நிமிர்த்த முயன்றார். அவரோ துவண்டுபோய் அப்படியே தரைமேலே அமர்ந்துவிட்டார்.

ஒரே அலமலப்பு.

சுற்றிலும் இருட்டு - கண்ணைப் பிடுங்கிக் கடலில் போட்டுவிட்ட மாதிரி ஓர் இருட்டு. இதயம் திடுமென்று இரும்புக்கு மாறி பக்கவாட்டுச் சுவர்களைத் தம் தம் என்று மெத்தித் தாக்கி இரத்தம் கசியவிட, அதனால் ஒரு புதிய ஜாதி வலி உருவாகி அப்படியே சுருண்டு படுக்கச் சொல்வதுபோல் ஒரு பிரமை.

ஜி.எச்சின் மருந்து வாடை, தூரத்து வார்டு வெளிச்சங்கள், வெள்ளை உடுப்பு மனித தேகங்களின் குறுக்கு நெடுக்குப் பிரவேசங்கள். வியாதிப் பெருமூச்சு கூடிப் பெருகிவிட்டதால் அந்தப் பிராந்தியம் முழுக்கவே வெப்பமான காற்று பரவிக் கிடப்பதுபோல ஒரு கசகசப்பு.

"எழுந்திரும் தேசிகாச்சாரி... எழுந்திரும்... உம்ம கஷ்டம் புரியறது. ஆகவேண்டியத பாக்கலாம்... எழுந்திரும்." அத்தனைப் பழக்கமோ, அன்யோன்யமோ இல்லாவிட்டாலும் நல்ல மனிதர்கள் இப்படித்தானே இக்கட்டான தருணங்களில் பேசியாக வேண்டும். நடந்தாக வேண்டும்?

தேசிகாச்சாரியின் அந்தத் துவளலை, ஏபிஎன்னின் அந்த வாஞ்சையைத் தொலைவில் நின்று பார்த்த வண்ணமிருக்கும் ஸ்ரீக்காந்த் இனி இப்படித் தூர நிற்பது தகாது என்று முடிவெடுத்தவன்போல் அவர்களை நோக்கி நடக்க ஆரம்பித்தான்.

நெருங்கி விட்டான்.

சற்றே அழுக்கு ஸ்ரீக்காந்த். தலையை நன்றாகக் கலைத்துவிட்டுக் கொள்கிறான். அவனைப் பார்க்கும் ஏபிஎன்னுக்கு வாய்

எச்சிலிலேயே ஓர் உருண்டையான திடப்பொருள் உருவாகித் தொண்டையை அடைக்க முயல்வதுபோல ஓர் அதிர்ச்சி.

தேசிகாச்சாரியும் நிமிர்ந்து பார்த்தார்.

அரைகுறை வெளிச்சத்தில் அவனின் முகம் சுமாராகத் தெரிந்தது.

"ஆரு...?"

"நான்தான் மாமா ஸ்ரீனிவாஸ்."

"யாரு... யாரு... ஸ்ரீனிவாஸா... எந்த ஸ்ரீனிவாஸ்?" தேசிகாச்சாரி தடுமாறிக்கொண்டே எழுந்து நிற்க முனைய, ஏபிஎன்னின் தொங்கும் கரங்கள் அதற்கு உதவின.

"கௌசிக்கு இப்படி ஆகும்னு தெரிஞ்சிருந்தா..." அவன் வேட்டி முனையால் வாய் பொத்தி விசும்ப ஆரம்பித்தான்.

குரலும், உருவமும் இப்பொழுது அவருக்குள் பூகம்பம் பிரட்டுகிறது.

"அடச் சண்டாளா... நீயா...? நீயா...? இங்கேயும் வந்துட்டியா? உன்னை..." அவர் சட்டென்று தெருச்சண்டைக்காரன் போல் வேட்டியை வரிந்துகொண்டு அவன் மேலே விழுகிறார்.

"தேசிகாச்சாரி... என்ன இது... விடும்... விடும்... அட விடுமய்யா..." ஏபிஎன் நடுவில் புகுந்து இடைமறித்து பிரித்து விடுவதற்குள் தபதபவென அவன்மேல் அடிகள் விழுந்து முடிந்துவிட்டது.

அவனோ துளியும் எதிர்ப்பின்றி அவர் எதிரில் அடிவாங்கியவனாக நின்றான்.

"ஸ்ரீக்காந்த் நீங்க எங்க இங்கே..." ஏபிஎன் சற்றுத் தடுமாற்றத்துடன் கேட்கவும், "நான் ஸ்ரீக்காந்த் இல்ல சார்... ஸ்ரீனிவாஸ்..." என்றவன், அடுத்த நொடியே அங்கிருந்து பதில் எதிர்ப்பேதும் காட்டாமல் சாதுப் பசுவைப்போல நழுவத் தொடங்கிவிட்டான்.

“ஏபிஎன் சார், இவன் பொய் சொல்றான். இவன் பேரே ஸ்ரீக்காந்த். நீங்க இருக்கேன்னுதான் அப்படிச் சொல்லிட்டுப் போறான். கிராதகன் இவன். இவனை மாதிரி ஓர் ஆளை எங்கேயும் பார்க்க முடியாது. நடிகன் இவன். இவனாலதான் என் கௌசியே என்னை விட்டுப்போனா... இவனை நம்பாதேள்... நம்பாதேள்...”

அவர் கதறலோடு மயங்கியும் விழும்போது, அங்கு ஆவேச கதிக்கு நிகழ்ந்தது ரங்கநாயகியின் பிரவேசம்.

“என்ன ரங்கநாயகி இந்த வேகம்?”

“ஆமாம் என்னாச்சு மாமாக்கு...?”

“அந்த ஸ்ரீனிவாஸ் இங்க வந்தான். அவனைப் பார்க்கவும் ரொம்ப டென்ஷனாகிவிட்டார். அது என்னடான்னா மயக்கத்துல கொண்டுவந்து விட்றுத்து...”

“கடவுளே அவன் இங்க வந்துட்டானா? எங்க இப்ப அவன்?”

“இப்பத்தான் நழுவினான். நல்ல உதை வேற.” அவர் பார்வை சுற்றித் துழாவுகிறது. யார் யாரோ தெரிகிறார்கள். ஸ்ட்ரெச்சர்கள், சக்கர நாற்காலி மனிதர்கள் என்று...

“நாராயணா... கௌசி சாகும்போது சும்மா சாகலை. வாக்குமூலம் கொடுத்துட்டுச் செத்திருக்கா...”

“என்னன்னு?”

“மொதல்ல அவன் ஸ்ரீனிவாஸில்ல... ஸ்ரீக்கா...”

எதோ சொல்ல வந்தவள், சொல்லாமல் பாதியில் ஒடித்துக்கொண்டு, “இவரைச் செத்த தூக்கிண்டு வாங்கோ... விஷயம் விபரீதமாயிடுத்து” என்று மட்டும் சொல்லிக்கொண்டு பரிதவித்தாள்.

“என்னம்மா விபரீதம். பாடிய போஸ்ட்மார்ட்டம் பண்ணாம தரமாட்டேங்கறாளா? இல்ல வேற ஏதான புது சிக்கலா?”

"சிக்கல்தான்... சிக்கல்தான். நான் என்னத்த சொல்வேன். சில மணிப்பொழுதுல வாழ்க்கைதான் என்னமா வளைஞ்சு வளைஞ்சு பாதை மாறிடுத்து. நாராயணா?"

அந்த மரத்தடியில் அவள் மென்று விழுங்குவதில் ஏபிஎன்னுக்குள் எரிச்சல் மண்டிப்போய் பீறிட ஆரம்பித்தது.

"எதையுமே முழுசா பேசமாட்டியா? என்ன நடந்தது? ஸ்ரீனிவாஸில்ல, ஸ்ரீக்காந்துன்னு ஏதோ சொல்ல வந்தியே என்ன அது?"

குரலிலும் ரௌத்ரம்.

"முதல்ல இவரைத் தூக்கிண்டு வாங்கோ... போலீஸ்காரா எங்கே... எங்கேன்னு கேட்டுண்டுருக்கா..."

"போலீஸ் கேஸாயிடுத்தா?"

"இல்ல... ஆமா..." அவளிடம் தடுமாற்றத்தின் உச்சம்.

ஏபிஎன் அதற்குமேல் அங்கு நிற்கப் பிடிக்காதபடி மயங்கியவரைத் தோளில் தூக்கிப் போட்டுக்கொண்டு நடக்க ஆரம்பித்தார்.

பின்தொடர்ந்தாள் ரங்கநாயகி.

* * *

ஜி.எச்சின் கேஷுவாலிடியை ஒட்டி ஓர் அறை. மலையாகப் பேப்பர் கட்டுகள், ஃபைல்கள், காலி மருந்து அட்டைப்பெட்டிகள். ஒட்டி ஓரமாக ஒரு மேஜை, நாற்காலி. அதில் இன்ஸ்பெக்டர் ஒருவர். கூடவே அமராதபடி நின்றுகொண்டிருக்கும் போலீஸ்காரர் ஒருவர்.

மலையத்தனைச் சோர்வோடு மயக்கம் நீங்கினவராக அழைத்து வரப்படும் தேசிகாச்சாரி முன் ஒரு நாற்காலி போடப்படுகிறது.

"உட்காருங்க..."

"இருக்கட்டும். என்ன கேக்கணுமோ கேளுங்கோ."

"உக்காருங்கோ சார்" இன்ஸ்பெக்டர் அழுத்தம் கூட்டவும் அமர்ந்தார். கூடவே, ஏபிஎன், ரங்கநாயகி, இன்னும் சிலர்.

"என்ன விஷயம் இன்ஸ்பெக்டர்..."

"இல்ல எப்படி நடந்தது இந்த விபத்துன்னு தெரிஞ்சுக்கணும்."

"அதான் அட்மிட் பண்ணப்பவே சொல்லியிருந்தேனே. தரைலகிடந்த அரிவாள் மேல வலிப்பு வந்து விழுந்துட்டா கௌசி. அது..." அவரால் பேசமுடியவில்லை. கண்ணீர் கொப்பளித்தது.

"உங்க பொண்ணு ஸ்டேட்மென்ட் வேறால்ல இருக்கு."

"ஸ்டேட்மென்ட்டா?"

"ஆமாம்... சாகறதுக்கு முந்தி டாக்டர் மூலமா எங்களை அழைச்சு கொடுத்திருக்காங்க."

"என்னன்னு...?" நாற்காலியின் கால்கள் தேய்ந்து எலிபோல் கீச்சிட தேசிகாச்சாரி தேகம் மேஜை முன் விசையோடு வந்தது.

"இது ஸ்ரீக்காந்துங்கறவர் செய்த கொலைன்னு..."

"ஐய்யோ கொலையா...? என்னதிது?"

"தோ பாருங்க மிஸ்டர் தேசிகாச்சாரி. நீங்க ஐயரோ, ஐயங்காரோ தெரியாது. பொதுவுல பிராமணர்களுக்குப் பயம் அதிகம். வம்பு வழக்குகள் பிடிக்காது அவர்களுக்கு. அதனால் நீங்க அதுகளுக்குப் பயந்துகிட்டு நடந்த கொலையை விபத்தா காட்டப் பாத்தீங்கன்னா அதை மாத்திக்கோங்க. யார் அந்த ஸ்ரீக்காந்த்? உங்களை ஏதாவது மிரட்டிகிரட்டி வெச்சிருக்கானா?"

"ஐயோ இன்ஸ்பெக்டர் என்னென்னமோ சொல்றேளே. சத்யமா சொல்றேன்... அது ஒரு விபத்து..." தேசிகாச்சாரி கேவலுடன் சொல்லிவிட்டு, சட்டென்று கண்களைச் சிமிட்டியவாறு கூர்மையாகிப் புதிதாக ஏதோ ஒன்றைப் புரிந்துகொண்டதுபோல.

"ஐ ஆம் சாரி இன்ஸ்பெக்டர். நடந்தது கொலைதான். நீங்க சொன்னதுதான் சரி. அந்தச் சண்டாளன் இப்பக்கூட என்னை

வந்து மிரட்டிட்டுப் போனான்" என்றபோது ரங்கநாயகிக்குத் தூக்கியடித்தது.

"மாமா... என்னதிது?" என்று பாய்ச்சலெடுத்து முன்வந்தாள்.

"நீ சும்மா இரு ரங்கநாயகி. என்னை உண்மையச் சொல்லவிடு. பெருமாளா பார்த்து ஒரு சந்தர்ப்பத்தைக் கொடுத்துருக்கார். விட்றுவேனா..." என்றபோது, அவர் முகத்தில் அனற்பழமாய் ஓர் ஆவேசம். அதுவரை பிரட்டிப் பிசைந்து வைத்திருந்த துக்கம், சோர்வின் மேல் எல்லாம் ஒரு புதுத்தெம்பு.

"ஆமா அந்த வாக்குமூலத்தை நான் பார்க்கலாமா?" வியர்வையை ஒத்தியபடிக் கேட்க, இன்ஸ்பெக்டர் ஏகத்துக்கும் தயக்கம் காட்டிவிட்டு டேபிளில் இருந்து அதை எடுத்து நீட்டும்போது நர்ஸ் ஒருத்தியின் கரங்கள் ரங்கநாயகியின் தோளின் மேல் பதிந்தன. பார்வையிலும் திருப்பம்.

"நீங்கதானே ரங்கநாயகி?"

"அ... ஆமாம்..."

"கொஞ்சம் வாங்க..."

"எதுக்கு?"

"வாங்க சொல்றேன்." அவள் ரங்கநாயகியைக் காரிடாருக்கு அழைத்துச் சென்று பச்சை வண்ணச் சுவரை ஒட்டி நின்றுகொண்டு, ஒரு கவரை எடுத்து ரங்கநாயகியை நோக்கி நீட்டினாள்.

சாகறதுக்கு முந்தி கௌசல்யா சொல்லச் சொல்ல நான் எழுதின அவங்க லெட்டர் இது. எப்படியாவது உங்ககிட்ட சேர்க்கச் சொன்னாங்க, சேர்த்துட்டேன். இனி அந்தப் பெண்ணு ஆத்மா சாந்தியடைஞ்சுடும்னு நம்பறேன்."

சொல்லும்போதே அந்த நர்ஸின் விழிகளில் நீரின் சேர்க்கை!

***

அத்தியாயம்

17

'பாஷைக்குள் ஒரு பாஷை ஒளிந்து கொண்டிருக்கிறது. பரிபாஷைதான் உண்மை பாஷை. ஒரு புருவ உயர்த்தல், ஒரு விரல் சொடுக்கு, ஒரு புன்னகை, அதரத்தின் வில்வளைவு, மோனமாகக் கன்னத்தில் புரளும் இரு கண்ணீர்த் துளிகள், நாணத்தில் தலைகுனிவு, இவை பேசும் ஓர் அகிலம், மூச்சுவிடாமல் மணிக்கணக்கில் பேசும் வார்த்தைகளால் இது இயலாது. இதுதான் உண்மை. எல்லாமே கேள்வியைச் சுற்றிய பதில்களே, கேள்வி ஒன்று. பதில்களோ பல! கேள்விதான் நிரந்தரம். பதில்கள் அதைச் சுற்றிவரும் கிரஹங்கள்!'

– 'சிந்தா நதி'யிலிருந்து லா.ச.ரா.

கௌசி எழுதிய அந்தக் கடிதம் ரங்கநாயகியின் கைகளில் படபடக்கிறது. கண்கள் நீர்க்குட்டையாகி அதில் மணிகள் மிதக்க, வாசிக்க ஆரம்பித்தாள்.

"என் அன்புள்ள அக்கா!

என்ன மன்னிச்சுடு. என் உசுர் போகப்போறத தெரிஞ்சு நான் சில புது முடிவுக்கெல்லாம் வந்துட்டேன். எனக்கு உன்னோட சபதத்துல எப்பவுமே உடன்பாடு இல்ல. அதுல இருந்து உன்னை மீட்டாகணும்கறதுதான். இப்ப

என் முன்னால இருக்கற விஷயம். அதுக்காகத்தான் பகவான் இந்த அரிவாள் வெட்டுக்களை எனக்குக் கொடுத்திருக்கான்னு நான் நினைக்கிறேன். ஆகையால் இதை நான் பயன்படுத்தி அந்தக் கிராதகனைத் தண்டிச்சு உன்னையும் காப்பாத்தப் போறத நினைச்சு ரொம்ப சந்தோஷப்படறேன்.

இப்படி நான் செஞ்சதுக்காகவே அந்தப் பெருமாள் என்னை வைகுண்டத்துல சேர்த்துப்பார். யாரும் தனியா எனக்குக் காரியம் பண்ணணும்கற அவசியமில்ல.

எப்ப கல்யாணம்கற ஒரு பவித்ரமான விஷயம் வீண் ஆடம்பரம், ஜம்பம், பெருமை பீத்திக்க கிடைக்கற ஒரு சந்தர்ப்பம்னு ஆயிடுத்தோ, அந்த கல்யாண பந்தம் நமக்கு ஆன மாதிரிதான் ஆகும்.

சல்லிக்காசு செலவில்லாம ஓர் ஆம்பிள நம்ம சமூகத்துல கல்யாணம் பண்ணிக்க முடியும். ஆனா, ஒரு பொண்ணு கரை ஏற லட்சக்கணக்குல செலவு பண்ணியாகணும்கற அநீதியான சமாச்சாரங்கள்தானே இப்ப இருக்கு?

அப்படி எல்லாம் இருந்ததால, இருக்கறதாலதானே ஸ்ரீக்காந்த் மாதிரி தெருப் பொறுக்கி எல்லாம் வேஷம் போட்டு ஏமாத்த முடியறது?

உன்னையும், என்னையும் போல திருவானைக்காவல்ல ஜெயாவையும் ஏமாத்த முடிஞ்சது. ஜெயா போன இடத்துக்கு இப்ப நானும் போறேன். ஆனா, அவளைப்போல் விரக்தியில் சாகல. கொஞ்சம் வீரத்தோடதான் சாகப்போறேன்.

நீயும் எங்க வழில வந்துடாதக்கா...

பாவம் கோவிந்து, அவனை பகவான் அரைப் பைத்தியமா படைச்சுட்டானேன்னு நான் அடிக்கடி வருத்தப்படுவேன். இப்பதான் புரியறது, உன்னைக்

கட்டிப்போட்டு வாழவைக்கத்தான் அப்படிங்கறது.

அக்கா நீயும் வாழ பாருக்கா. தப்பு ஒண்ணுமில்ல. ஏபிஎன் மாதிரி ஒரு பெரிய மனுஷர்க்கு உன் நிலை புரியாமலா போயிடப்போறது? நான் அவருக்கு கடுதாசி எழுதியிருக்கேன்!

இந்தக் கடுதாசி எழுத எனக்கு ஒத்தாசை பண்ணியிருக்கற நர்ஸ் நாஞ்சில்மேரி கூட கிட்டத்தட்ட நம்ம கேஸ்தான்.

அவ புருஷன் ஒரு குடிகாரனாம். கோர்ட்டுக்குப்போய் தலை முழுகிட்டானாம். எல்லா ஜாதியிலேயும் சிக்கல். மொத்தத்துல பொம்பள சமூகம் கல்யாண காலத்துலையும், அதுக்கு முந்தியும், பிந்தியும் படற பாடு இருக்கே அது பெரிய கொடுமைக்கா.

போகட்டும்... இனியாவது என் பேச்சக் கேளு. நல்லபடியா வாழற வழியப் பாரு. நீ நன்னா இருக்கணும். அதை நான் ஆவி சொரூபமா பாக்கணும். அதுக்கு அப்புறமாதான் எனக்கு சாந்தி, அமைதி எல்லாம்."

உன் தங்கை
கௌசல்யா

கடிதத்தைப் படித்து முடித்தவளுக்கு நெஞ்சில் பிசைவு ஏற்பட்டது. பக்கமாக மர பெஞ்சில் போய் சமைந்துபோய் அமர்ந்தாள். அந்தக் கடிதம் கைகளில் கசங்கிற்று. நிமிர்ந்தாள், எதிரில் நாஞ்சில்மேரி எனும் அந்த நர்ஸ்.

"ஏபிஎன்னுக்கும் லெட்டர் எழுதியிருக்காளாமே... கொடுத்துட்டேளா...?"

"இல்ல, இனிமேதான் கொடுக்கணும்."

"கொடுங்கோ... நான் கொடுத்துட்றேன்."

"இல்ல நானே கொடுத்துட்றேன்."

"வேண்டாம்மா... உனக்கு எதுக்கு சிரமம். கொடுத்திடு."

"சிரமமா? விஷத்தைக் குடிக்கறதுகூட எனக்கு சிரமமில்லீங்க. நீங்க எதனால கேக்கறீங்கன்னு எனக்குத் தெரியும். கௌசல்யா ஆத்மா சாந்தியடையணும்னு நான் நினைக்கறேன். நீங்க அப்படி நினைக்கற மாதிரி தெரியலியே."

அந்த நர்ஸின் மடக்கலில் ரங்கநாயகி திணற அங்கே ஏபிஎன்னே எட்டிப்பார்த்தார். "ரங்கநாயகி இங்க என்ன பண்ற? கிளம்ப வேண்டியதுதான்" என்றபடி அவர் அருகே வரவும் நாஞ்சில் மேரி அவரை ஒரு தினுசாகப் பார்த்தாள். ஐய்யோ கடிதத்தைத் தந்துவிடுவாளோ என்று நினைக்கும்போதே கடிதத்தை எடுத்து அவர் முன் நீட்டினாள்.

"என்னம்மா இது?"

"கௌசல்யா உங்களுக்கு எழுதின கடிதம்."

"எனக்கா... ஆச்சரியமா இருக்கே. எனக்கு எதுக்கு?"

"படிச்சுப் பாருங்க தெரியும். ஆனா, இப்ப இல்ல. காரியம் முடிஞ்ச பிறகு."

அவர் இமைக்கக்கூட மறந்து கடிதத்தை வாங்கி பையில் போட்டுக்கொண்டார்.

"கௌசல்யா ரொம்ப நல்ல பொண்ணு. அந்த ஸ்ரீக்காந்தை போலீஸ் பிடிச்சு தண்டிக்கலைன்னா நான் சும்மா விடமாட்டேன். நீங்க உங்க தங்கச்சிக்கு வேற இடம் பாருங்க, கௌசல்யா எல்லாத்தையும் விவரமா இதுல எழுதியிருக்கு. படிச்சுப் பார்த்து அதுக்கு ஏற்ப நடந்துக்குங்க. இவங்க ரொம்ப நல்லவங்க."

அந்த நர்ஸ் கடிதம் கொடுத்த சூட்டோடு தன் பங்கிற்கு நாலு வார்த்தை பேசவும் செய்தாள். ஆனால், அதில்தான் எத்தனை அர்த்தப் பொதி!

✲ ✲ ✲

சுடுகாட்டில் கௌசல்யாவின் சிதைக்கு தேசிகாச்சாரி கொள்ளியிட்டபோது அந்தச் சுடுகாடே நடுநடுங்கும்படி கத்திக் குமித்து விட்டார்.

"அம்மாடி... யாருக்கு யாரு கொள்ளிபோடறது. பெருமாளே உனக்கே இது நியாயமா...? நான் பெத்து வளர்த்ததை நானே சாம்பலாக்கவா? மனுஷப் பொறப்பு மாதிரி ஒரு மோசமான பொறப்பு இருக்க முடியுமா? இந்த லோகத்துல... ஐய்யோ நான் எத்தனை பெரிய பாவி... எத்தனை பெரிய பாவி..."

தலையிலடித்துக் கொண்டு கதறினார் தேசிகாச்சாரி. கௌசல்யாவைத் தீ நாக்குகள் பிரட்டிப்போட்டுக் குதறத் தொடங்கின.

ஏபிஎன் கடைசிவரை அவர்கூட இருந்து தாங்கிப்பிடித்து வீடுவரை கொண்டு சேர்த்துவிட்டுத்தான் மறுவேலையே என்பதுபோல் அவரைத் தாங்கிப்பிடித்து அழைத்துச் செல்லப் பார்த்தார்.

உறவுக் கூட்டம் பல்லிபோல செருமியும் உச்சு உச்சுக் கொட்டியும் பின்தொடர்ந்தது.

சுடுகாட்டிற்குச் சில போலீஸ்காரர்களும் வந்திருந்தனர். ஸ்ரீக்காந்த் ஒருக்கால் சுடுகாட்டிற்கு வரக்கூடும் என்கிற யூகமோ என்னவோ?

விஷயம் அவனுக்கு எப்படிப் போனதோ?

தலைமறைவாகி விட்டிருந்தான்!

'ஊருக்கு ஊர் பெண்களை ஏமாற்றித் திருமணம் செய்த கல்யாண மன்னன் தலைமறைவு' என்று பத்திரிகை வரைக்கும் பெரிய செய்தியாகி விட்டான்.

✲✲✲

அழுது கொண்டிருந்தாள் கல்யாணி. ஆறுதல் சொல்ல மாட்டாதபடி அருகிலேயே அம்முணி. இடுப்பை விட்டு இறங்காமல், அழும் அத்தையையும், பாட்டியையும் வேடிக்கை பார்க்கிறது குட்டி.

“போறுண்டி அழறத நிறுத்து. நல்லவேளை தாலி ஏறுமுன்னே தப்பிச்சே. நான் அப்பவே தலைதலயா அடிச்சிண்டேன். சந்தேகமும் பட்டேன். எல்லாம் சரியாப் போயிடுத்து. ஏதோ இந்த மட்டுல அந்த நாராயணன் அந்தப் பொண்களாட்டம் உன்னை ஆக்காம விட்டானே?”

கசிகிறாள் அந்தக் கிழவி. கல்யாணியிடம் அழுகை நிற்கவேயில்லை. கச்சிதமாக அப்போது காரின் பிரவேசம்...

“அப்பா... அப்பா... அப்பா... அப்பா...” என்று கொலுசுக் கால்களால் அம்முணியின் கிழட்டு இடுப்பை எக்கி உதைத்துக் கத்தியது குழந்தை.

“உங்கப்பன்தான். போ செத்த நாழி அவனண்ட... நான் அவனைச் சுமந்ததவிட உன்னைச் சுமந்ததுதான் ஜாஸ்தி.” அம்முணி அலுத்துக்கொள்ள அது ததக்குப்பிதக்கு என்று ஓடிற்று.

தளர்வாக நடந்துவரும் ஏபிஎன் சோர்வுடன் அதைத் தூக்கிக்கொண்டார்.

தலை கலைந்து பாழும் நெற்றியுடன் பார்க்கச் சற்று பரதேசித்தனம் காட்டினார்.

நெருங்கி வந்தாள் அம்முணி.

நடுவில் ‘ஜல்ஜல்’ என்று காதில் நட்டுவாங்க சப்தம். மாடியில் தனியறையில் மங்கா பரதம் கற்றுக்கொள்வதன் எதிரொலி.

பார்வை மாடிவரை போய்விட்டுக் கீழ் இறங்கிற்று.

“காபி தரட்டுமா?” அம்முணி கேட்க,

“வேண்டாம்மா, எதுவுமே சாப்பிடப் பிடிக்கல...” என்றார் ஏபிஎன்.

“நடந்ததையே நினைச்சு உடம்பைக் கெடுத்துக்காதேடா. பெருமாள் நல்லதுன்னா பண்ணிருக்கார் நமக்கு. ஆமா, காரியமெல்லாம் ஆச்சா...?”

“ஆச்சும்மா... டி.வி.எஸ். தோட்டத்துல கர்ம காரியம் நடந்தது. அப்படியே அங்கேயே தலைமுழுக்குப் போட்டுட்டு நேரா வர்ரேன். பாவம் தேசிகாச்சாரி. பார்க்கப் பரிதாபமா இருக்கு...”

“ரங்கநாயகி?” அம்முணி கேட்க, ஏபிஎன் ஆயாசமுடன் கூடவே தலை தாழ்த்தினார்.

“என்னடா பதிலக் காணோம்? அந்தப் பெண்ணோட யார் இருக்கா?”

“எல்லாம் ஒண்ணாத்தான் இருக்கா...”

“என்ன, ஒரு நடை அவ ஆத்துக்குக் கூட்டிண்டு போயேன். அந்த தேசிகாச்சாரியண்ட துக்கம் கேட்டுட்டு ரங்கநாயகியையும் பாத்துட்டு வரேன்.” ஏபிஎன் பார்வை அம்மாவைச் சற்று அதிசயமாகக் கருதிப் பார்க்கிறது.

“ஆமாண்டா... அவள நான் பாத்தாகணும். எத்தனை நல்ல மனசு இருந்தா வேசின்னு சொல்லிண்டாவது உன்னை சந்திச்சிருப்பா. எப்படியானா இந்த கல்யாணத்த தடுக்க அந்தப் பொண்ணு ஆரம்பத்துலையே நினைச்சிருக்கா. ஆனா, சொல்ல முடியாத சூழ்நிலை. அவ என்ன பண்ணுவா சொல்லு பார்ப்போம். அந்தக் கிராதகன் அவளை அந்த அளவுன்னா கட்டி வெச்சிருக்கான். ஆமா, அவன் எங்க இருக்கானாம்? எதனா தகவல் தெரிஞ்சுதாமா?”

“பம்பாய்க்கோ, கல்கத்தாக்கோ ஓடிப்போய்ட்டதா சொல்லிக்கறா. எனக்கென்னவோ அந்த நாய் அகப்படும்வரை நம்பிக்கை இல்லை. எனிவே... இனி யாரையும் பிளாக்மெயில் பண்ண முடியாது. அவனைப் பத்தி சப்ஜாடா எல்லா பத்திரிகைலயும் வந்துடுத்து. கௌசி நன்னாவே மாட்ட விட்டுட்டா. இத்தனைக்கும் இது அவன் பண்ணாத கொலை.”

“சத்தம் போட்டுச் சொல்லாதே. யார் காதுலயாவது விழுந்து வைக்கப்போறது. ஆமா, அந்தக் கடுதாசியைப் படிச்சியே, என்ன முடிவு செய்யப்போறே?”

அம்முணி அப்படி கேட்கும்போதே கௌசி எழுதிய கடிதம் சட்டைப் பாக்கெட்டில் கனத்தது.

ஒருமுறை படித்தாயிற்று.

தான் மட்டுமின்றி அம்முணிக்கும் காட்டி படிக்கக் கொடுத்தாயிற்று.

அம்முணிக்கு இளகின இதயம். அதனால்தான் முடிவென்ன என்று கேட்கிறாள். வேறு யாராக இருந்தாலும் அப்படிக் கேட்பார்களா என்பது சந்தேகமே...

அம்மாவைச் சற்று பெருமிதம் பொங்கப்பார்க்கும் ஏபிஎன் இடுப்பில் துறுதுறுக்கும் ஸ்ரீநிதியைப் பார்க்கவும் அது அவர் தோளின் மேலேயே கண்ணயர்ந்து விட்டிருந்தது.

தோளின் மேலொரு பாரம்.

மாடியில் சங்கீதா சப்தமுடன் இன்னொரு பாரம். விசும்பும் குரலுடன் தங்கை என்றொரு பாரம். அனைத்திற்கும் மேலாக அம்மா என்னும் அன்புப் பாரம் எதிரில்.

ஸ்ரீநிதியை சோபாவில் சரித்தார்.

கட்டை விரலை போட்டுக்கொண்டு அது பக்கவாட்டில் சரிந்து, பூங்கொத்தாட்டம் சரிந்து தூங்க ஆரம்பித்தது.

அம்முணி பதிலுக்காகப் பார்த்துக்கொண்டே நிற்க ஏபிஎன் மாடிப்படி ஏறினார், எந்த பதிலும் சொல்லாமல்...

“சட்டென்று முடிவுக்கு வாடா பத்து... அந்தப் பொண்ணு ஆத்மா சாந்தியடையணும். நாம் ஏதாவது பண்ணியே தீரணும்...”

அம்முணியின் குரல் ஏபிஎன் மனதில் ஒரு வேதனையின் குரலாக எதிரொலித்தது.

கைகள் திரும்பக் கடிதத்தை எடுத்து விரிக்கின்றன.

அதில்...

***

அத்தியாயம்

18

'யுத்தமென்றும், விமானம் வெடித்ததென்றும், பூகம்பமென்றும், கடல் புரண்டதென்றும், இயற்கையாகவும், செயற்கையாகவும் நிகழும் மொத்தவாரி உயிர்சேதங்களை இங்கு எடுத்துக்காட்டுக்கு இழுப்பது பொருத்தமன்று.

சமாதான காலத்தில் அவகாச நேரத்தில் சிந்திக்க இடம் தரும் தனி மரணத்தையே இங்கு நினைக்கிறேன்.'

– 'சிந்தா நதி'யிலிருந்து லா.ச.ரா.

மாடி விஸ்ராந்தியாகக் கிடக்கிறது. அழகழகாகப் பிரம்பு நாற்காலிகள். மைலாவுக்குப் பிடித்த ஊஞ்சல் பிரம்பு நாற்காலி. அதில் மெத்தலெடுத்த தலையணை. அதன்மேல் ஏறி அமர்ந்திருக்கிறார் ஏபிஎன்.

கையில் அந்த நர்ஸ் தந்த கௌசியின் கடிதம். பலமுறை படித்தாகி விட்டது. முடிவுக்குத்தான் வரமுடியவில்லை. ஒவ்வொருமுறை படிக்கும்போதும் அது ஒவ்வொருவிதமாகப் பொருள் தருகிறது.

'ஏபிஎன் அவர்களுக்கு!

அநேக நமஸ்காரங்கள்.

என்னை உங்களுக்குத் தெரியாது. உங்களையும்கூட எனக்குச் சில மாதம் முன்புவரை தெரிந்திருக்கவில்லை. ஸ்ரீக்காந்த் மூலமாகத்தான் உங்களைப் பற்றியே தெரிந்துகொண்டேன். எனக்கும் சரி, ரங்கநாயகி அக்காவுக்கும் சரி, அப்பொழுதுதான் தெரியும். உங்கள் சகோதரி கல்யாணி பற்றியும் அப்பொழுதுதான் தெரிந்துகொண்டோம்.

நீங்கள் கல்யாணிக்குப் பார்த்திருக்கும் மாப்பிள்ளையாகிய ஸ்ரீக்காந்த் ஒரு பொறுக்கி. என்னையும், ரங்கநாயகி அக்காவையும் கல்யாணம் செய்துகொண்டு ஏமாற்றியவன். அதேசமயம் எங்களை வாயைத் திறக்க முடியாதபடி கட்டிப்போட்டவனும் கூட. அரசியல் மட்டத்திலும் அவனுக்கு நல்ல செல்வாக்கு. ஏழை சொல் அம்பலம் ஏறாது என்பார்களே அதுதான் எங்கள் வரையில் உண்மை. ஒவ்வொரு பெண்ணையும் ஒவ்வொரு காரணத்துக்காகக் கல்யாணம் செய்பவன். அந்த வகையில் எங்களைக் கல்யாணம் செய்து என்னையும், அக்காவையும் எடுக்கக்கூடாத வகையில் எல்லாம் புகைப்படம் எடுத்து வைத்துக்கொண்டு பாடாய்ப்படுத்தி வருகிறான்.

இதில் என்னை விடவும், அக்காவின் நிலைதான் மிக மோசம். நீங்கள் அதை அவளிடமே கேட்டு அறியவும். இந்தச் சண்டாளனிடம் இருந்து தப்பிக்க நான் தற்கொலை பற்றிக்கூட பலமுறை யோசித்ததுண்டு. ஆனால், என் அப்பா முகம் அதைத் தடுத்துவிட்டது. அவரேகூட பலமுறை குடும்பத்தோடு விஷத்தைக் குடித்துவிடலாமா என்று கேட்டிருக்கிறார். இருந்தும் என் தங்கை காரணமாகவும், அக்கா ரங்கநாயகி காரணமாகவும் அந்த முடிவை மாற்றிக்கொண்டு வாழ்ந்தோம்.

இந்த நிலையில்தான் ஜாதக ரீதியாகவும், கறுப்பு நிறம் காரணமாகவும் உங்கள் தங்கை கல்யாணம்

தடைபட்டுக் கொண்டிருப்பது தெரிந்து, அந்த ஸ்ரீக்காந்த் உங்களிடம் வாலாட்ட இருப்பது தெரிய வந்தது. அக்கா, கல்யாணியை ஸ்ரீக்காந்திடம் இருந்து எப்படியாவது காப்பாற்றிட வேண்டும் என்று உத்தேசித்தே உங்களைச் சந்தித்தாள். மற்றபடி அவள் தன்னை வேசிபோல் காட்டிக்கொள்வதன் பின்னால் ஒரு பெரிய கதையே இருக்கிறது. அக்கா மிகப் புனிதமானவள். அவளை நம்பலாம்.

நடுவில் சற்றும் எதிர்பாராத விதமாக எனக்குக் கிட்டிய ஒரு சந்தர்ப்பத்தில் நான் அந்த ஸ்ரீக்காந்த்தை இன்று மாட்டவிட்டுள்ளேன். அவன் அதிலிருந்து தப்ப எல்லாவித முயற்சிகளும் செய்வான். அவனைத் தப்ப விடாதீர்கள். கல்யாணிக்கும் வேறு நல்ல வரன் அமையும். கவலைப்படாதீர்கள்.

பெருமாள் எல்லாம் எங்கும் துணை செய்யமாட்டார். நமது மனுஷாளும் நல்லது நடந்தால் புண்ணியம், கெடுதல் நடந்தால் கெட்டவினை என்று மட்டும்தான் பேசுவார்கள். நமக்கு நாம்தான் துணை.

கல்யாண விஷயத்தில் பல கண்மூடித்தனங்கள் நமது சமுதாயத்தில் இருக்கின்றது. ஆணைப் பெற்றவர்களுக்குக் கால்காசு செலவு கிடையாது. அதே பெண் என்றால் சொத்தை விற்றாலும் கல்யாணக் கடன் தீராது. இதுதான் இன்றைய நிலை.

எங்கும் பணம், காசு உடையவர்களுக்குப் பிரச்சினை இல்லை. அங்கு ஜாதகம், நிறம், மாமனார், நாத்தனார் என்று ஒரு பிக்கல் பிடுங்கல் இல்லை.

நடுவாந்தரம்தான் நம்மில் பாடாய்ப்படுகிறது.

நானும், அக்காவும் அதனால் பாடாய்ப்பட்டவர்கள்.

பாவம் அக்கா. அவள் நிலை என்னைவிட மோசம். எனக்காவது குடும்பம் இருக்கு. அவளுக்கு யாருமே

இல்லை. எல்லாருமே விட்டுவிட்டுப் போய்விட்டனர்.

உங்கள் குடும்பத்தைக் காப்பாற்ற அக்கா எடுத்த முயற்சி பற்றி எனக்குத்தான் தெரியும். யாரோ எக்கேடோ கெட்டுப் போகட்டும் என்று நினைக்க அவளால் முடியவில்லை.

எனக்கு ஓர் ஆசை! ஒன்றல்ல... இரண்டு!

அந்த ஸ்ரீக்காந்திற்கு நீங்கள் கட்டாயம் தண்டனை வாங்கித் தர வேண்டும். இது முதலாவது வேண்டுகோள். அடுத்து அக்காவுக்கு முடிந்தால் வாழ்க்கை தர வேண்டும். இப்படிக் கேட்பதற்காக மன்னிக்கவும். அக்கா வாழவேண்டும் எனும் ஆசை இப்படிக் கேட்கச் சொல்கிறது. ஒரு சமூகப் பொறுப்புணர்ச்சியுள்ள நல்ல மனிதர் தாங்கள் என்றால் இதை ஈடேற்றவும். இல்லாவிட்டால் உங்கள் தங்கையை மட்டுமாவது காப்பாற்றிக்கொள்ளவும். என் வரையில் அக்கா சந்தோஷமாகச் சிரிக்கும்போதுதான் என் ஆத்மாவிற்குச் சாந்தி ஏற்படும். அதுவரை அலைந்து கொண்டுதானிருப்பேன்.'

இப்படிக்கு
கௌசி.

கடிதத்தில் கருத்துகளில் ஒரு கோர்வை இல்லை. வலி பின்னி எடுக்கும்போது ஒரு பெண் இத்தனை தூரம் சிந்தித்துப் பேசியதே பெரிய விஷயம். அதற்கு இன்னொரு பெண்ணும் ஒத்தாசை புரிந்திருக்கிறாள். சாகப்போகிறோம் என்பதை உணர்ந்து அந்தப் பெண்தான் எத்தனைப் புத்திசாலித்தனமாகவெல்லாம் நடந்திருக்கிறாள்.

ஏபிஎன்னுக்குள் வியப்பலைகள். மூங்கில் நாற்காலி ஊஞ்சல் லேசாக ஆடுகிறது. எதிரில் சுவரில் கோமளத்தின் புகைப்படம்.

அந்தப் படம்கூட 'என்ன செய்யப்போகிறீர்கள்?' என்று கேட்பதாகத்தான் தோன்றுகிறது.

நடுவில் ஒரு சின்ன சலசலப்பு.

அம்முணி அறைக்குள் கை நிறைய வளையல் நகைகளோடு நுழைந்து கொண்டிருந்தாள்.

"என்னம்மா?"

"இந்த வளையல் பத்தித் தெரியும்தானே?"

"ஓ... கல்யாணி நிச்சயதார்த்தத்துக்கு அவர் போட்டதுதானே?"

"ஆமாம். பெரிய குபேர புத்ரியாட்டம். தாராள மனசுக் காரியாட்டம் ஒருத்தி தன் கை வளையலைக் கழட்டிப்போட்டாளே அவ்வளவும் ரோல்டு கோல்டா?" அம்முணி அதை அந்த மொசைக் தரையில் விட்டெறிந்தாள். உருண்டும் பிரண்டும் ஓடுகின்றன அந்த பொய் வளையல்கள்.

"இவாகிட்ட நம்ம கல்யாணி மாட்டியிருந்தால் என்ன ஆகியிருக்கும்? நன்னா ஏமாறத் தெரிஞ்சியோடா பத்து..."

"அது சரி, பேச்ச விடு... அதான் உண்மை தெரிஞ்சுபோச்சே."

"அந்த உண்மை தெரிஞ்சுபோச்சு சரி. அந்தக் கடன்காரன் என்ன ஆனான்? அவனைப் போலீஸ்காரர் பிடிச்சாளா? இல்ல அவாளும் கூட்டுக் களவாணிகளா...?"

"அம்மா... ஏன் பெரிய வார்த்தையெல்லாம் பேசறே? நான்தான் சொன்னேனே அவன் மாட்டிண்டது தெரிஞ்சு பம்பாய், கல்கத்தான்னு ஓடிப்போயிட்டான். அவனைப் பிடிக்க எல்லா ஏற்பாடும் செய்யப்போறதா எஸ்.பி.யே என்கிட்ட சொன்னார்."

"அவனை மட்டும் பிடிச்சா ஆச்சா...? அவனோட கூடச் சேர்ந்துவந்து நாடகம் போட்டதே ஒரு கூட்டம் அவாளை...?"

"எல்லாரையும்தான்..."

"சரி... என்ன முடிவெடுத்துருக்கே?"

"ரங்கநாயகி விஷயம்தானே?"

“ஆமாம்... பாவம்டா அந்தப் பொண், அவளோட நான் செத்த பேசணும். என்னைக் கொஞ்சம் கூட்டிண்டு போயேன்.”

“போலாம்மா... என்னைக் கொஞ்சம் யோசிக்க விடு.”

“இப்ப அவ இருக்கற நிலைக்கு அவளுக்கு ஒரு பாதுகாப்பு அவசியம்னு எனக்குத் தோண்றது. அந்தக் கடங்காரன் அவளை எதையாவது பண்ணிப்ட்டா...?”

“தேசிகாச்சாரி இருக்கார்மா. முன்னையாவது அவர் கோழையா இருந்தார். இப்ப அப்படி இல்லை. நெருப்பா இருக்கார். ‘என் பொண்ணு உசுரோட இருக்கணும்னு கோழையா இருந்தேன். இப்பதான் அவளே போய்ட்டாளே இனி என்ன’ன்னு வீரவசனம்லாம் பேசிண்டுருக்கார். நீ கவலப்படாதே...”

இருவரும் பேசிக்கொண்டிருக்கும்போதே கீழிருந்து அழைப்பு. எட்டிப் பார்த்தபோது இரண்டு இளைஞர்கள் தெரிந்தனர்.

***

ஏபிஎன் வேகமாக இறங்கி அவர்களை நோக்கி வர ஆரம்பித்தார். அவர்கள் தங்களை பத்திரிகை நிருபர்கள் என்று கூறிக்கொண்டே ஐடெண்டி கார்டையும் காட்டினார்கள்.

“நமஸ்காரம்... உக்காருங்கோ...”

“கல்பிரிட் ஸ்ரீக்காந்த் பற்றி போலீஸ் டிபார்ட்மெண்ட்ல இருந்து நியூஸ் வந்தது. பல பெண்கள் அவனால் பாதிக்கப்பட்டுருக்காங்கன்னு கேள்விப்பட்டோம். உங்க தங்கைகூட...”

அவர்கள் எங்கு தொட்டு எங்கு வருகிறார்கள் என்பது புரிந்துவிட்டது ஏபிஎன்னுக்கு... சற்றுக் கோபமாகி சடாரென்று எழுந்து கைகளைக் கூப்பத் தொடங்கினார்.

“உங்களைக் கெஞ்சிக் கேட்டுக்கறேன். என் தங்கையைப் பத்தியோ, இல்லை என் குடும்பம் பத்தியோ ஒரு

வரிச்செய்திகூடப் பத்திரிகைல வர்றதை நான் விரும்பலை. அந்த ஸ்ரீக்காந்த் எங்களை ஏமாற்றப் பாத்தான். அது நிஜம். எப்படியோ தப்பிச்சுட்டோம். இதை பிராபகண்டா பண்ணிண்டா என் தங்கை விஷயம் நாலுபேர் பேசற விஷயமாகும். ஏற்கெனவே அவளுக்குக் கல்யாணம் நடக்கறதுங்கறது குதிரைக் கொம்பா இருக்கு. இதெல்லாம் வேற சேர்ந்ததுன்னா அவ்ளோதான். உங்களைக் கெஞ்சிக் கேட்டுக்கறேன். தயவுசெய்து எங்களப்பத்தி எழுதாம தவிர்த்துடுங்கோ. அது நீங்க ஒரு பொண்ணுக்குச் செய்யற பெரிய உபகாரமாகும்... ப்ளீஸ்..."

ஏபிஎன்னின் கும்பிடும் விளக்கமும், அவர்கள் எதிர்பார்த்தது தானோ என்னவோ...? ஒருவர் முகத்தை ஒருவர் பார்த்துக் கொள்கின்றனர்.

"சார்..." அவர்கள் எதையோ பேச வாயெடுக்க ஏபிஎன் திரும்பவும் பலமாகக் கைகளைக் கட்டிக் கும்பிட்டார்.

"எந்த விளக்கமும் வேண்டாம். எதையும் நான் சொல்லத் தயாரில்லை. நீங்க கிளம்பலாம்." உடம்பெல்லாம் நடுங்குகிறது ஏபிஎன்னுக்கு. வியர்த்தும் வடிகிறது. தள்ளி நிற்கும் அம்முணிக்கும் என்னவோ போலிருந்தது. தொலைவில் அறைக்கதவு பின்னால் நின்றபடி மிரண்டுபோய் பார்த்துக் கொண்டிருக்கிறாள் கல்யாணி.

கல்யாணமாகப் போகிறது. கன்னிமை கழிபடப்போகிறது. உடம்பைப் பிசையும் அந்தப் பசிக்குச் சோறு வந்து சேரப்போகிறது. கர்ப்பத்தில் பிள்ளை புகப்போகிறான். பின் பிறந்து 'ம்மா' என்பான்... வளர்ந்து பள்ளிக்கூடம் போவான்!

முதுமையில் இதோ என் அம்மாவை அண்ணா தாங்குகின்ற மாதிரி தாங்குவான். மரணபரியந்தம் கவலையில்லை. ஏன், அதன் பிறகும் அவனது தெவசப் பிண்டம் பசிபோக்கும். மோட்சம் சேர்க்கும் என்றெல்லாம் கண்ட கனவு கடலைக் கூடு உடைபட்டுப் பருப்பானது தரையில் தவறி விழுந்து ஓடிச் சாக்கடையில் விழுமே அதுபோல ஆகிவிட்டதே...

ஐய்யோ...!

அவள் கலக்கம், அதிர்ச்சி, துக்கம் என்று கலந்துபட்டுக் கிடக்கிறாள். இமைக்கவும் மறந்து நோக்குகிறாள்.

அவர்கள் கிளம்ப ஆயத்தமாகின்றனர்.

"சாரி சார்..." என்றபடி ஒருவன் கேமராவை இடத்தோளிலிருந்து வலத் தோளுக்கு மாற்றினான். அப்படியே நடக்கத் தொடங்கினார்கள். நாலு அடி கூடப் போட்டிருக்க மாட்டார்கள். இடைமறித்தது அம்முணியின் குரல்.

"நில்லுங்கோ..."

அவர்கள் திரும்பிப் பார்த்தனர்.

"உங்களுக்கு இப்ப என்ன தெரியவேணும்?"

"அது வந்து... உங்க பொண்ணோட போட்டோ! அப்புறமா அந்த ஸ்ரீக்காந்த் உங்ககிட்ட எப்படி நடந்துகிட்டான். ஏமாத்தப் பார்த்தாங்கற விவரங்கள்..."

அவ்வளோதானே... தாராளமாச் சொல்றேன். எழுதிக்கோங்கோ..."

"அம்மா என்ன இது...? ஏற்கெனவே இவ நாழிப்பால்..."

"கத்தாதே பத்து... என் பொண்ணுக்கு நல்ல ராசி. அதனாலதான் அவளைக் காப்பாத்தறதுக்காக ஒருத்தி இந்த வீட்டுக்கே வந்தா. ஒருத்தி உசுரையும் விட்டா. அவளுக்குத் தப்பு நடக்கணும்னு இருந்திருந்தா எப்பவோ நடந்து முடிஞ்சிருக்கும். கூடாதுன்னு இருக்கு. தெய்வமும் கூட இருக்கு. எதுக்குக் கவலைப்படணும்? அவளுக்குன்னு ஒருத்தன் இனியா பொறக்கப்போறான். எனக்குக் கல்யாணி பத்திகூட கவலையில்லை.

அந்தச் சண்டாளனால் பாதிக்கப்பட்ட ரங்கநாயகி பத்திதான் எனக்குக் கவலையா இருக்கு... எல்லாத்தையும் இவாகிட்ட சொன்னாதானே பத்திரிகைல வரும். அப்பதானே நாலுபேர் படிச்சுப்பிட்டு எச்சரிக்கையாக முடியும்.

இது இழுத்து மூடி வைக்கிற விஷயமில்ல பத்து. மேடை போட்டு நியாயம் கேக்கவேண்டிய விஷயம்."

அம்முணியின் பதில் அவர்களை அப்படியே ஆச்சரிய சமுத்திரத்தில் தூக்கிப்போட்டது.

ஒரு கன்சர்வேட்டிவான மொட்டைப்பாட்டிக்குள்ளா இப்படி ஒரு புரட்சிப் பூவாணம்?

விக்கித்து திக்கித்துப் போகின்றனர்.

ஆனால், கல்யாணி வேறு முடிவில் இருந்தாள். ஓசைப்படாமல் போய்ச் சமையல்கட்டைச் சாத்திக்கொண்டாள். ஜன்னலை எல்லாமும் அடைத்தாள். கேஸ் சிலிண்டரைத் திறந்துவிடத் தொடங்கினாள்.

***

அத்தியாயம்

19

'அம்பி, இந்த ஊர் நாக்கு பிளந்த நாக்கு. என்னதான் பேசாது? நீ வயதிலிருக்கும்போதே உன் அப்பாவைக் காலை வாரி விட்டதுக்கு நீ கொஞ்ச நாள் பின்தள்ளிப் பிறந்திருந்தால், என் நாணயமே நாறிப் போயிருக்கும். முன் தள்ளி குறை மாதத்தில் பூமியில் விழுந்திருந்தால் உன் உயிருக்கே தீம்பு! அப்பவும் ஏச்சுதான்... 'பாவி ஒண்ணே ஒண்ணு - தான்தான் போகப்போறோம்னு நடு விட்டுப்போன பயிரையும் அழிச்சுட்டு நிக்கறா.' எதை நம்பி இங்கு வாழ?

உண்மையில் அம்பி... யாரால் யாருக்கு பிரயோஜனம். உன் வழி உனக்கு. என் விதி வழி நான். இந்தப் போலி வாழ்க்கை எனக்கு இத்துடன் போதும்.

நான் செத்த பின்னும் எனக்காகச் சடங்குகள் மூலம் இது என்னைத் தொடர வேண்டாம். என் பிறப்புதான் என் வசத்திலில்லை, வாழ்க்கையோ பிறருடையதாப் போயிடுத்து. என் சாவாவது என்னுடையதாயிருக்கட்டும். நீயிறைக்கும் எள்ளுக்கும், தண்ணீருக்கும் நான் கரையோரம் வந்து வாயைத் திறந்துண்டு காத்திருப்பேன் என்று எண்ணாதே.

எனக்கு சுயகௌரவம் உண்டு.'

– 'த்வனி'யில் லா.ச.ரா.

காஸ் சிலிண்டர் கல்யாணியின் புதிய முடிவைத் தொடர்ந்து கசிய ஆரம்பித்தது. பெண்களுக்கு எளிதாகச் சிக்கியிருக்கும் ஒரு கொடுமையான தற்கொலை ஆயுதம்.

'வாராது வந்த மாமணியாய்' ஒருவன் வந்தான். உதடுவரை பரவி முத்தம் தந்தான். தன்னைப் பதிக்க நினைப்பவர்கள் நடுவில் புதைக்கவே செய்தான்! இப்பொழுது என்னாடாவென்றால் அவன் ஒரு அயோக்யனாம். அவன் எப்படி வந்தான். எப்படி ஏமாற்றினான் என்று ஓர் டெமான்ஸ்ட்ரேஷன் வேறு. நிச்சயம் அதில் நானொரு கறுப்புக்கோழி என்பது முதல் துரதிர்ஷ்ட ஜாதகக்காரி என்பது வரை எல்லாமே அலசப்படும்.

ஏதோ இதுநாள் வரையில் ஓர் அயோக்யனாவது வந்தான். இனி அந்த இனத்தில் இருந்துகூட யாரும் வரமாட்டார்கள். பரிதவித்து மோட்டு வளையைப் பார்த்துக்கொண்டே பாரமாய் வாழ்வதற்கு போய்ச் சேர்ந்துவிடுவது நல்லதல்லவா?'

கல்யாணியின் மனம் முழுக்க நிரம்பியிருக்கும் கேள்விகளைப் புறந்தள்ளியபடி உள்ளே நுழைந்து அவளைத் திக்குமுக்காட வைக்கிறது அந்த எரிவாயு.

இது தெரியாதபடிக்குப் பேட்டி வெளியே...

"இந்தக் கல்யாணம் ஜாதகம் பார்த்துச் செய்யப்பட்டதா இல்ல..."

"பார்த்துத்தான்... தெரிஞ்சவங்க பொதுவானங்ககிட்டச் சொல்லிவெச்சு ஜாதகம் வாங்குவோம். அப்படிப் பார்த்ததுதான்."

"அவன் எப்படிங்க... ஐ மீன் ஜாதகத்துல கல்யாணம் ஆனதா அவன் தகவல் தந்துருந்தானா. இல்லை இதுதான் முதல் கல்யாணம் மாதிரிக் காட்டிக்கிட்டானா...?"

"அவன் கதையே வேற. கல்யாண விஷயத்துல அவன் பேசவேயில்லை. அவனுக்குப் பதிலா அவன் கூட்டிகிட்டு வந்த சொந்தக்காரங்கங்கற பேர்ல உள்ளவங்கதான் பேசினாங்க. பேச்சுன்னா பேச்சு அப்படி ஒரு பேச்சு..."

“கூட்டிக்கிட்டு வந்தது எவ்வளவு பேர்... அவங்கள்ளாம் எப்படி? உங்க ஜாதிதானா, இல்ல வேற நபர்களா?”

“யாருக்குத் தெரியும்... நாலு பேரா வந்தாங்க. இரண்டு பொண்ணு, இரண்டு வயசானவா. கேட்டதுக்கு அப்பா, அம்மா, மாமா, மாமின்னான். திருச்சில ஆடிட்டரா இருக்கானாம். என் பிள்ளைகூட அங்க நேர்லபோய் பார்த்தப்போ ஆபீஸ்ல இருந்துருக்கான்.”

“ஈஸ் இட்... எப்படி சார்?” அவர்கள் கவனம் கசங்கியபடி நிற்கும் ஏபிஎன் பக்கம் திரும்பும்போது அம்முணி எழுந்துகொண்டாள்.

“செத்த இருங்கோ... காபி போட்டு எடுத்துண்டு வரேன்” என்று கிளம்பினாள். அவ்வளவுதான்... சமையல்கட்டிலிருந்து அடுத்த நிமிடம் அம்முணியின் அலறல் ஹாலில் பரவியது.

ஏபிஎன் வரிந்து கட்டிக்கொண்டு ஓடினார்.

சமையல்கட்டை நெருங்கும் முன்பே கேசின் கசிவு மூக்கை நிரடத் தொடங்கிவிட்டது.

“என்னம்மா... எதுக்குக் கத்தினே? கேஸ் வாடை வரதே?”

“உன் தங்கை உள்ள திறந்து விட்டுண்டு சாகப் பாக்கறாடா?”

அலறினாள் அம்முணி. ததக்குப்பிதக்கு என்று அங்கு நடந்து வரப்பார்த்த ஸ்ரீநிதியைத் தூக்கி இடுப்பிலேற்றிக்கொண்டு விலகி வெளியே வந்தாள்.

நிருபர்கள் முகத்தில் இடி பாய்ந்த அதிர்ச்சி. அவர்களும் உதவி செய்ய வேண்டி உள் ஓடினார்கள். கதவை ஏபிஎன்னோடு சேர்ந்து பிளந்து பெயர்த்தார்கள். முதல்காரியமாக சிலிண்டரை ஒருவன் மூடினான்.

மயங்கிக்கிடப்பவளை ஏபிஎன் தொட்டுத் தூக்கிக்கொண்டார்.

அடுத்த இரண்டாவது நிமிடத்தில் அந்த வீட்டு போர்ட்டிகோவை விட்டு கார் சீறிக் கிளம்பியது.

✲ ✲ ✲

நல்லவேளை...

ஆகாசம் ஏறத் தெரிந்த கல்யாணியை டாக்டர்கள் பிடித்து இழுத்துக் காப்பாற்றிவிட்டனர்.

ஏழுமலையானுக்கு முடிந்து வைத்தது வீண் போகவில்லை.

விஷயம் தெரிந்து ஆஸ்பத்திரிக்குப் பாய்ச்சலெடுத்து வந்தவர்களில் தேசிகாச்சாரியும் ஒருவர்.

அவரை ஏபிஎன் எதிர்பார்க்கவில்லை.

"ஸ்வாமி நீரா...?"

"நானேதான். என்ன உங்க தங்கையும், என் பொண்ணு மாதிரி முந்திக்கப் பாத்தாளாக்கும்?"

"ஆமாம்... அவளுக்கு ஏற்கெனவே காம்ப்ளக்ஸ். இதுல பண்ணின ஏற்பாடு வேற வீணாப் போச்சோல்லியோ... ப்ச்ச்..."

"மொத்தத்துல ஒவ்வொரு பொண்ணும் கல்யாணம் ஒண்ணைத்தான் தங்களுக்குப் பாதுகாப்பா நினைக்கறா. அப்பனோ, அண்ணனோ, தம்பியோ, இல்ல ஏதோ ஓர் அம்பி அசடு யாரும் அவாளுக்குப் பொருட்டில்ல..."

"ப்ச்ச்ச்..."

"இந்த மனோபாவம் மாறாதவரை நாம என்னத்தப் பண்ணி என்ன...? ஹெலன்கெல்லர் மாதிரி கண்ணு, காது, மூக்கு எல்லாமே முடமா இருந்ததுன்னா என்ன பண்ணுவாளாம்? பொறந்த உடனேயே கழுத்தத் திருகிப் போட்டுடணுமாக்கும்?"

தேசிகாச்சாரியிடம் அனலாய் ஆவேசம். அவ்வளவும் பாதிப்பின் எதிரொலி.

"நல்ல வேலை கிடைக்கலேன்னு பசங்களுக்குக் கவலை. நல்ல புருஷன் கிடைக்கலையேன்னு பொண்களுக்குக் கவலை. நல்லவிதமா வாழ்க்கை அமைச்சுக் கொடுக்க முடியலையேன்னு பெத்தவாளுக்குக் கவலை. கவலை... கவலை... கவலை. இதுல

டிவியத் திருகினா எண்பளத்தேளு சேனல்! சதா சர்வகாலமும் கூத்து கும்மாளம். என்ன ஊர் ஓய் இது...?"

தேசிகாச்சாரி ஆறுதல் கூற வந்தாரா... இல்லை ஆறுதல் தேடி வந்தாரா என்று தெரியவில்லை.

ஆஸ்பத்திரி வராண்டாவிலேயே நின்று புலம்ப ஆரம்பித்தார். உள்ளே போய் கல்யாணியை எட்டிப் பார்க்க வேண்டாமோ? தோன்றவேயில்லை. ஆனால், ஏபிஎன்னுக்குப் புரிந்தது. வெந்து சுண்ணாம்பாகியிருப்பவர் அல்லவா அவர்?

"ஆமா... கௌசி காரியமெல்லாம்..."

"உம் உம்... முடிஞ்சது. அவ அஸ்தியைக் காவேரில கரைச்சுட்டு நுழையறேன். உங்க தகவல் தூக்கியடிச்சது. சாப்பிடக்கூட இல்லை. நேரா இங்கதான் வரேன். ஆமா, உங்க உற்றார், உறவுக்கெல்லாம் தெரியாதா?"

"தெரிய வேண்டாம்னு பாக்கறேன். ஐ.ஏ.எஸ். எழுதி ஸ்டேட் ஃபர்ஸ்ட்டா வந்துருக்காளா என்ன சந்தோஷமா சொல்லிக்க. போகட்டும். வாரும் கேண்டீன் வரை போய் எதையாவது சாப்ட்டு வருவோம்."

"இருக்கட்டும். இப்ப எப்படி இருக்கு உடம்பு?"

"ஒண்ணுமில்ல... காப்பாத்திட்டா! கல்யாணி ஒரு வேகத்துல சிலிண்டரைத் திறந்து உட்டுட்டாளேயொழிய சுவாசிக்கவேயில்லை. உயிர் மேல அவ்ளோ ஆசை. டாக்டர்ஸ் சொன்னப்ப சிரிப்பு வந்தது."

ஏபிஎன் நகர்ந்தபடியே பேச உடன் தொடர்ந்தார் தேசிகாச்சாரி.

"ஆமா அந்தக் கடன்காரனப்பத்தி ஏதாவது தகவல் தெரிஞ்சதா?"

"யாரு... ஸ்ரீக்காந்த் பத்திதானே?"

"அந்த நாயேதான். போலீஸ்காரா எதானா உருப்படியாப் பண்ணித் தேட்றாளா, இல்ல அவனுக்குச் செல்வாக்கு இருக்கு. எதுக்கு வம்புன்னு பெஞ்ச்சைத் தேய்க்கறாளா?"

“கம்ப்ளைண்ட் கொடுத்தது நீர். நீர்னாபோய் நேர்ல கேக்கணும்.”

“ஸ்டேஷனுக்கா... ஐய்யோ... அந்த இடத்துக்கு நான் போகமாட்டேன். நாங்கள்ளாம் போலீஸ் ஸ்டேஷனைச் சினிமால மட்டும்தான் பாத்தவா...”

“இங்க எங்காத்துலையும் அதே கேஸ்தான். அதுக்காகச் சும்மா இருந்துட முடியுமா? ஸ்டேஷனுக்கும் போகணும். அது ஓர் அனுபவம். இந்த இன்டர்நெட் யுகத்துல விஞ்ஞானம் மட்டுமா வளர்றது? கேப்மாரித்தனமும்தானே? அதோட வாலை நறுக்கணும்னா எல்லாரும் மார்க்கெட் மளிகைக்கடைக்குப் போற மாதிரி போலீஸ் ஸ்டேஷன், கோர்ட்டுக்கும் போகத் தயங்கக்கூடாது. தயங்கினா என்னாகும் தெரியுமா?”

ஏபிஎன் கேண்டீனைச் சமீபித்து இரண்டு காபிக்கு சைகை காண்பித்துவிட்டு தேசிகாச்சாரியைப் பார்த்துக் கேட்டார். அந்தக் கிழவரின் முகத்தில் அநியாயத்திற்கும் ஒரு கலக்கம். இப்பொழுது அவர் எதிரே ஒரு கடிதம் ஏபிஎன்னால் நீட்டப்பட்டது.

“என்ன கடுதாசி?”

“பிரிச்சுப் பாரும்...”

அவரும் பிரித்துப் பார்க்க, கண்கள் பிரண்டுபோகும் போலத் தோன்றியது. பத்து நாளாய் சிரைக்காத முகத்தில் பீதியும், பயமும் அழுத்தமாகவே கூடாரம் போட்டு எழும்பி நின்றன.

“ஏபிஎன் அவர்களுக்கு!

என்னை ஒரு கொலைகாரனாக்கி விட்டு அந்த கௌசல்யா இறந்துவிட்டாள். நான் செய்த குற்றத்தையே ஒப்புக்கொள்ள மறுப்பவன். செய்யாத குற்றத்துக்கா தண்டனை அனுபவிப்பேன்? இதை நான் சும்மா விடப்போவதில்லை. கௌசிதான் ஆதங்கத்தில் பொய் சொன்னாள் என்றால், இந்த தேசிகாச்சாரிக்கு எங்கே

போயிற்று புத்தி? பக்கத்திலேயே இருந்தவர் அவர். எப்படியோ புலி வாலைப் பிடித்துவிட்டார் அவர். இந்தக் களேபரத்தில் நீங்கள் தப்பி விட்டீர்கள் என்று மட்டும் கனாக் காணாதீர்கள்.

போலீஸை எப்படி டபாய்ப்பது என்று எனக்குத் தெரியும். இதற்காக நான் பம்பாய், கல்கத்தா என்று ஓடிப்போவேன் என்றும் கருத வேண்டாம்.

உள்ளூரிலேயே இருந்துகொண்டு உங்களைப் பழிவாங்குவேன். நிம்மதியாக வாழவிட மாட்டேன். இது சவால். இந்தக் கடிதத்தை நீங்கள் போலீஸுக்குக்கூடக் காட்டலாம். ஒன்றும் ஆகிவிடப் போவதில்லை. நான் அந்த வீரப்பன் ஜாதி, இரும்பை விழுங்கி சுக்கால் ஜீரணிப்பவன். ஞாபகம் இருக்கட்டும்."

இப்படிக்கு,
ஸ்ரீக்காந்த்.

கடித்தைப் படித்த அடுத்த நொடியே மயங்கிப்போய் ஏபிஎன்னின் தோள்மேல் சரிய ஆரம்பித்தார் தேசிகாச்சாரி!

கண் விழித்தவர் தேம்பித் தேம்பியழத் தொடங்குகிறார்.

"ஏபிஎன், பாத்தேளா என் நிலைமையை... மழைவிட்டும் தூவானம் விடாத மாதிரி. நான் என்னய்யா பாவம் செஞ்சேன்?" கேண்டீன் மேஜையைக் குத்துகின்றன அவர் கைகள்.

"அழாதீரும். உண்மைல என்ன நடந்தது. அதைச் சொல்லும்."

"உண்மைல அவன் கொலையெல்லாம் பண்ணல. எல்லாம் ரங்கநாயகி தம்பி கோவிந்துவால் வந்த வினை. அவன் அந்த ஸ்ரீக்காந்தைப் பார்த்து, அரிவாள்மனையைத் தூக்கிண்டு வெட்ட வந்தான். ரங்கநாயகி தடுத்து அதைப் பிடுங்கி கீழே போட்டா. போட்ட அருவாமனை மீது கௌசி வலிப்பு வந்து விழுந்துட்டா. அது வயித்துப் பக்கமெல்லாம் நன்னாவே வெட்டிடுத்து."

“அப்ப கௌசி போலீஸ்ல அப்படிச் சொல்லக் காரணம் அவன்மேல இருந்த கோபமா?”

“கோபமா... அதுக்கும் மேல! அவன் கௌசியைப் படுத்தினது கொஞ்சம். ரங்கநாயகியைப் படுத்தினதுதான் இதுல பெரிய கொடுமையே. கௌசி, ரங்கநாயகி நன்னா இருக்கணும்னுதான் அந்த ஸ்ரீக்காந்தை மாட்டிவிட்டார். அப்படியே கல்யாணியைக் காப்பாத்தணும்கற எண்ணமும்கூட...”

“ரங்கநாயகியை அவன் என்ன பண்ணினான்? எதுக்கு அவ தன்னை ஒரு வேசின்னு சொல்லிண்டு திரியறா... உமக்குப் பூரா விஷயமும் தெரியுமா?”

“நன்னா தெரியும். நீர் கேக்கலைன்னாலும் உம்மகிட்ட அவளப்பத்திப் பேசணும்னு இருந்தேன். என் பொண்ணுதான் போய்ட்டா. அவளாவது நன்னா இருந்தாதான் கௌசி ஆத்மாக்குச் செத்த நிம்மதி கிடைக்கும்.”

“சொல்லும்... என்னவெல்லாம் நடந்தது... எதையும் மறைக்காமச் சொல்லும். எனக்கு ரங்கநாயகிங்கற புதிரைப் பத்தித் தெரிஞ்சாகணும்.”

“தாராளமாச் சொல்றேன். ஆமா, கல்யாணி...”

“அவளுக்கு ஒண்ணுமில்ல. பாத்துக்க அம்மா இருக்கா. நீர் எதைப்பத்தியும் கவலைப்படாம ரங்கநாயகி பத்திச் சொல்லும்.”

தேசிகாச்சாரி நெகிழ்ச்சியோடு சொல்ல ஆரம்பித்தார். இருவரும் எதிர் எதிராக அமர்ந்து கொண்டிருந்தனர். நடுவில் டேபிள். அதன்மேல் காலி காப்பி தம்ளர், டபராக்கள். தேசிகாச்சாரிக்குப் பின்னால் ஒருவன் முதுகைக் காட்டியபடி அமர்ந்திருந்தான். பஞ்சாபி சிங்போல டர்பன் தரித்து, தாடியெல்லாமும் வைத்திருந்தான்.

உற்றுப் பார்த்தபோதுதான் தெரிந்தது.

ஸ்ரீக்காந்த்!

***

அத்தியாயம்

20

உலகம் சந்தோஷமாய் இருக்கட்டும் என்கிற நினைப்பில்தான் ஆணும் பெண்ணுமாய்ப் பிரித்துப் படைக்கப்பட்டது. எதிர் எதிர்த் துருவங்களாக இவை இருந்தால்தான் ஈர்ப்பு வரும் என்று வெவ்வேறு குணங்கள் தரப்பட்டன. பயந்து மிரளுகிற பெண்மை ஆணுக்கு அதிசயம். அது உணர்ச்சிவசப்பட்டு கால் மாற்றித் தவித்து நான்கு திசைக்கும் முகம் திருப்பி, மண் பார்த்து மயக்கத்துடன் பாதி முகம் பார்த்துத் தன் விரல் பார்த்துத் தவிக்கிறது பெரும் காட்சி, பார்க்கப் பார்க்கத் தெரியாத கண் கிறக்கம், பெண்ணுக்கு எது மயக்கம்? ஆணின் மடமை!

– 'பயணிகள் கவனிக்கவும்' நாவலில் பாலகுமாரன்

இப்படி வேஷம் போடுவது ஒன்றும் அவனுக்குப் புதியதோ, பெரியதோ இல்லை. அதிலும் தேசிகாச்சாரி வாயால் அதை கேட்க வேண்டும்.

"வேஷம் போடறதுல அவன் கெட்டிக்காரன். போடற வேஷத்துக்குத் தகுந்த மாதிரி எல்லாத்தையும் ஏற்பாடு பண்ணிருப்பான். துளிகூட கண்டுபிடிக்க முடியாது. அப்படி ஒரு வேஷம். எப்படித்தான் இப்படி ஒரு சாதுர்யத்தை பகவான் அவனுக்குக் கொடுத்தானோ?"

விளக்கமளித்தபடியே நடுவில் காப்பியைச் சூப்பினார் தேசிகாச்சாரி. ஏபிஎன்னிடம் பொறுமை லேசாகக் கலைய ஆரம்பித்தது...

“தேசிகாச்சாரி... எனக்குப் பீடிகை வேண்டாம். அவன் ஓர் ஏமாத்துப் பேர்வழிங்கறதுதான் தெரிஞ்சுபோச்சே. அசந்தவாளை ஏமாத்தறது அவன் வழக்கம்கறதும் தெரியும். எனக்குத் தேவையெல்லாம் ரங்கநாயகி எதனால் அப்படித் தன்னைச் சொல்லிண்டா... அதுதான்...”

“அதைச் சொல்லணும்னா நான் முதல்ல உங்களுக்கு ஜெயாங்கற பொண்ணோட கதையைச் சொல்லணும்.”

“அது யார்?”

“இந்தப் பொறுக்கி முதல்ல ஏமாத்தித் தாலி கட்டின பொண்ணு.”

“ஓஹோ... அது என்ன கதை? இப்ப அந்தப் பொண்ணு என்ன பண்ணிண்டிருக்கா?”

“இது அவ ஆவியப் பாத்துக் கேக்க வேண்டிய கேள்வி.”

“மை காட்... செத்துட்டாளா?”

“சாக வைக்கப்பட்டாள்.”

தேசிகாச்சாரி உச்சரிக்கும்போதே அவர் முதுகும், பின்னால் உள்ள அவன் முதுகும் ஒன்றன் மேல் ஒன்று உரசிக்கொண்டன.

டேபிள் மேல் ஈக்கள் வேறு வட்டமடித்துக் கண்ட இடத்தில் எல்லாம் அமர்ந்து அவரை நிறைய அசைய வைத்தன. அதனால் அவன்மேல் மோதிக்கொண்டே இருக்கும்படியான நிலை.

அவன் காபியைக் குடித்துவிட்டுக் கூலிங்கிளாஸ் கண்ணுக்குள் வெளியே தெரியாதபடி குரூரப் பார்வையோடு அமர்ந்திருந்தான்.

சட்டென்று அதிகநேரம் கேண்டீனிலேயே உட்கார்ந்துவிட்ட பாவனையோடு எழுந்துகொண்டார், ஏபிஎன். நிறையத்தான் கலங்கி போயிருந்தார்.

“வாரும்... நடந்துண்டே பேசுவோம்.”

அவரும் அவிழ்ந்துகொள்ளப்பார்த்த வேட்டியை இறுக்கிக் கட்டிக்கொண்டவராக ஏபிஎன்னுடன் நடக்கத் தொடங்கினார். அப்படி விலகும் அவர்களைத் திரும்பிப் பார்த்தான் அவன்.

தன்னை எதிர்ப்பவர்கள் பட்டியலில் ஏபிஎன்னும் மிக விரைவில் சேர்ந்து விடக்கூடும் என்று நம்பியவன், அடுத்த கட்டம் பற்றி அங்கேயே உட்கார்ந்து யோசிக்கத் தொடங்கினான்.

அவர்கள் நடந்து கொண்டிருந்தார்கள்!

✲ ✲ ✲

ஆஸ்பத்திரி ஒரு ஞான பூமி. ஆரோக்கியமாக இருப்பவர்கள்கூட எதற்காகவாவது ஆஸ்பத்திரிப் பக்கம் அடிக்கடிப்போய் வருவது அவர்கள் மனத்துக்கு நல்லது.

ஒரு சர்க்கரை பேஷண்டுக்குக் காலில் காயம் வந்ததில் காலையே வெட்டி எடுத்தாகிவிட்டது. இனி மறு ஜன்மம் என்று ஒன்று இருந்து அதில் அம்மாவின் கருவில் அது முளைத்தால்தான். புராண இதிகாசமெல்லாம் உயிரைத் திரும்பத் தந்திருக்கிறது. ஆனால், உறுப்புகளைத் திரும்ப வளர வைத்தாகச் சொன்னதில்லை. அப்படி ஒரு ஈடு இணையில்லாத செல்வம் நம் உடல் உறுப்புக்கள். இது நிறைவாக இருந்தும் தங்களை ஒன்றும் இல்லாதவர்களாக நினைப்பவர்கள்தான் எத்தனை பேர்... எத்தனை பேர்...?”

“இந்த மாதிரி சிந்தனையெல்லாம் இப்படி ஒரு சூழ்நிலையில், இப்படிச் சில மனிதர்களைப் பார்க்கும்போதுதான் வருமோ? ஏபிஎன்னுக்கு வந்ததைப் பார்த்தால் அப்படித்தான் நினைக்கத் தோன்றுகிறது.”

தானும் போய் சர்க்கரை, உப்பு உடம்பில் எவ்வளவு இருக்கிறதென்று பார்த்துக் கொண்டுவிட வேண்டும். தினமும் யோகா செய்ய வேண்டும். உருளைக்கிழங்கைச் சாப்பாட்டில் குறைக்க வேண்டும். காலையில் ஜாகிங் போக வேண்டும் என்று நிறைய ‘டும், டும்’கள் அவருக்குள் உருவாகின்றன.

நடுவில் வாழ்க்கையில் மிக எச்சரிக்கையாக இருக்க வேண்டும் என்பதை தேசிகாச்சாரி சொல்வதன்மூலம் சேர்த்துக்கொண்டார். அவர் செத்துப்போன ஜெயாவுக்காகக் கசிந்து கொண்டிருந்தார்.

“பாவம் ஸ்வாமி அந்தப் பொண்ணு. நல்ல பிள்ளை மாதிரி வேஷம் போட்டுக் கல்யாணம் பண்ணிண்டவனுக்கு அவகிட்ட கிடைச்ச பலவீனமான விஷயம் என்ன தெரியுமா?”

“என்ன?”

“பூராடம்-ங்கற நட்சத்திரம்.”

“ஓஹோ... அதனால அந்தப் பொண்ணைத் தள்ளமாட்டாதபடி வெச்சிண்டிருந்தாராக்கும் அவள் தகப்பனார்?”

“ஆமாம்... அந்த நட்சத்திர தோஷத்துக்குக் காம்பன்சேஷணா அம்பதாயிரம் டௌரி வேற. ஆனா, அது பிரமாதமான நட்சத்திரம். அறைகுறை ஜோசியக்காரா பண்ற வேலை இப்படி நட்சத்திரக் கோளாறுகளைச் சொல்லறதெல்லாம்...”

“மை காட்.”

“என்ன நீர்? நாராயணான்னும்.”

“சரி நீர் சொல்லும்ய்யா.”

“சொல்லிண்டுதானே இருக்கேன். ஐம்பதாயிரம் டௌரி வாங்கிண்டு கல்யாணம் பண்ணிண்டவனுக்கு மூணு மாசம்கூட அவளோட வாழப் பிடிக்கல்லே. அதேசமயம் அவன் சாயமும் அவளாண்ட வெளுத்துண்டே வர ஆரம்பிச்சது.”

“அவாகிட்ட மிலிட்டரியில் இருக்கறதாச் சொல்லிக் கல்யாணம் பண்ணிண்டிருக்கான். அப்புறம்தான் தெரிஞ்சுது ஒரு மிலிட்டரி ஹோட்டல்லகூட வேலைல இவன் இல்லைங்கறது.”

“அந்த பொண்ணோட தோப்பனார் கந்தாடை ரங்காச்சாரி தலைல அடிச்சிண்டு விதியை நொந்துண்டு அவனுக்கு ஒரு தனியார் கம்பெனியில சேல்ஸ் ரெப் உத்யோகம் வாங்கித் தந்தார். ஈவன் தோ... என்ன படிச்சுருக்காங்கறதுகூடத் தெரியாது. கேட்டா எம். ஏம்பான், எல்.எல். ஏம்பான், ஃபார் அட் லா லண்டன்னும் அள்ளிவிடுவான். நன்னாவும் இங்கிலீஷ் பேசறதால சந்தேகமும் நமக்கு வராது.”

"கவர்மெண்ட் பட்ஜெட் பத்தியெல்லாம் இவனண்ட நீங்க பேசணும். மன்மோகன் சிங்கும், ப. சிதம்பரமும் இவன்கிட்ட கலந்துண்டுதான் போய்ப் பட்ஜெட் போட்டாளோன்னு நினைக்கத் தோணும்."

அவர் அவ்வப்போது பேச்சில் இப்படி சம்பவத்தைவிட்டு விலகிவிலகி வெளியே போகும்போதெல்லாம் ஏபிஎன்னிடம் பொறுமை போனது. இருந்தும் தாங்கிக்கொண்டார்.

"என்ன செய்ய...? எல்லா மனித மனத்திலும் ரசமான குறிப்புகளும், கற்பனைகளும், வியாக்யான விவர்த்தங்களும் இல்லாமலில்லையே? அவர்கள் எழுத்தாளர்களாய் இருந்தால் எழுதச் சொல்ல முடியும்? இல்லாதவர்கள் இப்படிப் பேசும்போது அதை வெளித்தள்ளினால்தானே ஆயிற்று?"

"அப்படி அவன் புதுசா வேலைக்கு சேர்ந்த கம்பெனிலதான் என் பொண்ணு கௌசி வேலைல சேர்ந்திருந்தா. நான் செஞ்ச பெரிய பாவம்தான் அவளை அங்க வேலைக்குச் சேர்த்தது..."

தேசிகாச்சாரி க்ஷணத்தில் உணர்ச்சிவசப்பட்டு கண்ணிரண்டையும் திராட்சையாகக் கருதிப் பிழிந்ததில் அவற்றில் ரசம்...

"பொம்மனாட்டிகள் வேலைக்குப் போகக்கூடாது ஏபிஎன். அப்படிப் போற பட்சத்துல எல்லாமே அவாளைவிட்டுப் போயிட்றது. மென்மை, இனிமை, நல்ல தாய்மைன்னு எத்தனை எத்தனைய அவா இழக்கறா தெரியுமா? அப்படியே இந்தமாதிரிக் கடங்காரப் பாவிப் பசங்களண்ட தங்களையும் இழந்துட்றா."

திரும்பவும் புறமோடிய பேச்சு தேசிகாச்சாரியிடம். 'உஸ்ஸ்' என்ற பெருமூச்சை அவர் கேட்கும்படி விட்டு ஏபிஎன் அவருக்கு புரிய வைக்கப் பார்த்தார்.

புரிந்தது போலவும், தேசிகாச்சாரி திரும்பவும் விஷயத்தைப் பிடித்தார்.

“ஆபீஸ்ல என் பொண்ணண்ட அந்த நாய் ஸ்ரீராமச்சந்திர மூர்த்தி மாதிரிப் பேசிப் பழகினான். ஜெயா ஒரு மோசமான பொண்ணு. அவளுக்குக் கல்யாணத்துக்கு முந்தியே பல பசங்களோட தொடர்பு இருக்குன்னு சொல்லி கௌசல்யாவை நம்ப வெச்சான். அதுக்குத் தகுந்தா மாதிரி அந்த ஜெயாவோட மாமா பையன் ஒருத்தன் சிரிச்சுச் சிரிச்சுப் பேசறவன் அகப்பட்டான். அவன் சமயத்துல வேறு பெண்களை பைக்ல உக்காத்தி வெச்சுண்டும் போவான்.”

“விஷயம் பூதாகாரமாச்சு. அந்தப் பொண்ணு அழுது பார்த்தது. சத்யம் பண்ணித்து. யாரும் நம்பத் தயாரா இல்லை. அவளோட அப்பா ரங்காச்சாரியும் இந்த மாதிரி சமயத்துல உணர்ச்சிவசப்படாம நடந்துண்டிருக்கணும். கோபத்துல ‘ஆமாண்டா... என் பொண்ணு என் மச்சினன் பையனை வெச்சிண்டிருக்கா... நீ என்னடா செய்வே. போடா போய் உன்னால் ஆனதைப் பாத்துக்கோடா’ன்னுட்டார். வந்தது விபரீதம். அந்தப் பொண்ணு ஓடிப்போய் காவேரில குதிச்சுடுத்து. ஐய்யோ... நாம சகஜமா சிரிச்சுப் பேசினதாலதானே நம்ம மாமா பொண்ணுக்கு இப்படி ஒரு நிலை. நான் எதுக்கு உசுரோட இருக்கணும்னு அந்த மாமா பையனும் ஆத்துல குதிச்சுட்டான்.”

“வாழ்க்கையிலதான் ஒண்ணு சேர முடியலைன்னு, சாவுல அவா சேர்ந்துட்டதா வெளில பேச்சு உருவாச்சு. நானும் அதை நம்பினேன். எது துப்பட்டியில வடிகட்டின பொய்யோ அதை நானும் நம்பினேன். எத்தனை பெரிய பாவி நான்...”

தேசிகாச்சாரி நெஞ்சு பிளப்பதுபோல வெடித்தழுதார்.

“தேசிகாச்சாரி... என்னய்யா இது? இது ஆஸ்பத்திரி. பொது இடம், உம்... கண்ணைத் துடச்சுக்கும்.”

துடைத்துக்கொண்டார் தேசிகாச்சாரி. சில பாதிப்புகள் மனிதனை எந்த நாளும் தூங்க வைக்காது என்பது எத்தனை நிஜம்?

“அப்புறம்?”

“அப்புறமென்ன, கௌசிக்கும் இந்த சனியன்பிடிச்சவனுக்கும் உப்பிலியப்பன் கோயில்ல வெச்சு கல்யாணத்தப் பண்ணி வெச்சேன். ஓர் உறவுக்காரர் கிடையாது. கேட்டா ஜெயாவைக் கல்யாணம் பண்ணிண்ட கோபம் அவாளுக்கெல்லாம்ன்னான். எனக்கும் நம்பும்படியான சூழ்நிலை. என் கௌசல்யா மட்டும் என்ன? ஆரோக்கியமும் ஐ.ஏ.எஸ்ஸுமாகவா இருந்தா? எஸ்.எஸ். எல்.சி.க்கு மேல படிக்க வைக்கலை நான் அவளை. பத்தாததுக்கு அப்பப்ப வந்து பிராணனை வாங்கற காக்கா வலிப்பு. எப்படிக் கல்யாணம் பண்ணப்போறேனோன்னு நினைச்சுண்டிருந்ததால் இவன் ஏற்கெனவே கல்யாணம் ஆனவன். அதுலயும் தேறாதவன்கறதெல்லாம் எதுவுமே பாதிப்பா தெரியல, அவனும் பாதிக்கவிடாதபடி பார்த்துண்டான்.”

“மாமா கௌசிக்கு நல்ல இடம் நானே பாக்கறேன். எனக்கும், கல்யாண வாழ்க்கைக்கும் பிராப்தம் இல்லே. இருந்ததுன்னா என் ஜெயா என்னை விட்டு, மாமா பையனோட போவாளான்னு டயலாக் பேசியே இந்த நெஞ்சைப் பிசைஞ்சுட்டான்.

அதுவே அவனை உத்தமமான மாப்பிள்ளையா எனக்குக் காட்டித்து. விதி தப்பா இருந்துட்டா தப்பெல்லாம் சரியாத் தெரியும். சரியெல்லாம் தப்பாத் தெரியுங்கறது எத்தனை பெரிய நிதர்சனம் தெரியுமா ஏபிஎன்...”

பகுத்தறிவு பகுத்தறிவுங்கறோமே... நான் இந்த கல்யாண விஷயத்துல எதைப் பகுத்தறியல? ஒரு வலிப்புக்காரப் பொண்ணோட தோப்பனாரா எதைச் சரியா புரிஞ்சுக்கல்ல...? சிம்ரனாட்டமா, நக்மாவாட்டமா கொத்தும் குலையுமா பொண்கள் வேணும்னு ஒவ்வொரு பசங்களும் பொண் பார்க்க வரச்சே நினைக்கறா? அதனால் சுமாரா ஒரு பொண்ணு இருந்துட்டா அவ பண்ணிக்க வேண்டிய காம்ப்ரமைஸ் எவ்வளவு தெரியுமா? அவாளைவிட அவாளைப் பெத்தவா பண்ணிக்க வேண்டிய காம்ப்ரமைஸ் அதைவிடவும் கூட இருக்கே. இந்த

சினிமா சனியனால இளம்பிராயத்துல பலரோட படிப்புதான் பாழாப்போறதுன்னா வாலிப கட்டத்துல மனசும்னா பாழா இருக்கு...?"

"ஆங்... சினிமாவாலதானா இதெல்லாம் நடக்கறது... வாயைக் கழுவும். அழகான பெண்டாட்டிதான் வேணும்னு எல்லாக் காலத்துலயும் எல்லா ஆம்பளைப் பசங்களும் நினைக்கறதுதான் ஓய்னு நீர் சொல்லலாம். அதுலயும் சொல் உண்மை இருக்கு."

"எது எப்படியோ... தலைல தப்பா எழுதியிருக்கான். அந்தத் தப்புக்கேற்ப பிசகில்லாமல் கீழேயும் எல்லாம் நடந்தது. நாம் முதுகு சொறிஞ்சுக்கறதெல்லாம்கூட அவனோட தீர்மானப்படிதானே...?"

"பொம்மைய்யா நாமெல்லாம்... பொம்மை... சுதந்தரமான உலகத்துல சுதந்தரமான தேசத்துல சுதந்தரமே இல்லாதவன் மனுஷன் மட்டும்தான். என்ன ஓர் ஈனப்பொறப்பு. அதனாலதான் மீண்டும் பிறவாமை வேண்டும்னு அவ்வைக் கிழவி பாடினாளோ...?"

"அந்த கிழவிக்கு எந்த வலி இதைச் சொல்லிக் கொடுத்தது... எப்படி அத்தனை சரியா பாடினா அவ...?"

தேசிகாச்சாரியின் இதயத்தில் திரும்ப வலி... திரும்ப அழுகை... திரும்பவும் புலம்பல்... திரும்பவும் ஞானக் கசிவு... திரும்பவும் சப்ஜெக்டுக்கு வெளியே ஓட்டம்...

ஏபிஎன்னையே அது என்னவோ செய்தது. உலகில் மிக அதிகமாக பெண்கள் மட்டும்தானே இப்படி ஆகின்றனர் என்கிற உண்மையையும் மனத்தில் யாரோ செதுக்குவது போன்ற ஒரு ஸ்மரணை.

"உம்... எப்படியோ கௌசி ஸ்ரீக்காந்த் கல்யாணம் முடிந்தது. பத்து நாள் போயிருக்கும். ஒருநாள் எங்கிட்ட வந்து அலயற உத்யோகம் பிடிக்கலை மாமா. பிசினஸ் பண்ணினா நான் அமோகமா வருவேன்ங்கறான் ஜோசியக்காரன். ஒரு லட்ச

ரூபாய் கொடுங்கோ. அதை மூணு மாசத்துல மூணு லட்சமாக்கிக் காட்றேன்னான்."

"கௌசியும் சேர்ந்துண்டு கொடுங்கப்பான்னா, கேட்டவிதம், பேசினவிதம் எல்லாத்துலயுமே ஓர் அசத்தற தன்மை."

"இப்பவும் சொல்றேன் ஸ்வாமி. அவன் ஒரு வல்லாளகண்டன். அந்தத் திறமைக்கு யோக்யனா மட்டும் இருந்திருந்தா எங்கேயோ போயிருக்கலாம்."

"விதி இரண்டாவது தடவையா என் கண்ணைக் கட்டி லட்ச ரூவாயைக் கொடுக்க வெச்சது. அத எடுத்துண்டு இந்த மெட்ராஸ்க்கு வந்தவன்தான். அப்புறமா ஒரு மாசத்துக்கு ஒரு தடவையோ, ரெண்டு தடவையோன்னு ஆத்துக்கு வருவான். அப்பல்லாம் வியாபாரம் பிரமாதமா நடக்கறதா சொல்லி கௌசல்யாவுக்குப் புடவை, நகைன்னும் வாங்கித் தந்தான். அவ்வளவும் ரோல்ட் கோல்டுங்கறது அப்ப தெரியல. சந்தேகம் வந்தாத்தானே உரசிப்பாக்கத் தோணும்."

"இதே நிலைதான் நான் ஸ்ரீனிவாஸ் - ஸ்ரீக்காந்தோட தம்பின்னு சொல்லிண்டு அவன் ஆத்துக்கு வந்தப்போவும் நடந்தது!"

***

அத்தியாயம்

21

'மனசப் படிக்கறது பெரிய விஷயமில்லைடா. நீயுஞ் செய்யலாம், கொஞ்சம் கவனம். கொஞ்சம் அனுமானம். எதிராளியைப் பார்த்ததும் எடைபோடத் தெரிஞ்சா சந்தர்ப்பத்துல அவன் என்ன நினைப்பான்னு சொல்லீறலாம். சித்து கூட பெரிய விஷயமில்ல. தெரிஞ்சுக்கோ. அது வெறும் சயின்ஸ், ஏ ப்ளஸ் பி சயன்ஸ் இல்லே? கொஞ்சம் வேற மாதிரி சயன்ஸு. சமாசாரம் என்னன்னா இதான் பார்த்துக்கோன்னு விண்டு வைக்கச் சாத்தியமில்லே! சுத்தமான மகான்களுக்குன்னு ஒரு பாதை உண்டு. அந்தப் பாதைல தட்டுப்படறதுதான் இதெல்லாம். இது கெடைச்சது போதும்னு உட்கார்ந்துட்றவன் சித்தன். இன்னும் வேணும்னு போறவன் யோகி. அதையும் தாண்டி கடேசியிலே மெய்யா ஒண்ணைப் பார்த்துட்டு மிச்சம் ஒண்ணுமில்லேன்னு சும்மா நிக்கறவன் ஞானி...'

– 'ஒளிப்பாம்புகள்' நாவலில் பா. ராகவன்

நான் ஸ்ரீக்காந்த் தம்பி ஸ்ரீனிவாஸ் என்று சொல்லிக்கொண்டு அவன் வந்து நின்றதாக தேசிகாச்சாரி சொல்லி நிறுத்தவும், ஏபிஎன் முக்கியமான ஒரு முனைக்கு வந்துவிட்டதுபோல முகத்தில் பாவனை காட்டுகிறார்.

ஏற்கெனவே தேசிகாச்சாரி சொன்னவற்றால் தலைசுற்றிக் கீழே விழாத குறை. ஒரு மனிதனுக்கு ஆசையோடு, அதைவிடக் கூடுதலாக மூளையும் இருந்துவிட்டால் அவன் எப்படி எப்படி

நடந்துகொள்வான் என்பதற்கு இந்த ஸ்ரீக்காந்த் ஒரு சரியான இலக்கணம் போலும், அவருக்குள் தீர்மானமும்கூட. ஊடே தொடருகிறது தேசிகாச்சாரியின் பேச்சு.

“என்னால நம்ப முடியல ஸ்வாமி! அவன் தன்னை ஸ்ரீக்காந்த் தம்பின்னு சொல்லிண்டப்போ துளிகூட நம்பமுடியல. ஸ்ரீக்காந்துக்கும், ஸ்ரீனிவாஸுக்கும் நான் பெரிசா வித்தியாசமே பாக்க முடியல. பார்வை, பேச்சு, நிக்கறவிதம் எல்லாமே அச்சு அசலா இருந்து மிரட்டிடுத்து.

இந்த மாதிரி சினிமாலதான் பாத்துருக்கேன். அதுலேயாவது துளி வித்யாசம் தெரியணும்கறதுக்காக யாருக்காவது ஒருத்தனுக்குக் கண்ணாடியை மாட்டி விடுவா. இவன்கிட்ட அதுகூட இல்ல.”

“சரி ஸ்ரீனிவாஸ்னு எதுக்குச் சொல்லிண்டான்?”

“வரேன். அதைத்தானே சொல்லப்போறேன். வந்தவன் மாமா, என் அண்ணா உங்க பொண்ணைக் கல்யாணம் பண்ணிண்டதுல எங்க உறவுக்கார யாருக்கும் ஒப்புதல் இல்லை.

ஏற்கெனவே ஒரு கல்யாணம் அவன் வரைல வீணா போயிடுத்து. அதுலையும் அவன் எங்க பேச்சு கேக்கலை. இரண்டாவது கல்யாணத்துலையும் எங்க பேச்ச கேக்கலை. அதனால்தான் நாங்க யாரும் வரலை. ஆனா, அவன் இப்போ பிசினஸ் பண்ணிண்டு நன்னா இருக்கான். உங்க உதவிதான் காரணம்னு தெரிஞ்சுது. கொஞ்சம் கொஞ்சமா எங்காத்துப் பக்கம் கோவம் தணிஞ்சிண்டு வருது. அதான் உங்களை வந்து பாத்துட்டுப் போக வந்தேன்னு ஒரு பலமான பீடிகை போட்டான்.”

நானும் சந்தோஷமானேன்.

அப்படியே விஷயத்துக்கு மாறினான். மாமா எனக்கும் இப்ப ஒரு வரன் பார்த்திருக்கா. பொண் பார்த்துட்டேன். நிச்சயம் மட்டும்தான் பாக்கி. நிச்சயத்துக்கு அவன் வரலைன்னா எப்படி? ஆனா, வரமாட்டேங்கறான். வேணும்னா என் மாமனாரைக்

கூட்டிண்டு போன்னு சொன்னான். அதான் உங்ககிட்ட சொல்லிட்டு உங்களை அழைக்க வந்துருக்கேன்னான்.

எனக்கு ஒரு நிமிஷம் ஒண்ணுமே புரியல. மாப்ளே, இதப்பத்தி என்கிட்ட ஒண்ணுமே சொல்லலைன்னு மென்று விழுங்கினேன். அப்படியே உங்க அப்பா, அம்மாவை எல்லாம் நான் பாக்கணும். நீங்க வந்த மாதிரி அவர் வரலாமேன்னும் சொன்னேன். மறுநாள் கூட்டிண்டு வரேன்னுட்டு போனான்..."

இடைவெளி விட்டார் தேசிகாச்சாரி. ஏபிஎன்னிடம் பிரமிப்பு முகம் முழுக்க நம்பமுடியாத தன்மை.

"ஏதோ சினிமாக் கதை மாதிரி இருக்குல்ல..." கேட்டார்.

"ஆமாம் தேசிகாச்சாரி. ஒரு மனுஷன் இப்படி எல்லாம் கூடவா நடிப்பான்? இந்த ஸ்ரீனிவாஸ் அந்த ஸ்ரீக்காந்த்தானே?"

"பின்னே?"

"அப்ப உங்க பொண்ணு இருக்கும்போதே இன்னொரு பொண்ணுக்கு விரிச்ச வலையா அது?"

"ஆமாம்."

"அந்தப் பொண்ணுதான் ரங்கநாயகியா?"

"ஆமாம். கோயில் பட்டாச்சாரி சக்கரவர்த்திங்கறவர் பொண்ணு. தட்டு வருமானம்தான். சொல்ப சொத்தாக கொஞ்சம் நிலபுலம். அதுக்கும் தகராறு. அதனால் பட்டாசாரிக்கு அண்ணா தம்பிகளோடு பேச்சு வார்த்தை இல்லாத தனிச்ச நிலை. எப்படிப் போய் பிடிச்சிருக்கான் பாருங்கோ. பிறத்தியார் மனசைப் படிக்கறதுல அவன் பெரிய ஜித்தனாச்சே?"

"உம் மிச்சத்த செத்த சீக்கரம் சொல்லுங்கோ. மறுநாள் அவன் அப்பா, அம்மா, வந்தாளா?"

"வந்தா, ஓர் இரண்டு பேர்... வாடகைக்கு பிடிச்சவா..."

"அப்பவே உங்களுக்குத் தெரிஞ்சுபோச்சா?"

“என்ன ஸ்வாமி? தெரிஞ்சா முழிச்சிண்டிருப்பேனே. சுத்தமா கண்டுபிடிக்க முடியலை. அவர்கிட்டேயும் ஒரு நடிப்பு!”

“ஆகக்கூடி... ஸ்ரீக்காந்த் மேலே உங்களுக்கு நம்பிக்கையும், மதிப்பும் இதனால் கூடினதா?”

“நிச்சயமா... அப்படியே அவா நிச்சயதார்த்தத்துக்கும் கூப்டா. நானும் போனேன். ஆனா, இந்த ஸ்ரீக்காந்த் வரலை. எப்படி வரமுடியும்? இவன்தான் ஸ்ரீனிவாஸா பேர மாத்திண்டு ரங்கநாயகியைக் கல்யாணம் பண்ணிக்க அங்கேயே இருக்கானே?”

“அப்ப உங்களுக்கு உண்மை தெரியாது. அதனால் அங்க இருந்த ஸ்ரீக்காந்தை நீங்களும் ஸ்ரீனிவாஸ்னு நம்பினேள்.”

“ஆமாம்!”

“உங்களை மாதிரி மனுஷா வந்ததாலே பட்டாச்சாரிக்கும் எந்த சந்தேக சஞ்சலங்களும் வரலை அப்படித்தானே?”

“அதேதான். அவருக்கு வந்துடக்கூடாது. மதிப்பா தெரியணும்கறதுக்குத்தானே எனக்கே அழைப்பு.”

“உம்... சரி அப்புறம்?”

“கல்யாணமும் நடந்தது. அதாவது, ஸ்ரீக்காந்துங்கற ஸ்ரீனிவாஸுக்கும் ரங்கநாயகிக்கும். கல்யாணத்துக்கும் எனக்கு வேலை இருக்கு. நீங்களே போய்ட்டு வந்துடுங்கோ மாமான்னான். சரின்னு போனேன். என் மாப்ளை இன்னொரு பெண்ணைக் கல்யாணம் பண்ணிக்கற கொடுமைக்கு நானே அட்சதையும் போட்டு ஆசீர்வாதம் பண்ணினேன். எவ்வளவு ஏமாளி நான்?”

“ஒரு சந்தேகம்?”

“என்ன?”

“உங்களண்ட லட்ச ரூவா கிடைச்சது அவனுக்கு. பட்டாச்சாரிக்கிட்ட என்ன இருக்குன்னு அவர ஏமாத்தி ரங்கநாயகிய கல்யாணம் பண்ணிண்டான்?”

“கோயில் விக்ரகம் இருக்கே?”

தேசிகாச்சாரி விக்ரகம் என்று சொன்ன மாத்திரத்தில் குப்பென்னு வியர்த்து கொட்டிவிட்டது ஏபிஎன்னுக்கு.

"என்ன ஸ்வாமி ஆடிப்போயிட்டேன்... ஒரு கிரிமினல் மூளை இப்படியெல்லாம் திட்டம் போட்டுச் செயல்பட்டிருக்கேன்னு நினைச்சுதானே?"

"ஆமாம் தேசிகாச்சாரி... என்ன ஒரு கொடுமை, ஆட்டக் கடிச்சு, மாட்டக் கடிச்சு, ஆளக் கடிச்ச மாதிரி மனுஷாளைக் கடிச்ச அவன், தெய்வத்துக்கே குறி வெச்சுட்டானாக்கும்?"

"தப்பா சொல்றேள் நீங்க..."

"அவன் தெய்வத்துக்கு வெச்ச குறிதான் முதல் குறி. நாங்கள்ளாம் அதுக்குப் பயன்படப் பார்த்தவா. எங்களுக்கு அவன் விரிச்சதெல்லாம் சாதாரண வலை."

"அப்றம் என்ன ஆச்சு? ரங்கநாயகிக்கும், உங்களுக்கும் அவன் ஸ்ரீனிவாஸில்லை - ஸ்ரீக்காந்துங்கறது எப்ப தெரிஞ்சது?"

"ரொம்ப சீக்கரமாவே தெரிஞ்சிடுத்து. ஒருநாள் கோயிலைப் பாத்துண்டுருந்த பட்டரை ஏதோ ஒரு காரணத்தைச் சொல்லி வெளிய அனுப்பிட்டு கர்ப்பக்கிரகத்துக்குள்ள நுழைஞ்சு பெருமாள் திருமேனி மேல கையை வெச்சிருக்கான்.

விக்ரகங்களைச் சுருட்டிண்டு அப்படியே வடக்க ஓடிப் போயிட்றதுதான் அவன் பிளான். நல்லவேளை, ரங்கநாயகி பாத்துத் தடுத்துட்டா. அவன் திருடன்கறது தெரிஞ்சு அப்படியே நொறுங்கியும் போயிட்டா. ஆனா, அழகா அந்தச் சூழ்நிலையை அவன் சாமாளிச்சுட்டான்.

பெருமாள் திருமேனி ரொம்ப அழுக்கா இருக்குன்னு கழுவிக் குளிப்பாட்ட எடுத்தேன்னு கதை விட்றுக்கான். இதுதான் ரங்கநாயகி அவன்மேல் சந்தேகப்பட ஆரம்பிச்ச முதல் இடம். அதன்பிறகு அவனை அவ கோயில் பக்கமே போகவிடலை. கண்கொத்திப் பாம்பா கண்காணிக்க ஆரம்பிச்சா. கூடவே, அவன் புக்காத்துக்கு அவளைக் கூட்டிண்டு போகாம அங்கேயே

டேரா போட்டதனால சஞ்சலங்களும் வந்தது. அவனும் அதைப் புரிஞ்சிண்டான். ரங்கநாயகி இருக்கிறவரை தன்னால் எதையும் பண்ண முடியாதுங்கறதையும் தெரிஞ்சிண்டான். இதுக்கு நடுவுல மாப்ளைமேல் பட்டாச்சாரிக்கும் சந்தேகம் பரவி, அது அவரைக் கவலைல புரட்ட ஆரம்பிச்சிடுத்து.

நடுவுல நடுவுல ஸ்ரீக்காந்த்தா எங்காத்துக்கும் வந்துண்டு போயிண்டிருந்தான்.

ஒருநாள் ரங்கநாயகிக்கு அவன் யாருங்கறது முழுசா தெரிஞ்சிடுத்து. கொஞ்சம்கூட இதயமே இல்லாத மகாபாவி அவன். அவளைக் கல்யாணம் பண்ணிண்டு அங்க தங்கியிருக்கறதே, சிலையைக் களவாடி விக்கத்தான்கறது அவன் சிலரோட பேசின டெலிபோன் பேச்சுல, சிலர்கிட்ட இருந்து வந்த லெட்டரால தெரிஞ்சிடுத்துன்னு நினைக்கறேன்.

நொறுங்கிப்போனவ, அவன் சட்டையைப் பிடித்து இது நியாயமான்னு கதறியிருக்கா.

அவன் சலனமே படலை. பேசாம என் பேச்சுக் கேளு. என்கூட வடக்க வா. உன்னை ராணி மாதிரி வெச்சுக்கறேன், கௌசல்யாவைக்கூட விட்டுட்றேன். எப்படியோ போகட்டும் அந்த வலிப்புக்காரின்னுருக்கான்.

அப்பத்தான் அவன் ஸ்ரீனிவாஸில்ல, ஸ்ரீக்காந்தும் அவனேங்கறது அவளுக்குத் தெரிஞ்சிருக்கு.

இனி ஒரு நிமிஷம் பொறுக்கமாட்டேன். போலீசுக்குப் போறேன்னு புறப்பட்டவளைத் தடுத்தவன், போலீஸ்காரா நான் சொல்றததான் கேப்பா. நீ ரொம்பக் கத்திக் கூப்பாடு போடப் பார்த்தே. உன்னை இந்த ஊரே பார்த்து காறித் துப்பும்படி பண்ணிடுவேன்னு மிரட்டியிருக்கான்."

"அப்புறம்..."

"ரங்கநாயகி இதுக்கெல்லாம் மசியறவளா என்ன...? புறப்பட்டுபோனா போலீஸைப் பார்க்க... அங்க போனப்பறம்தான்

விஷயமே மாறித்து. அந்த இன்ஸ்பெக்டர் இவ கொடுத்த கம்ப்ளையிண்டை வாங்காம. 'அட்ஜஸ் பண்ணிண்டு போம்மா... என்ன இருந்தாலும் தாலிகட்டின புருஷன். அது இல்லைன்னு ஆயிடுமா?'ன்னு திருப்பிக் கேட்ருக்கான். இந்த விஷயம் தெரிஞ்சு பட்டாச்சாரியும் அதிர்ச்சியில உசிரை உட்டுட்டார்.

ரொம்ப நல்ல பிள்ளையா அவருக்குக் கர்ம காரியம் பண்ணின அவனோட சாங்கோபாங்கம் இப்பக்கூட எனக்கு ஆச்சரியத்தைத் தரது.

எழவுக்குப்போன என்கிட்ட எல்லா விஷயத்தையும் ரங்கநாயகி சொன்னப்போ, எனக்கும் உசிர் போகத் தெரிஞ்சது. ஐயோ மோசம்போயிட்டோமேன்னு தலைல அடிச்சிண்டேன்.

மாமா நீங்களும் எங்கள விட்டுட்டு போயிடாதேள். அப்புறம் அவனுக்கு எல்லாம் சுலபமாயிடும்னு சொல்லி என்னைத் தேத்தி நிறுத்தினா ரங்கநாயகி.

நான் அவனண்ட போய் உனக்கே இது நியாயமா? இப்படியா வேஷம் போடுவேன்னு கேட்டேன்.

நீங்க ஏமாந்ததுக்கு நான் பொறுப்பாக முடியாதுன்னான். நான் இப்பவே பெரிய அளவுல உன் துரோகத்தைச் சொல்லி ஊரைக் கூட்றேன். உன்னை நாற அடிக்கிறேன்னு சொன்னேன்."

"அப்படி செஞ்சேளா?"

"இல்ல ஸ்வாமி... இல்ல... செய்ய அவன் விடல. கட்டா ஒரு போட்டோ கட்டுக்களைத் தூக்கிப்போட்டான். கௌசி குளிக்கறப்பவும், மத்த நாழியில படுக்கைல அவளோட இருக்கறப்பவும் அவன் எடுத்த படங்கள் அவை. அதுல ரங்கநாயகி படமும் இருந்தது. எப்படி அவளுக்குத் தெரியாம எடுத்தான்னு தெரியல.

எனக்கு மூச்சே நின்னுடுத்து.

அவன் என்னைப் பார்த்து சிரித்தான். சிரிப்புன்னா... சிரிப்பு... அப்படி ஒரு சிரிப்பு. ஒரு மன நோயாளியப்போலத் தெரிஞ்சது எனக்கு.

இந்தப் படங்களை ஊரார்கிட்ட நான் காட்றேன். வேசித்தனம் பண்ற இவாளை நான் கல்யாணம் பண்ணி மறுவாழ்வு கொடுத்திருக்கேன். குடும்பப் பாங்கா வாழ இவாளுக்கு இஷ்டமில்ல. அதனால என்னை வெட்டிவிட இப்படிப் பொய் சொல்றான்னு அவாகிட்ட சொல்வேன்.

போலீஸ் ஸ்டேஷன்லையே எனக்கு வக்காலத்து வாங்கினது தெரியும்தானேன்னு திருப்பிக் கேட்டான்.

அப்பத்தான் தெரிஞ்சது நான் ஒரு புலியோட வாலைப் பிடிச்சிருக்கறது."

கௌசிக்கு ஜுரமே வந்துடுத்து...

ரங்கநாயகி மட்டும் நிமிர்ந்து நின்னா...

நீ சொன்னா யார் நம்புவா? அதையும் பாத்துடுவோம். உனக்காச்சு எனக்காச்சுன்னா...

"உன் பக்கத்துல ஒருத்தன் படுத்ததா நிரூபிப்பேன். என் காசுக்காக அப்படிச் சொல்ல எத்தனை பேரைக் கூட்டிண்டு வரட்டும்னு திருப்பிக் கேட்டான்."

தேசிகாச்சாரி பேச்சை நிறுத்தினார். தாகம் எடுக்கும் வறட்சி. சுற்றிச்சுற்றிப் பார்த்தார். வார்டின் ஒரு மூலையில் தண்ணீர்ப் பானை. போய் எடுத்து நாலு மடக்கு. அது உள்ளே போன சூட்டோடு, கண்களின் வழி வெளியேற ஆரம்பித்தது.

ஏபிஎன்னுக்கும் எப்படி ஆறுதல் கூறுவதென்றே தெரியவில்லை. "அப்புறம்?" என்று கேட்கக்கூடச் சக்தியற்ற மனோநிலை.

நடுவில் வார்டு அறையில் இருந்து அம்முணி கலக்கத்தோடு எட்டிப்பார்த்தாள். நெருங்கியும் வந்தாள்.

"என்னடா பத்து? ஒரு மணி நேரமா அப்படி என்ன பேச்சு... உள்ளக்கூட வராம?" என்று கேட்டாள்.

"போம்மா வரேன்... உன் பொண்ணுதான் பொழச்சுட்டாளே."

"என்னத்த... அம்மா ஏன் என்னைக் காப்பாத்தினேன்னு ஒரே பிலாக்கணம்."

"சரி அந்த நாய்க்கே கல்யாணத்தப் பண்ணி வெச்சுடுவோமா?"

"நீ வேறடா... சரி, சரி... செத்த வா... உன்னண்ட கொஞ்சம் பேசணும்." அம்முணி தேசிகாச்சாரியைப் பாத்து, பார்வையாலேயே பேச்சை முடித்துக்கொண்டு என் பிள்ளையை அனுப்பி வை என்கிறாள்.

புரிகிறது தேசிகாச்சாரிக்கும்.

"ஸ்வாமி... நான் கிளம்பறேன். நாளைக்கு சொச்சத்த..."

"நீர் சொல்லும். முக்கியமான கட்டத்துல இந்த அம்மா ஒண்ணு..."

"என்னத்த சொல்ல... ரௌத்திரம் காட்டத் தெரியல. இரத்தத்துல மொழத்துக்கு முக்கால் தூரத்துக்குப் பயம். அவனும் அது தெரிஞ்சுதான் இதுமாதிரி குடும்பங்களையா பார்த்துப் பார்த்துக் கால வாரி விட்டுண்டு வந்துருக்கான். எதிர்ப்பு வந்தாலும் எப்படியும் சமாளிச்சுடலாம்கற தைரியம் அவனுக்கு..."

"அப்ப அவன் யார்?"

"அதை ரொம்பக் கஷ்டப்பட்டுக் கண்டுபிடிச்சேன். அவன் யார்ங்கறதை மட்டுமில்ல. அவன் இப்படி கல்யாண மன்னனா மாறி ஊருக்கு ஊர் ஏமாத்தி, பெண்களை நாசம் பண்ணிட்டு காசு பணம் சம்பாதிக்க அதுவே வழின்னு அவன் நினைக்கக் காரணம் எதுன்னும் தெரிஞ்சது?"

"என்ன இது புதுசா... யார் அவன்?"

"பாம்பாய்ல இன்னைக்கும் விபச்சாரியா இருக்கிற ஒரு தமிழ்ப் பெண்ணோட பையன்! புள்ளையே அம்மாக்கு வாடிக்கையைப் பிடிக்கிற வேலையெல்லாம் செய்துருக்கான். செய்துருக்கான்றத விட செய்ய வைக்கப்பட்டுருக்கான்றதுதான் நிஜம்!"

புயல் கால இடியைவிட ஒரு கொடுமையான விஷயத்தைச் சொல்லிவிட்டு தேசிகாச்சாரி கண்ணீருடன் தலையைத் தாழ்த்திக்கொண்டார்.

***

அத்தியாயம்

22

'மக்கள் மூவகைக் குணங்களில் ஒன்றை மிகுதியாகக் கொண்டவராக இருக்கின்றனர். உயர்வகை - நடுத்தரம் - மூன்றாம் வகை எனப் பலதரப்பட்ட மக்களுள்ளனர். அனைவரையும் மேலான நிலையை அடையச் செய்வது என்ற நோக்கமுடைய வேதசாத்திரம் வருணாசார தருமத்தை வகுத்துத் தந்தது. முன்வினையால் உண்டாகும் பிறப்பில் அமையும் குடும்ப சமூகச் சூழ்நிலை, தொழிலை வெறுக்காமல் அவரவர் கடமையைச் செய்து வந்தால்தானே வினை கழிய அறிவேற்படும். அதற்கேற்ப இயல்பு பண்பட்டு உயர்ந்ததாகும். மேலான தொழில்புரியும் ஏற்ற நிலையும் ஏற்படும் என்பது வேத சாத்திரக் கொள்கை.'

– 'தந்திர யோகம்' நூலில் ஸ்வாமி

தேசிகாச்சாரி நிமிர்ந்தார். கண்ணில் நிறைய ஈரம். ஏபிஎன்னுக்கே அது என்னவோ செய்தது. சாதாரணமாக இந்த மாதிரி உணர்ச்சிவசப்படும் சமயங்களில் சிலருக்குத்தான் அழுகை பிடிபடும். அது ஆண்மகனுக்கு அழகல்ல என்று நினைப்பவர்களுக்கு முகத்தில் குரூரமாக மாற்றங்கள் மட்டுமே ஏற்படும். மூக்கு கூடுதலாக விரிபட காதுமடல், கன்னக் காதோரம் நரம்பு பிரண்டு நெளிவதைப் பார்க்கலாம்.

ஏபிஎன்னிடம் அப்படித்தான் ஆனது. "நினைச்சே பாக்க முடியல ஓய்..." என்கின்றன அவரது உதடுகள்.

“இந்த உண்மை தெரிய வந்த அன்னிக்கு நான் துடிச்ச துடிப்பு இருக்கே, அது எனக்குத்தான் ஓய் தெரியும்...” தேசிகாச்சாரி குமுறினார்.

“எப்படிக் கண்டிபிடிச்சேள் இந்த ரகசியத்தை...?”

“அது ஒரு கதை... அவன் கல்யாணத்துக்குப் பின்ன என்கிட்டதான் கொஞ்சநாள் இருந்தான். அப்பல்லாம் பம்பாய்ல இருந்து அவனுக்கு லெட்டர் வரும். உள்ள ஹிந்தியில் எழுதியிருக்கும். யார்னு கேட்டதுக்கு ஸ்நேகிதன்னு சொல்வான்.

இவன் சுயரூபம் வெளிப்பட்டு இவன் வீட்டை விட்டுப் போன பின்னாலேயும் ஒரு நாள் லெட்டர் வந்தது. முதல்ல அத பிரிக்ககூடப் பிரியப்படாம தூக்கிப் போட்டுட்டேன். அப்றமா ஒருநாள் எடுத்துப் பார்த்தேன். அவ்வளவா ஹிந்தி தெரியாது எனக்கு. ஆனா, என் இரண்டாவது பொண் ஆனந்தி நன்னா ஹிந்தி படிச்சவ. அவகிட்ட கொடுத்து அதைப் படிக்கச் சொன்னேன். அப்பத்தான் அவனப்பத்தி தெரிய வந்தது.”

“அதுல என்ன இருந்தது?”

“அது ஓர் அலியோட கடிதம்! நஸ்ரீன்கறது அந்த அலியோட பேர்னு நினைக்கறேன். அவளுக்கு இவன் தவறாம பணம் அனுப்பறான் போல இருக்கு. அதுக்கு நன்றி சொல்லியிருந்தா. ‘அப்படியே இப்ப உன் அம்மாக்கு உடம்பே சரியில்ல. எய்ட்ஸ் வந்துடுத்துன்னு நினைக்கறேன். என்கிட்ட உன்னைப் பத்திக் கேட்டா. நீ இப்ப வந்து அவளைப் பார்த்தா ரொம்ப சந்தோஷப்படுவா. நீ பழசை எல்லாம் மனசுல வெச்சுக்காம ஒரு தடவை வந்து பார்த்துட்டுப் போ’ன்னு எழுதியிருந்தது.

கூடவே, ‘உன் கல்யாணப் போட்டோவைப் பார்த்து உன் அம்மா அழுதா. என் மகனை நான் ரொம்ப தப்பா நடத்திட்டேன். அவன் சாமர்த்தியசாலி. அவனை ஜெயிக்க யாராலையும் முடியாதுன்னு ஓரேயடியா புலம்பினாள்’னும் இருந்தது. எனக்கு அதைப் படிச்சுட்டு கை, கால் ஓடலை.

ஆனந்தி பதறிட்டா, என்னப்பா இது அக்காவை இப்படிப்போய் மாட்ட விட்டுட்டேன்னா. ஆனா, புத்திசாலித்தனமா ஒரு காரியம் பண்ணினேன். கௌசிக்கு இது தெரியாம மறைச்சிட்டேன். ஆனா, ஆனந்தியால ரங்கநாயகிக்குத் தெரிஞ்சுபோச்சு." தேசிகாச்சாரி முக்கியமான இடத்தில் நடந்ததைச் சொல்லி மிடறு விழுங்க, மணி, கெடிகாரத்தில் ஏகத்துக்கும் கடந்திருந்தது.

எதிரே இப்பொழுது நிஜத்திலும் ரங்கநாயகி.

ஏபிஎன் முதல்முறையாக அவளைப் பார்க்கும் பார்வையிலும் அபரிமிதமான மரியாதை.

பேச்சு தாற்காலிகமாக அறுபடுகிறது.

"வா ரங்கநாயகி..."

"என்ன, கல்யாணி இப்படிப் பண்ணிட்டா?"

"எல்லாரும் ரங்கநாயகி ஆகிட முடியுமா?" ஏபிஎன் சட்டென்று அவளை ஆகாசத்துக்குத் தூக்கினாற்போல் இருக்கவே அவளும் திணறித்தான் போனாள்.

"அது... அது..." அவள் திணறலை வெளிக்காட்ட அவள் வந்தது தெரிந்து அம்முணி எட்டிப் பார்த்தாள்.

"ரங்கநாயகி..." என்று குரலில் அபரிமிதமான வாஞ்சை.

"மாமி..."

"வா, இப்பதான் வழி தெரிஞ்சுதா...?"

"ஐய்யோ, அப்படியெல்லாம் இல்ல மாமி. எப்படி இருக்கா கல்யாணி?"

"தப்பிச்சுட்டா. பூஞ்ச மனசு... என்ன பண்ணச் சொல்றே? ஆமா, நீ எப்படி இருக்கே?"

"இருக்கேன்..."

"உன்னைப் பாக்கத் துடிச்சுண்டு இருந்தேன். பத்துகிட்ட சொல்லியும் கூட்டிண்டு போகச் சொன்னேன். கடைசில இங்க

இப்படிப் பாத்துக்க வேண்டியிருக்கு. உன் விஷயமும் தெரிய வந்தது. என்ன ஜென்மம் இந்தப் பொண் ஜென்மம். சொல்லு பாப்போம்."

அம்முணி பாகாய் உருகிப் பனியாய்க் கரைந்து ரங்கநாயகியைக் கட்டிக்கொண்டாள்.

களங்கமில்லாத அன்பு.

ரங்கநாயகிக்கு அந்த அரவணைப்பு அமிர்தமாக இருந்தது.

'தன்மேல் கூட இத்தனை அன்பு காட்டி அக்கறையாக விசாரிக்க ஒருவரா?'

சந்தேகமாகக்கூட இருந்தது.

"வா உள்ற போகலாம். இவர் இரண்டுபேரும் மூணு மணி நேரமா பேசிண்டிருக்கா... என்னத்ததான் பேசுவாளோ..."

அம்முணி போகிறபோக்கில் சொன்னதில் ரங்கநாயகி ஒரு க்ஷணம் விக்கித்துப்போனாள்.

சரேலென்று திரும்பி அம்புப் பார்வை பார்த்தாள் தேசிகாச்சாரியை.

'என்ன மாமா... காது கிடைச்சிடுத்துன்னு எல்லா நரகலையும் கொட்ட ஆரம்பிச்சுட்டேளா?' கண்களே கேள்வியைக் கேட்டன.

அவருக்கும் புரிந்துவிட்டது.

"ஒண்ணுமில்ல ரங்கநாயகி... அடுத்து எப்படி வரன் பாக்றதுன்னு பேசிண்டிருக்கோம்..."

"அப்படியா?" அவள் கேட்கும் விதமே அவரைக் குத்தியது. அவளும் கேட்டுவிட்டு உள்ளே சென்று மறைகிறாள்!

ஆஸ்பத்திரி வராண்டா.

மரப்பெஞ்சுகள், பிளாஸ்டிக் நாற்காலிகள் என்று அங்கங்கே, நின்றுகொண்டே பேசியதில் கெண்டைக்காலில் வலியெடுத்தது.

போய் உட்காரவும் சுகமாக இருந்தது.

"வாரும் ஏபிஎன். உட்காரும்." என்று ஏபிஎன்னை ஏபிஎன் முகத்தில் சற்றே சலனம்.

"என்ன ஸ்வாமி?"

"இங்க இனியும் பேச வேண்டாம்னு பாக்கறேன்."

"அப்ப எங்கே போலாம்?"

"என் ஃபேக்டரிக்குப் போய்டலாமா?"

"எனக்கு ஆட்சேபணையில்லை. ஆனா, இங்க தேடினா...?"

"சொல்லிட்டு வரேன். ஆபீஸ்ல வேலையிருக்குன்னா, அம்மா பாத்துப்பா..." சொல்லிவிட்டு ஏபிஎன் உள்ளே நுழையவும், படுக்கையில் கல்யாணி ஹார்லிக்ஸ் குடித்துக்கொண்டிருக்க அவள் தலையை ரங்கநாயகி வருடிவிட்டுக் கொண்டிருந்தாள்.

அசப்பில் தன் இறந்துபோன மனைவியே அங்கு உயிரோடு வந்து நாத்தனாருக்குச் சிசுரூஷை செய்வதுபோல ஒரு பிரமையே தட்டிற்று.

எதுவுமே பேசத் தோன்றவில்லை.

"அம்மா..." அழைப்பு கேட்டு அம்முணி திரும்பினாள்.

"நான் கொஞ்சம் ஃபேக்டரிவரை போய்ட்டு வந்துடறேனே..."

"என்ன பத்து... எதுனா முக்கிய வேலையா?"

"ஆமாம்மா..."

"அப்படின்னா ஆத்துல பசங்களைப் பெரியவளை பாத்துக்கச் சொல்லிட்டு வந்துருக்கேன். அந்தச் சின்ன வாண்டு என்ன பாடுபடுத்திண்டு இருக்கோ? செத்த ஆத்துக்குப்போய் பாத்துட்டுப் போய்டேன்."

"அது வந்து..." ஏபிஎன் தயங்கவும் ரங்கநாயகி விவேகம் காட்டத் தொடங்கினாள்.

"மாமி... நீங்க வேணா ஆத்துக்குப் போங்களேன். நான் கல்யாணியைப் பாத்துக்கறேன்."

"நீ... நீ... உனக்கெதுக்கும்மா சிரமம்."

"ஐய்யோ, இதெல்லாம் ஒண்ணுமில்ல. எனக்கு ஒரு தங்கை இருந்தா பாத்துக்கமாட்டேனா. போய்ட்டு வாங்க மாமி..."

ரங்கநாயகியின் அந்த ஒத்தாசை நிமித்தம் அம்முணி முகத்தில் அபரிமிதமான சந்தோஷம்.

"சரி, நீ பாத்துக்கோ. நான் போய்ட்டு வரும்போது அந்தச் சின்னதோடயே வரேன். நான் இல்லாம அது தனியா இருக்காது."

அம்முணி கிளம்பத் தொடங்க ஏபிஎன் ரங்கநாயகியை நன்றியோடு பார்த்தார்.

ஏனோ, ரங்கநாயகி அதைத் தவிர்த்தாள்.

அவரை அது உடனே யே என்னவோ செய்தது. இதயபாகத்தில் ஒரு சின்னக் கிள்ளு.

"சரிம்மா, ஜாக்ரதையா பாத்துக்கோ. வந்துட்றேன்." ஒரு வயர் கூடையை எடுத்துக்கொண்டு அம்முணி புறப்படத் தொடங்க...

✻ ✻ ✻

வீட்டு வாசலில் கார் தேங்கவும் அம்முணி இறங்கிக்கொள்ள கார் ஏபிஎன் இண்டஸ்ட்ரீஸ் நோக்கிப் புறப்பட்டது.

காருக்குள்ளேயே நிறைய முறுக்கு, சீடை வாசம், ஸ்டியரிங் ஃபேஸ் மேல் ஒரு பொட்டலம் உடைபட்டுக்கிடந்தது.

"முறுக்கு வாசனை கமகமக்கறதே..."

"எல்லாம் என் ப்ராடக்ட்தான். சாப்ட்ருக்கேளா?"

"தப்பா எடுத்துக்கப்படாது. நான் கடைல விக்கறத வாங்கிச் சாப்பிடறது கிடையாது. இருபது வயசோட அதெல்லாம் முடிஞ்சுபோயிடுத்து. அப்புறம் ஆசாரமா எல்லாமே மாறிடுத்து."

"என் விஷயம் நேர் எதிர். நான் இருபது வயதுவரைதான் ஆசாரமா இருந்தேன். அப்றமா நான் மாறிட்டேன்."

"அம்மா எப்படி விட்டா?"

"அம்மா பாக்கறதுக்குதான் ஆசாரம். மனசுல ரொம்ப முற்போக்கு அவ."

"ஆச்சரியமா இருக்கே...?"

"ஆச்சரியம்தான். அம்மா சிந்தனையளவுலையும் ரொம்ப நேர்த்தியானவ. கல்யாணி வரைல நான்கூட பத்திரிகைக்காரா வந்தப்ப பேட்டி தர மறுத்துட்டேன். எதுக்கு பிராபகண்டான்னு... ஆனா, அம்மா கூப்ட்டு பேட்டி கொடுத்தா. காரணம்... அந்த ஸ்ரீக்காந்த் விஷயம் வெளிய தெரியணும். எல்லாருக்கும் விழிப்பு வரணும்கறது அவ அபிப்ராயம்."

"இவ்ளோ முற்போக்கா தெரியற மாமி எதுக்குக் காவி உடுத்திண்டு...?" தேசிகாச்சாரி முடிக்கவில்லை. ஆனால், ஏபிஎன் புரிந்துகொண்டார். ஸ்டியரிங் ஃபேசில் இருந்து ஒரு சீடையை எடுத்து வாயில் போட்டுக்கொண்டே பதில் சொல்ல ஆரம்பித்தார்.

"அந்தக் கோலத்த அம்மா ரொம்ப விரும்பறா, சபரிமலைக்குப் போறவா காவி உடுத்தற மாதிரி நான் வைகுண்டம் போறதுக்காக உடுத்திண்டுருக்கற விரதப்புடவை இதுன்னு ஒரு நாள் விளக்கம் கொடுத்தா."

"ஏம்மா... இதை உடுத்திண்டாதான் அந்த நாராயணன் வைகுண்டத்துக்குள்ள விடுவானான்னு நானும் கிண்டலா கேட்டேன்.

'அப்படி இல்லடா பத்து. ஓர் உயிர் போனப்பறம் இப்பல்லாம் பத்துநாள்தான் அவாளை நினைச்சுக்கறோம். அப்றமா திதி, திவசம் வரும்போதுதான் அவா ஞாபகம் வரது. நான் அந்த மாதிரி இருக்க விரும்பலை. இந்த வீடு வாசல் எல்லாமே அவா சம்பாதிச்சது. அவர் சொத்து வேணும், சுகம் வேணும், அவரால் வந்த நீ வேணும். ஆனா, அவர் நினைப்பு மட்டும் அப்பப்ப வந்தா போறும்னா எப்படி?

இதை உடுத்திருக்கும்போது அவரையே உடுத்திக்கற மாதிரி உணர்றேன். கலர் புடவை உடுத்திக்கும்போதும் அப்படி நினைச்சுக்கலாமேன்னு நீ கேக்கலாம். அது அடுத்தவாளுக்கு எப்படித் தெரியும்? காவி உடுத்திண்டா நான் முண்டச்சி, புருஷன் இல்லாதவன்னு பாக்கறவாளுக்குப் பளிச்சின்னு தெரியும். புருஷன் மேல இருக்கற நினைப்புதான் நான் இதை உடுத்திக்கக் காரணம்கறது தெரியும்'னு ஒரு புதுவிளக்கம் கொடுத்தா.

ஏம்மா அடுத்தவாளுக்கு தெரியணும்னும் கேட்டேன். அதுக்கு அவ சொன்ன பதில்ல நான் ஆடிப்போயிட்டேன் தெரியுமா?"

ஏபிஎன் சஸ்பென்ஸோடு சொல்லி முடிக்கும்போது இண்டஸ்ட்ரீ கட்டிடம் வந்துவிட்டது.

காரை தேக்கி நிறுத்துகிறார்.

காரை விட்டு இறங்காமலே தேசிகாச்சாரி கேட்டார்.

"அம்மா அப்படி என்ன பதில் சொன்னா?"

ஏபிஎன் என்ஜினை ஆஃப் செய்தபடி சொல்ல ஆரம்பித்தார்.

***

அத்தியாயம்

23

'எல்லோரும் தங்கள் துயரங்களைச் சொல்லிக்கொள்ளத்தானே கடவுளைக் கல்லாக்கி கோயிலில் வைத்திருக்கிறோம். கோயில் அமைதியின் இருப்பிடம் என்று கொள்பவர் கொள்ளட்டும். ஆனால் நான் அறிந்தமட்டில் ஆலயம் ஒரு துயரச் சந்தை...

வாழ்க்கையில் எந்த மகத்தான சம்பவத்தில் குரூரம் இல்லை, உயிர் பிறக்கையில் தாய்க்கு இரக்கம் பார்க்கிறதா? பார்க்க முடியுமா? உயிரானது பிரியும்போதாவது உடலின் வேதனையை அனுசரிக்கிறதா? இப்போது நம்மில் நேர்ந்துகொண்டிருப்பது என்ன என்று நினைக்கிறீர்கள்.'

– 'த்வனி'யில் லா.ச.ரா.

அம்முணி அப்படி என்னதான் சொன்னாள்?

ஆவல் கொப்பளித்தது தேசிகாச்சாரியிடம்...

"இது ஒரு யூனிஃபார்ம்டா பத்து. பள்ளிக்கூடத்துல படிக்கிற பசங்களுக்கு உயர்வு, தாழ்வு தெரியக்கூடாதுன்னும் படிக்கிற இடத்துல எல்லோரும் சமம்னு நினைக்கவும் கொண்டு வந்ததுதானே யூனிஃபார்ம்?

அப்புறம் அது ஃபேக்டரி தொழிலாளிகள், போலீஸ்காரன்னா தனித்தனி அடையாளத்துக்கும் தேவையா போயிடுத்து.

உத்யோகமோ, படிப்போ சொல்ப காலம். அதுக்கே யூனிஃபார்ம் தேவைப்படறப்போ ஆண் துணை இல்லாமல் அவர்

நினைப்போடு வாழற ஒரு பொண்ணுக்கு அதுவும் காலம்பூரா வாழ நினைக்கிற பொண்ணுக்கு அது எத்தனை அத்யாவசியம்? யோசிச்சுப் பாரு...”

அம்மா அன்று சொன்னதைச் சொல்லியபடி நடக்கிறார் ஏபிஎன். பின்தொடரும் தேசிகாச்சாரி மனத்தில் ஓர் இனம் தெரியாத சந்தோஷம். ‘வாஸ்தவம்தானே?’ என்கிற பதிலின் அரும்பலும் கூடவே, எதிரில் தள்ளுவண்டியில் பாக் செய்யப்பட்ட பட்சணங்கள் டெஸ்பாட்சிங்கிற்காகப் பாக்கிங் செக்ஷனுக்குப் பயணம் செய்வதைப் பார்க்கிறார்.

வியப்பாக இருந்தது.

“என்ன ஸ்வாமி... பேச்சக் காணோம்?”

“என்னத்தைப் பேச...? உங்க அம்மா சொன்னது வாஸ்தவம்தான். ஆனா, அத இந்தக்காலத்துப் பொம்மனாட்டிகள் ஒத்துக்கமாட்டா. பிற்போக்கு... அடக்குமுறைன்னு எகிறிக் குதிப்பா...”

“அம்மா ஒண்ணும் கலர்புடவை கட்டிக்கறத தப்பு சொல்லலியே...”

“அப்படி கட்டிண்டா மனோபலமும், செத்துட்டவன் மேல பெருசா பற்றோ இல்லைன்னு ஆயிடறதே.”

“அது உண்மைதானே?”

“அது எப்படி...? செத்தவாளை இருபத்துநாலு மணி நேரமும் நினைச்சுண்டு அழறதுக்குப் பேர்தான் மனோபலமா... பற்றுதலா?”

“இது குதர்க்கம் ஸ்வாமி... அம்மா விளக்கம் அவ அப்படி இருக்கிறதுக்குத்தான். அதுலையும் ஒரு பலமான அர்த்தம் இருக்கு. அதான் என்னோட பாய்ண்ட்.”

“சரி, இந்த மாதிரி ஆம்பளைகள் இருக்காளான்னு அவா திருப்பிக் கேட்டா...?”

“அதுவும் குதர்க்கம்தான்... ஆம்பளைகள் இருந்தால் நன்னா இருக்கும்... மறுக்கலை. ஆனா குடும்பம்?”

“என்ன குடும்பம்?”

“இப்ப என்னையே எடுத்துக்கும். நான் விடோயர். பசங்க மூணு பேர். கோமளம் போனதுல இருந்து தனி மரமாகத்தான் இருக்கேன். இங்க வந்து நான் இந்த நிர்வாகத்தைப் பார்ப்பேனா? இல்லை ஆத்துல இருந்துண்டு அவாளைப் பார்ப்பேனா?”

“அதனால?”

“பொம்மனாட்டி இன்னொரு கல்யாணம் பண்ணிக்கலேன்னாதான் ஸ்வாமி அழகு. ஆம்பளை பண்ணிண்டாதான் அழகு. என்னடா இது விசித்ர நியாயமாயிருக்கேன்னு கேக்கலாம். ஆத்துல ஒருத்தி இருந்துட்டா ஓர் ஆம்பளைக்கு எந்தக் கவலையும் இல்ல, அவன் சம்பாத்யம், உத்யோகம்னு ஒருமுனைப்படறது சுலபமாயிடறது. அதே ஒரு பொண் இன்னொரு கல்யாணம், இன்னொரு புருஷன்னு போகும்போது அங்கேயும் சந்ததி விருத்தி... யாருக்கு யார் பொறந்தாங்கற சிக்கல். குழப்பமெல்லாம் உருவாறது. அமெரிக்கால இன்னிக்கி இந்த மாதிரி குழப்பம்தான் மேஜர்.

அதனால கஷ்டமோ... நஷ்டமோ... ஒரு மனசா ஒரு பொண்ணு இருந்துட்டா இந்த மாதிரி குழப்பங்கள். வருத்தங்களுக்குகே இடமில்லாம போயிடறது. குழந்தைகளுக்கு அம்மாவே முன் உதாரணம் வேற ஆயிடறா.”

ஏபிஎன் நெகிழ்ச்சியோடு விவரிப்பதைப் பார்த்தால் அவர் மனத்திலும் கல்யாண ஆசையோ...?

தேசிகாச்சாரிக்கு இப்போது கருத்துப் போர் நிகழ்த்துவதை விட அதைக் கண்டறிவதுதான் பெரிய விஷயமாக மாறத் தொடங்கியது. அதற்கேற்ப பேச்சைத் திருப்பத் தொடங்கினார்.

“அப்ப நீர் இன்னொரு கல்யாணத்துக்குத் தயாராயிட்டீர்னு சொல்லும்.”

“.....”

“பேசும்... இப்படி மௌனமா இருந்தா எப்படி? சம்மதம்னு எடுத்துக்கவா?”

“இல்ல ஸ்வாமி... இது அபிப்ராயம். என் மனசுல கோமளா இன்னும் சாகல... ஆகையால, அதெல்லாம் நடக்காதுன்னு வையும்.”

நடுவில் எப்போது யாரைப் பார்த்து எங்கே சொன்னார் என்றே தெரியவில்லை. காபியோடு ஒரு மாமி பிரசன்னமானாள்.

காபியா அது? மூக்கில் வாசனைக்கு இலக்கணம் எழுதிற்று. பருகினபோது சரீரமே சுகிர்ந்துபோய் இன்பப் பல்லவி எழுப்பிற்று.

“அற்புதம்... நரசூஸா?”

“இல்ல ஓய்... வாங்கி வறுத்து அரைச்சது.”

“பேசாம இந்தப் பொடியை மார்க்கெட் பண்ணும். மத்ததெல்லாம் அவுட் ஆயிடும். நானூறு கோடி ரூபாய் காபி பிஸினஸுக்கு நீர் ஒருத்தரே சொந்தம் கொண்டாடலாம்.”

“இந்த முறுக்கு, சீடையையே விஸ்தரிக்க முடியல. இதுல காபி பொடிக்குப் போனா கிழிஞ்சுடும்.”

சொல்லிவிட்டு சிரித்தார் ஏபிஎன். ஏசியும் குளிர்கூட்ட ஆரம்பித்திருந்தது.

“எதுக்கு சிரிச்சேள்?”

“இல்ல... இரண்டு பிராமணன் முன்ன சந்திச்சுண்டா இராமாயணம் படிச்சியா, சுந்தரகாண்டம் படிச்சியான்னுதான் பேச்சு இருக்கும். இப்ப பாத்தீரா? நான் வைஸ்யனா வியாபாரம் பண்றேன். நீரும் காபிப் பொடிக்குக் கணக்குச் சொல்றீர். காலம்தான் எவ்வளவு மாறிடுத்து.”

“வாஸ்தவம்தான். எந்த வேலையும் இடமில்லேன்னா அவன் என்னதான் பண்ணுவான்? இப்படித் தொழில் பண்ணித்தானே பொழச்சாகணும். எனக்கு என்ன பயம்னா... இதுக்கும் இட ஒதுக்கீடு வந்துடக்கூடாது.”

“இல்லை ஓய்... ஒதுக்கீடு வந்தது பல வகையில் நல்லது. பேப்பர், பேனா, கணக்கு, வழக்குன்னு சின்ன உலகத்துலயே இருந்த பிராமணனை அதுதான் எல்லா லெவலுக்கும் பிடிச்சுத் தள்ளித்து. இப்ப பிராமணன் இல்லாத துறை இல்ல. குண்டுச்சட்டிக் குதிரைகளை உலகம் சுற்றும் குதிரைகளா ஆக்கினது அதுதான். அதுக்கு நாம நன்றி சொல்லணும். அப்படியே தாழ்ந்த நிலைல இருக்கிறவர்கள் மேல வர்றதைப் பார்த்து சந்தோஷமும் பட்டுக்கணும்.”

“எங்க வரா... தாழ்ந்த நிலையோ, மேல் நிலையோ பணம் இருந்தாத்தான் படிக்க சீட்டு கிடைக்கறது. பாக்க வேலை கிடைக்கறது...”

காபியை உறிஞ்சியபடியே இரண்டு அரைக் கிழவர்களும் சமூகப் பொருளாதாரம் பேசியதில் ஸ்ரீக்காந்த் பற்றிய நினைப்பே இல்லாமல் போய்விட்டது.

அவனைப் பற்றிய முக்கியமான தகவலறியப்போன சமயத்தில்தான் அம்முணி குறுக்கில் புகுந்து என்ன பேச்சு என்று இடை நறுக்கினாள். ரங்கநாயகியும் வந்து மலைப்பூட்டினாள்.

தேசிகாச்சாரி ஏபிஎன்னின் அறையைச் சுற்றிலும் அளக்கிறார். ஒரு சுவாமி படம்கூட இல்லை. ஆச்சரியம் தந்தது. நெற்றியில் ஸ்ரீசூர்ணம் தரிக்கத் தெரிந்தவருக்கு எப்படி ஸ்வாமி படங்கள் வைத்துக்கொள்வது பிடிக்காமல் போனது? கேட்டே விடுகிறார்.

“ஆமாம்... என்ன இது? உங்க ரூம்ல ஒரு பெருமாள் படம்கூட இல்லையே...?”

“இருக்கணுமா என்ன?”

“பின்ன... நீர் என்ன நாஸ்திகளா? ரூமுக்குள்ள வந்தா கோயிலுக்குள்ள வந்த உணர்வு ஏற்பட வேண்டாமா?”

“வேண்டாம்னுதான்...” ஏபிஎன் ஆச்சரியம் அளித்தார்.

அதிர்ச்சி ஒரு குட்டி ஆடுபோல் தேசிகாச்சாரியின் இடையை முட்டியது. அது கண்ணிலும் நன்கு தெரிந்தது.

“ஆமாம் ஸ்வாமி... வேண்டாம்னுதான் வெக்கல. இந்தக் காலண்டர் போட்டோ படங்கள்ல இருக்கிற ஸ்வாமியெல்லாம் பெருமாளா இருக்க முடியாதுன்னு நான் நெனைக்கறேன். பாதி வெய்ட்டை விடவும் கிரீடம், கவசகுண்டலங்களோட வெயிட் ஜாஸ்தியா தெரியறது. கூடவே அலங்காரம். ஆசைகள் உள்ள மனுஷனாத்தான் அந்த உருவம் எனக்குத் தெரியறது. இந்த அலங்காரம்... அதுல தங்கம், வைரமெல்லாமே அடுத்தவாளைக் கவரவும், அந்தஸ்தை அடுத்தவாளுக்கு காட்டவும்தானே?

நம்மையே படைச்ச கடவுளுக்கு இப்படி அல்ப ஆசைகள் இருக்க முடியுமா? நாம் அதுக்கு அஷ்டோத்ரம் சொல்லலைன்னா அதுக்குக் கோபம் வந்துட முடியுமா? இந்த மாதிரி நிறைய கேள்விகள் இருக்கு எனக்குள்ள, கோமளத்திண்ட கொஞ்சம் பேசுவேன். அவ பெரியவரோட தெய்வத்தின் குரலைப் படியுங்கோ. அர்த்தமில்லாம ஒண்ணுகூட நம்ம சங்கதிகள்ல இல்லேம்பா.”

“வாஸ்தவம்தானே. முக்கூர் ஸ்வாமி ‘குறையொன்றுமில்லை’ன்னு கல்கில எழுதிண்டு வரார். படியும், பிரமிப்புத்தட்டும்! பூணூலை ஏன் பருத்தில போட்டுக்கறோம்? எதனால கச்சம் கட்டிக்கறோம்? ஏன் நெத்திக்குத் திருமண் சாத்திக்கறோம்னு சாதாரண கேள்வில இருந்து, உம்ம மாதிரி மனசுக்குள்ள தோண்ற குயுக்தியான ஆயிரம் கேள்விக்கும் அதுல பதில் இருக்கு.”

தேசிகாச்சாரியின் பதிலில் அவருக்கென்னவோ எல்லாக் கேள்விக்கும் விடை தெரியும் என்பது போலவும், பக்தியிலோ, வைஷ்ணவத்திலோ அப்பழுக்கு சொல்ல முடியாது என்பது போலவும் ஒரு தோற்றம்.

இப்படியெல்லாம் சிந்தித்தும், பேசியும் பல வருடங்கள் ஆகிவிட்டன. என்றைக்கு கௌசி கல்யாணம் பற்றிய கவலை பரவியதோ... அந்த நொடி வரை அது விடவில்லை.

பெருமூச்சு விடுகிறார்.

“சரி... விஷயத்துக்கு வரலாமா?” ஏபிஎன் ஆபரேஷன் சமயத்தில் இரத்தக்குழாயைப் பிடித்து இழுப்பதுபோல லாகவமாக இழுத்தார்.

“என்ன விஷயம்?” நிமிர்ந்த தேசிகாச்சாரி அப்புறம்தான் புரிந்துகொண்டார்.

“என்னய்யா, எதுனா வேலை இருக்கா...? இல்லை பேசிண்டே இருக்கோமேங்கற லஜ்ஜையா?”

“அதெல்லாமில்ல... விவகாரமில்லாதபடி சிந்தனைகளைப் பகிர்ந்துக்கற மாதிரிப் பேசி பல வருஷம் ஆச்சு ஏபிஎன். அதான் திரும்ப அந்தக் கட்டேல போறவனைத் பத்தி நினைச்ச உடனே மனசு கிரகண சந்திரனா கறுத்துடுத்து...”

“உண்மைதான். அவன் ஒரு வேசி மகன்கிறது தெரிஞ்ச க்ஷணம் எனக்குள்ளேயும் பூகம்பம்தான். அதனாலதான் நானும் வேற பல விஷயங்கள் பேசி மனச நிமிர்த்திண்டேன். இந்தமுறை தடை இல்லாம எல்லா விஷயத்தையும் சொல்லிட்டுதான் நீர் சீட்டைவிட்டு எழுந்திருக்கணும்.”

ஏபிஎன் கட்டளை இடுவதுபோலச் சொல்லிவிட்டு ஒரு பெல்லை அழுத்த, ஸ்டெனோ விக்டோரியா அறைக் கதவருகே வந்தாள்.

“யெஸ் சார்...”

“எல்லாம் ஒழுங்கா போயிண்டிருக்கா?”

“நோ பிராப்ளம் சார்.”

“செக்ல எதானா கையெழுத்து வாங்கணுமா?”

“இப்ப வேண்டாம்.”

“ஓகே... ஒரு மணி நேரத்துக்கு எனக்கு எந்த போன் காலும் வரக்கூடாது. ஐ நீட் பிரைவசி... ஓகே?”

“ஓகே சார்.”

விக்டோரியா கதவை மூடிக்கொண்டு நகர்ந்துகொள்ள தேசிகாச்சாரி திரும்பவும் பெருமூச்சுடன் ஸ்ரீக்காந்த் பற்றிப் பேச ஆரம்பித்தார்.

"அந்த பம்பாய்ல இருந்து வந்த கடுதாசி எந்த அளவுக்கு நிஜம்னு தெரிஞ்சுக்க நான் விரும்பல. ஆனா, ரங்கநாயகி விரும்பினா. நான் எவ்வளவோ தடுத்தும் கேட்காம அவ பம்பாய்க்குப் புறப்பட்டுட்டா, கூட, அசட்டுத் தம்பி கோவிந்துவும். அவளை தனியா அந்த ஏரியாக்கு அனுப்ப எனக்கு மனசு வரலை. நானும் கிளம்பினேன்.

பம்பாய்ல எனக்கு தூரத்து சொந்தக்காரா இருக்கா. அதுல ஒருத்தர் ஆத்துல போய் தங்கினோம். பின்ன அவாத்துப் பையனையே துணைக்கு அழைச்சுண்டு நான் மட்டும் அந்த அட்ரஸ் இருக்கிற 'ரெட் லைட்' ஏரியா பக்கம் போனேன்.

பசில கொடுமையான பசி சதைப்பசி ஏபிஎன். அது ஒருத்தனுக்கு வந்துட்டா அதுக்கு மட்டும் பதிலுக்கு அதே மாதிரி சதைதான் வேணும். சரியாத்தான் சொன்னா மிருக இச்சைன்னு... மிருகங்கள்தான் தான் வாழ சக மிருகங்களை அடிச்சுத் தின்னும். இங்கேயும் அதுதானே?"

"விளக்கம் அப்புறம். போன இடத்துல என்ன ஆச்சு, அதைச் சொல்லும்."

"சொல்றேன். ஸ்ரீக்காந்த் அம்மா பேரு பாரிஜாதம். தஞ்சாவூர்க்காரிதான் அவளும். அவளுக்கு அங்க லேடி பண்டான்னு பேர். பார்த்தப்பத்தான் தெரிஞ்சது அது எவ்வளவு உண்மைன்னு. மடிசார் உடுப்புல ஒரு பித்தளை வட்டாவுல காபி குடிச்சிண்டிருந்தா. பக்கத்துல ஒரு வயசான கிழவி. ஊதினா விழுந்துடற ஒத்தை நாடி சரீரத்தோட... காபி ஆத்திக் குடுக்கும்போது கொஞ்சம் கீழே சிந்திடுத்து. அதுக்காக, அந்தக் கிழவியை பாரிஜாதம் அறைஞ்ச அறை இருக்கே...?"

கேள்வியோடு தேசிகாச்சாரியின் கைகளும் அவரது கன்னம் நோக்கி மேலெழும்பி வருடிக்கொண்டன.

நடுவில் ஏபிஎன்னின் செல்போன் இதயபாகத்தில் சட்டைப் பாக்கெட்டில் சிணுங்கியது.

"யாருடாது இந்த நேரத்துல?" என்றபடி எடுத்துத் திரையைப் பார்த்தவருக்கு நெற்றியில் வரிகள். பின் அரைமனதாகக் காதுகொடுத்தபோது ஸ்ரீக்காந்த் கேட்டான்.

"என்ன... என் கதை ஓடிக்கிட்டிருக்கா?"

***

அத்தியாயம்

24

‘நிழல்கள் நீளத் தொடங்கிவிட்டன. பொழுதின் உருவச் சோதனைகளாய் வானத்தில் வண்ணங்கள் குமைகின்றன. அடிவானத் திருப்பத்தில் தோன்றியிருக்கும் நீலச்சிரிப்பின் குறுக்கே பணிகள் மூன்றுகோலப் புள்ளிகள் போலும் ஓர் அச்சில் பறக்கின்றன.

அந்தரத்தில் கூடுகட்ட இடம் தேடுகின்றனவா? தொடுவானிற்கும், பூமிக்கும் பாலம் விழுந்த ஒளித்தூலத்தின் வழி, வண்ணங்கள் விதவிதமாய்ப் பெய்கின்றன. எதிலிருந்து எதில்?

வானிலிருந்து பூமிக்கா? பூமியிலிருந்து வானிற்கா? என்றுதான் புரியவில்லை. ஆனால் ஒன்று புரிகிறது. சாயும் பொழுதில் தோயும் வண்ணக் குழைவில் முகில்களின் செழிப்புடன் பூமியின் பசுமையும் சேர்ந்து தீட்டியதால், பிரமாண்டமானதோர் ஓவியம் உருவாகத் தொடங்கிவிட்டது.’

– ‘த்வனியி’ல் லா.சா.ரா.

ஏபிஎன்னுக்குத் தேள் கடித்ததுபோல இருந்தது. முகம் கச்சிதமாக வலியைக் காட்டியது.

“யார் ஸ்வாமி...?” தேசிகாச்சாரி.

“அந்தக் கடன்காரன்தான்... இவனுக்கு எப்படி என் செல்போன் நம்பர் தெரியும்? செல்போனை விலக்காமல் காற்றுக்குரலில்

ஏபிஎன் சொன்னது அவன் காதிலும் விழுந்ததோ, என்னவோ? பதில் சொன்னான்."

"கல்யாணியைப் பொண் பார்க்க வந்தபோது நீங்கதானே செல் நம்பர் தந்து ஏதாவதுன்னா கான்டாக்ட் பண்ணச் சொன்னீங்க... மறந்துட்டீங்களா?"

"சரி. இப்ப எதுக்குப் பண்ணினே."

"உங்கள சும்மா விடமாட்டேன்னு சொல்றதுக்குத்தான்."

"கிழிச்சே, இத நாங்க சொல்லணும்."

"உம் சொல்லுங்க. ஆனா, யார் ஜெயிக்கறான்னு பாக்கலாம்."

"ஏன்டா பாவி... தப்பு மேலே தப்பா பண்ணிட்டு நீயே இவ்வளவு பேசினா நான்லாம் எவ்வளவு பேசலாம்..."

"தப்பா... நான் பண்ணினதா?" கேள்வியோடு அவன் மறுமுனையில் சிரித்தான். அகோரச் சிரிப்பு.

ஏபிஎன் முகம் கடூரமாகி மாறிக்கொண்டே போனது.

"என்ன ஸ்வாமி...? எங்க இருந்து பேசறான் அவன்? போலீசுக்கு சொல்லாமே என்ன பேச்சு?" இடையில் தேசிகாச்சாரியின் பேச்சு ஏபிஎன்னின் காதைத் திருகியது.

"டேய்ய்... சிரிக்காதடா. ஆம்பளையா இருந்தா நேர்ல வாடா..."

"வந்தேனே..."

"கிழிச்சே..."

"ஆமாம் கிழிச்சுண்டுதான் இருக்கேன். இன்னும் கிழிப்பேன். விடமாட்டேன்."

"டேய்... டேய்... உனக்கு இதயமே கிடையாதா?"

"உங்களுக்கெல்லாம் இருக்கா...?"

"இருக்கறதாலதானே மனுஷனா இருக்கோம். உன்னை மாறியா ஊரை ஏமாத்தறோம்?"

"ஏமாத்தாம... இதயம் இருக்கறதா நீங்க சொல்றதெல்லாம் பொய், பச்சப்பொய். நான் இதயம் உள்ள ஒரு மனுஷனைக்கூட பார்த்ததில்ல. எல்லாருக்கும் அவங்கவங்க பிரச்சினை... சுயநலம். சமூகச் சிந்தனையோ, சமூகப் பங்களிப்போ துளியாவது கிடையாது."

"என்னடா உபதேசம் பண்றே?"

"உபதேசம் பண்ண வைக்காதீங்க. இப்பவும் சொல்றேன். கௌசி விஷயத்துல நடந்த உண்மைகளைச் சொல்லி என்மேலே இருக்கற குற்றத்தை வாபஸ் வாங்கப் பாருங்கோ. ஒருநாள் டயம் தரேன். இல்லே தற்கொலைல போய் சேரப் பார்த்த கல்யாணி, கொலையால போய்ச் சேருவா."

அந்தப்பக்கத்தில் அவன் முடித்துவிட்டான். இந்தப்பக்கத்தில் ஏபிஎன் முகத்தில் வியர்வைக் கூடாரத்தின் எழும்பல். தயிர் தோய்ந்த மாதிரி ஓர் உறைந்த மௌனம்.

"என்ன ஸ்வாமி... என்னத்தச் சொன்னான் அவன்?"

"அவன்... அவன்... கல்யாணி வீடு வரமாட்டாங்கறான்."

"பாஸ்டர்ட். முதல்ல போலீசுக்குச் சொல்லுங்கோ. அவன் செய்யக்கூடியவன்தான்."

அடுத்த நொடி ஏபிஎன் போலீசோடு தொடர்புகொண்டார். வழக்கைப் பதிவு செய்து சற்று பாஸிடிவ்வாகக் கவலைப்பட்டுப் பேசின இன்ஸ்பெக்டர் ஒருவர் அகப்பட்டார்.

"என்ன சார் இது? அந்த ஸ்ரீக்காந்த் இந்த மெட்ராஸ் சிட்டிலதான் சார் இருக்கான். இப்பக்கூட போன் பண்ணி எங்களை மிரட்டினான்."

"அப்படியா?"

"ஆமாம் சார்... இது என்ன சார்...? மழை விட்டும் தூவானம் விடாதபடி... ஆஸ்பத்தியில இருக்கற என் தங்கையைக் கொன்னுடுவேன்கறான் சார்..."

“டோண்ட் ஒர்ரி மிஸ்டர் அனந்தபத்மநாபன். நாங்க விஜிலன்ஸ் போட்டிருக்கோம். எல்லார்கிட்டேயும் அவன் போட்டோ இருக்கு. அப்படியெல்லாம் நடந்துடாது.”

“பாத்து சார்... பயமா இருக்கு எனக்கு.”

“பதட்டப்படாதீங்க, நாங்க பாத்துக்கறோம்.”

அவர் தைரியம் கூறி முடித்துக்கொண்டார். இருந்தும் ஏபிஎன்னுக்கு இதயம் பூரி மாவாகப் பிசையப்படுவதாக ஒரு வேதனை.

கமிஷனரோடு தொடர்புகொண்டார். உதவியாளர் இடையில் வந்தார்.

“நான் கமிஷனர் சாரோட பேசணும்.”

“அவர் மீட்டிங்ல இருக்கார். என்ன விஷயம்?”

“இட் ஈஸ் வெரி சீரியஸ் சார். கொஞ்சம் அவருக்கு லைன் கொடுங்க.”

“விஷயத்தச் சொல்லுங்க...”

“நீங்க அவரோட பேச வழி பண்றேளா... நான் அவர்ட்டதான் பேசுவேன்.”

“உங்க நம்பர் தாங்க. அஞ்சு நிமிஷம் கழிச்சு அவரே பேசுவார்.”

ஏபிஎன் நம்பரைத் தந்தார். தந்துவிட்டு கர்சீப்பை எடுத்து முகத்தைத் துடைத்து விட்டுக் கொண்டார்.

“என்ன சொன்னார்?”

“ஏதோ மீட்டிங்காம். அஞ்சு நிமிஷம் கழிச்சு அவரே பேசறேன்னார்.”

“சரி, கிளம்பும். இனியும் இங்க இருக்கக்கூடாது. அவன் எமகாதகன். சின்ன வயசுலையே சிலரைக் கொலை பண்ணப் பார்த்து பம்பாய் போலீஸ்கிட்ட மாட்டி ஜெயிலுக்கும் போனவன்...”

தேசிகாச்சாரி சொல்லச் சொல்ல ஏபிஎன்னிடம் திணறல் பெருக்கெடுத்தது.

“சாதாரணமாகவே அவனைப்பத்தி எதுவும் இல்லியா? இப்படிக்கூடாவா மனுஷன் இருப்பான்...?”

“இதைவிட மோசமான மனுஷா இருக்கும்போது இவன் இப்படி இருக்கறதுல ஆச்சரியப்பட என்ன இருக்கு? கிளம்பும்.”

தேசிகாச்சாரி சீட்டை விட்டு எழுந்தார். ஏபிஎன்னும்... காரை நோக்கி இருவரும் வேகமாக நடந்தார்கள்.

அறைக்கு வெளியே வந்துவிட்டு ஏபிஎன் திரும்ப உள் ஓடினார்.

“என்னாச்சு...?”

“போன் பண்றேன்னு சொல்லியிருக்காரே கமிஷனர்.”

“ஓ... மறந்துட்டேன்...” தேசிகாச்சாரியும் உள்ளே வந்தார். உட்காராதபடி குறுக்கும், நெடுக்கும் அந்த சிறிய அறைக்குள் நடந்தார்.

டென்ஷனில் மனிதர்கள் என்னென்ன செய்வார்களோ, அதை எல்லாமே இருவரும் செய்தனர். நடுநடுவே அபிப்ராயப் பரிமாறல்கள்.

“பொதுவுல இந்த மாதிரி மிரட்டல்களைச் சினிமாலதான் பாத்திருக்கேன். த்ரில்லா இருந்ததாலே நன்னா ரசிக்கவும் செஞ்சிருக்கேன். அது கற்பனை அதனால த்ரில் மட்டும்தான் அதுல ஏற்பட்டது. ஆனா, அதையே வாழ்க்கைல அனுபவிக்கச்சே என்னென்னவோ பண்றது. எப்படி நடந்துக்கணும்னே தெரியல.”

“இதுதான் கிட்டத்தட்ட அந்த ஸ்ரீக்காந்த்தோட நிலையும்.” தேசிகாச்சாரி சொன்ன நொடி ஏபிஎன் பார்வை தேசியைத் துளைத்தது.

“என்னய்யா சொல்றீர்?”

“ஆமாம் ஏபிஎன். அவன் இப்படி நடந்துக்கறதுக்குப் பின்னாலையும் உணர்வுபூர்வமான குழப்பங்கள் நிறைய

இருக்கு. ஆனா, அதுல பெரிய நியாயம் இருக்கறதா அவன் நினைச்சுக்கறான்."

"ஓஹோ..."

"முழுசா நடந்ததைக் கேட்டா உம்மால அவனை வெறும் சீட்டிங் பண்ற ரோக்கா மட்டும் பாக்கமுடியாது. ஒரு பெரிய மனநோயாளியாவும் தெரிவான்."

"முழுசா கேக்கத்தானே இங்க கூட்டிண்டு வந்தேன். எங்க கேக்க முடியறது? அனுமார் வால்கூடச் சின்னதுய்யா..."

ஏபிஎன் சீற்றத்தோடு அலுத்துக்கொண்டபோது டெலிபோன் ஏமாற்றாமல் கூப்பிட்டது. காதை கொடுக்கவும், கமிஷனரே பேசினார்.

"சார் நான் ஏபிஎன் இண்டஸ்ட்ரீஸ் புரொபரைட்டர் அனந்தபத்மநாபன் பேசறேன். ஏபிஎன் ஃபுட் பிராடக்ட்ஸ் பத்திக் கேள்விப்பட்டிருப்பீங்களே..."

"சொல்லுங்க என்ன விஷயம்?"

"சார். என் தங்கை கல்யாண விஷயத்துல சில தவறுகள் ஏற்பட்டுடுத்து. ஒரு தப்பான மனுஷனை மாப்பிள்ளையா பாத்துட்டேன். இப்ப அவன்..."

"எல்லாம் தெரியும் மிஸ்டர் ஏபிஎன். அந்தப் பையனப் பிடிக்கத்தான் எல்லா முயற்சியும் செய்துகிட்டிருக்கோமே..."

"இருக்கலாம் சார். ஆனா, அவன் எங்கேயும் ஓடித் தலைமறைவாயிடலை. இந்த மெட்ராஸ்லதான் இருக்கான், எனக்கு ஒரு கால்மணி நேரம் முந்திகூட போன் பண்ணினான். கேஸை நாங்க வாபஸ் வாங்கணுமாம்."

"ஐ ஸீ..."

"இல்லேன்னா ஆஸ்பத்திரியில இருக்கற என் தங்கையைக் கொன்னுடறதாச் சொல்லி மிரட்டறான் சார்..."

"அப்படியா... கவலைப்படாதீங்க. இந்த மாதிரிப் பசங்க இப்படித்தான் பூச்சி காட்டுவாங்க. நாங்க பாத்துக்கறோம்."

“சார் ரொம்ப பயமா இருக்கு. நாங்க யாருக்கும் எந்தக் கெடுதலும் பண்ணாதவங்க. என்ன பாவம் எப்ப செஞ்சோமோ? இப்படி ஒரு சிக்கல்ல மாட்டிண்டுட்டோம். உட் யூ ப்ளீஸ் சார்... ஹெல்ப் பண்ணுங்கோ. ஏரியா இன்ஸ்பெக்டர்கிட்டப் பேசி விஷயத்தச் சொல்லிட்டேன்.”

“கவலப்படாதீங்கன்னு சொல்லிட்டேன்ல. ஆஸ்பத்திரிக்கு போலீஸ் காவல் போட்றேன். அடுத்து அவன் போன் பண்ணினா கொஞ்சம் பேச்சு கொடுங்க. நடுவுல எப்படியாவது எங்களுக்குத் தகவல் குடுங்க. நாங்க ட்ரேஸ் பண்ண உதவியா இருக்கும் அது.”

“நிச்சயமா சார். பாத்து கவனியுங்கோ சார்” பதறிச் சிதறிக் கைகள் நடுங்க ரிஸீவரை அதன் ஆசனத்தில் சேர்த்தார்.

பின் இருவரும் வேகமாகப் புறப்பட்டார்கள்.

கார் சீறியது.

உள்ளே அநியாயத்துக்கு ஓர் இறுக்கம்.

இருந்தாலும் புத்தி கொஞ்சம் விவேகமாகவும் யோசித்தது.

“தேசிகாச்சாரி ஆஸ்பத்தியில் எதையும் காட்டிக்க வேண்டாம். அம்மா, கல்யாணி எல்லாரும் பதற ஆரம்பிச்சுடுவா.”

“நானே சொல்லணும்னு நினைச்சேன்.”

“ஆமா, ஏதோ அவன் ஒரு மனநோயாளிங்கற மாதிரியும் பேசினீரே. என்னய்யா, எதை வெச்சு அப்படி ஒரு முடிவுக்கு வந்தீர்?”

“பம்பாய்ல நஸ்ரீன்கற அலியைச் சந்திச்சப்பதான் எனக்கு அந்த அபிப்ராயம் வலுப்பட்டது.”

“எப்படி?”

“சொல்றேன்... அந்தப் பாரிஜாதத்துக்கு, யாரால பொறந்தான்னே தெரியாத இவனை அவ உசிரோட வெச்சு வளக்கப் பிரியப்படலை.

இங்க மதுரைப் பக்கத்துல பொண் குழந்தைகள் பொறந்தா நெல்லுப்பால் தந்து கொன்னுடுவாளாமே...?

தேசிகாச்சாரி சொல்லும்போதே ஏபிஎன் புருவம் அரிவாளாகி அதிர்வேட்டுக் கொளுத்தியது.

அந்த மாதிரி இவனைக் கொன்னுடச் சொல்லி அலிகள்கிட்ட கொடுத்திட்டா அந்த ராட்சஸி..."

தேசிகாச்சாரிக்கே சொல்லும்போது மிடறுகட்டி கன்னக்கதுப்பு சிலிர்த்துப்போனது.

"ஆனா, அவா இவனைக் கொல்லலை. தாங்களே வளர்த்துருக்கா. ஒரு கட்டத்துல அந்தக் கூட்டத்துல டி - காபி வாங்கிக் கொடுத்துண்டு எடுபிடியாகவும் பல வருஷம் இருந்துருக்கான். அந்தச் சந்தர்ப்பத்துல வயித்துப்பசிக்கு நடுவுல இவன் பாத்ததெல்லாம் சதைப் பசியைத்தான். இந்த நிலைலதான் அவனுக்கு ஒரு பெரிய கொடுமையை அவன் அம்மா திரும்ப பண்ணப் பார்த்தா!"

மௌண்ட் ரோட் ட்ராஃபிக்கில் ஏபிஎன்னின் கார் மட்டும் தேங்கவில்லை, தேசிகாச்சாரி சொல்ல வந்ததும்தான்...

"என்னய்யா கொடுமை அது... சொல்லித் தீரும்."

"வாட்டசாட்டமான ஆம்பளையா இருக்கறதால ஒரு பிரயோஜனமும் இல்லை. சம்பாதிக்கணும்னா ஒண்ணு பொம்மனாட்டியா இருக்கணும். இல்லே, அலியா இருக்கணும். ஸ்ரீக்காந்தைப் பொம்மனாட்டியாக்க முடியாது. ஆனா, அலியாக்கலாமே... சில ஆபரேஷன்களால்...!"

தேசிகாச்சாரி சொன்னதுதான் தாமதம். ஏபிஎன்னால் சிக்னல் ரிலீஸாகியும் காரைக் கிளப்ப முடியவில்லை.

***

அத்தியாயம்

25

'பொழுது சாயும்முன் குடிசை வாசல் எதிரே கோயிலை அடுத்த புல்மேட்டில் உட்கார்ந்திருப்பான். அல்லி அரசாணிமாலை, ஆரவல்லி, சூரவல்லி கதைகளை ஓங்கிக் குரல்கொடுத்துப் பாடுவான். ஒரு கையில் தடித்த புத்தகத்தைப் பிடித்து மறுகையை விரித்து உயர்த்தி இடுப்புக்கு மேலாய் கொடி அசைவதுபோல் அசைந்து, அசைந்து பாடத் தொடங்கினால் மகுடிக்குக் கட்டுப்பட்டவர்கள் போலக் கூலியாட்கள் வாய் பிளந்து கேட்பார்கள். சிலர் உருக்கமான கட்டத்தில் 'த்ச்சு' 'த்ச்சு' என்று உச்சு கொட்டுவார்கள். பாண்டிக்குப் பாட்டின் வேகம் கூடும். கொஞ்சநேரத்தில் ஒரு பெரிய சருவட்டி நிறைய டீத்தண்ணி போட்டுக்கொண்டு வந்து உட்கார்ந்திருப்பவர்களுக்குப் பெரிய பெரிய சொம்பு நிறைய ஊற்றிக்கொடுப்பாள் வேலம்மாள்.'

– 'சீவலப்பேரி பாண்டி'யில் சௌபா

அதிர்ச்சியில் ஸ்தம்பித்துப் போய்விட்ட ஏபிஎன்னைத் தேசிகாச்சாரி உலுக்கினார்.

"ஏபிஎன்... என்னதிது? வண்டிய எடுமய்யா. பின்னாலல்லாம் பாரும்... வாகனங்கள் தேங்கறதை..." ஏபிஎன்னும் மெல்ல மீண்டார். கியரை மாற்றி ஆக்சிலை மிதித்துச் சாலையில் பழைய வேகத்தைப் பிடிப்பதற்குள் திணறிவிட்டது மனது.

"என்ன? நான் சொன்னதைக் கேட்டு ஸ்தம்பிச்சுட்டீரா?"

"பின்ன...?"

"நான் அந்தக் கண்றாவிய அங்க நேர்ல பார்த்தபின் எனக்கு எப்படி இருக்கும்?"

"நேர்லையா?"

"ஆமாம். ஏபிஎன்... இந்தத் தமிழ்நாட்டுல இருந்து வேலை தேடி எவ்வளவோ பேர் பம்பாய் பக்கம் போறா. அதுல நாலு விஷயம் தெரிஞ்சவாளும் உண்டு. பேக்கு முண்டங்களும் உண்டோல்யோ... அதுல அந்தப் பேக்குகளைப் பார்த்து பிடிச்சிண்டுபோய் இந்த மாதிரி ஆக்கறதுக்குன்னே ஒரு கூட்டம் இருக்கு அங்க..."

"ஈஸ் இட் பாஸிபிள்?"

"என்ன கேள்வி இது? உறுப்பை வெட்டிப்பிட்டா யாரா இருந்தாலும் டிசாடராகி அந்த மாதிரி ஆகியே தீரணுமாமே?"

"நானும் கேள்விப்பட்டிருக்கேன். அப்ப இந்த ஸ்ரீக்காந்த்துக்கு இப்படி ஆகத் தெரிஞ்சுதாமா?"

"ஆமா... பம்பாய்ல உக்காந்த இடத்துல சம்பாதிக்கறவா மூணே பேர்தான். முதல்ல விபசாரிகள். அடுத்து அலிகள்... மூணாவது அடியாள் பலத்தோட வட்டிக்கு விட்றவன். வட்டிக்கு விடப் பணம் வேணும். எங்கே போக? அதான் ஆண்டவன் கொடுத்த முதலா உடம்பு இருக்கு... அதையே சோறா சமைச்சு பசி பசின்னு வந்துட்டுப்போற காமாந்தகாராளுக்குப் போடுவோம்னு மத்த இரண்டு வகைப் பட்டாளங்களும் அங்க திரண்டு கிடக்கறா. அந்தக் கூட்டத்துல ஸ்ரீக்காந்தைச் சேர்க்கத் தெரிஞ்சா அவனோட அம்மா..."

"அவ அம்மாதானா...?"

"வாஸ்தவம்தான்... எனக்குக்கூட அந்தச் சந்தேகம் முதல்ல வந்தது. ஆனா, அப்புறமா அவளைப் பாத்துப் பேசினதுக்குப் பிறகு அது மாறிடுத்து." புதிர்போட்டார் தேசிகாச்சாரி.

ஏபிஎன் பக்கவாட்டில் திரும்பி எப்படி என்று கேட்காமல் கேட்டார்.

"லேடி பண்டாவைப் பொறுத்தவரை அதாவது, அந்த பாரிஜாதத்தைப் பொறுத்தவரை இந்த சொஸைட்டி, அதாவது நாமெல்லாம் வாழற இந்தச் சமூகத்துக்குக் கொஞ்சம்கூடச் சமூகப் பிரக்ஞையே கிடையாதுங்கறது அவ தீர்மானம். அது கொஞ்சம் உண்மைகூடன்னா...?

எல்லார்க்கும் அவா அவா நலன்கள்தானே இங்க பெரிசு? பிச்சைகாரனுக்குக்கூட எச்சை சோத்தைத்தான் போட்றோம். அது ஒரு விதமான டிஸ்போசல். அப்பகூட நம்மகிட்ட இருந்து ஒரு பொருள் நாத்தமெடுத்துடாம இருக்க அவனைக் குப்பைத் தொட்டியாப் பயன்படுத்திக்கறோம்கறதுதான் அவாளோட நம்பிக்கை. யோசித்துப் பார்த்தா அது உண்மையும்கூட ஏபிஎன்." தேசிகாச்சாரி பேசுவதைப் பார்த்தால் அவர் பாரிஜாதம் கட்சியோ என்கிற எண்ணம் மெல்ல ஏற்பட ஆரம்பித்தது ஏபிஎன்னிடம்.

"இது பணத்தாலான உலகம். கோயிலுக்குப்போய் உண்டியல்ல காசு போட்றதெல்லாம்கூட வியாதி பயத்துனாலையும், போட்டதப்போல பத்து மடங்கு கூடுதலாகக் கிடைக்கணும்கற லாப நோக்கத்தாலையும்தானே...

யாரும் இங்கே யோக்யம் கிடையாது... யோக்யமா இருக்கவும் முடியாது. ஆகையால், மானாவமானம், மரியாதை, மதிப்பு எல்லாம் இந்தக் கூட்டத்துல ரொம்ப பலவீனமான பாவ்லா விஷயங்கள்ங்கறது பாரிஜாதத்தோட தீர்மானம். இந்தப் பூமியில வந்து பொறந்துட்டா எப்பாடுபட்டாவது உடம்பை வளர்த்தியாகணும். நம்ப உடம்பு நம்பகிட்டதான் இருக்கு. ஆனா, ஒரு பசிக்குத் தாங்கமாட்டேங்கறது. அதுக்குச் சோத்தப் போட்டுண்டே இருக்கணும். இல்லேன்னா அதுகூட நம்மப் பேச்சுக் கேக்கறதில்ல. கேவலம் ஒரு முடிகூட நம்ம அனுமதியோட நரைக்கறதில்ல.

மொத்தத்துல நாமளே நம்மகிட்ட இல்ல. இதுல பெரிசா உலகமே நம்மதுங்கற மாதிரி பேச்சு, ஆசாபாசம் என்ன வேண்டிக்கிடக்கு?

இந்த உடம்பை வளர்க்க அதையே பணயம் வைக்கறதுல ஒரு தப்புமில்ல. இதுதான் சரி... சந்தோஷத்துக்குச் சந்தோஷம், காசுக்குக் காசு. இதுதான் பாரிஜாதம் லாஜிக். அதன் காரணமா ஸ்ரீக்காந்த்தை அலியாக்கிவிட்டுட்டா அவனும் பொழச்சுண்டுடுவான்கறது அவ எதிர்பார்ப்பா இருந்தது. அதுக்காகத்தான் அப்படிச் செய்யச் சொல்லியிருக்கா..."

தேசிகாச்சாரியின் விளக்கத்துக்கு நடுவில் ஆஸ்பத்திரியின் இரும்புக் கேட்டைக் கடந்தது கார்.

காத்திருந்த மாதிரி மூக்கில் ஏறியது கலவையான மருந்து வாசம். கண்களிலும் கட்டுப்போட்ட மனிதர்களிலிருந்து காலாவதியாகப் போகிறவர்கள் வரை தென்பட்டார்கள்.

காரை ஒரு அசோக மரத்தடியாகப் பார்த்து நிறுத்தினார். அதற்குக்கூட நிழல் தேவை என்று மனித மனது நினைக்கிறது. அதற்கு எந்திரம் மேலும் கருணையோ?

இல்லை என்கிற மாதிரி இருக்கிறதே தேசிகாச்சாரியின் விளக்கம். எது நிஜம்?

கேள்வி படரும்போதே ஒட்ட முடிவெட்டிய போலீஸ் தலைகள் தென்பட்டு தெம்பு தந்தார்கள். காரைவிட்டு இறங்கி, பார்த்துக்கொண்டே நடந்தார் ஏபிஎன். உடன் பேசியபடியே தொடர்ந்தார் தேசிகாச்சாரி.

"இப்படிப் பிழைப்புக்காகவும், பணத்துக்காவும் பிள்ளையை அம்மா அலியாக்கச் சொன்னாலும் அங்குள்ள அலிகள் அதுக்குச் சம்மதிக்கல. அவா ஸ்ரீக்காந்தை இந்த ஊரைவிட்டு ஓடிப்போயிடுன்னு சொல்லித் துரத்திவிட்டார். போக மறுத்த அவனை ஓர் அலிதான் படிக்க வைச்சா. நீ இனி என்னோட வளர்ப்புப் பிள்ளைன்னு சொன்னா! அவனுக்கு போக்கு ஏது?

ஒத்துண்டு அவாளுக்குக் கடுதாசி எழுதிக் கொடுக்கறது. புத்தகம் படிச்சுக் காட்றதுன்னு பொழுதை ஓட்டியிருக்கான். அவாளும் சதையை வித்து சம்பாதிச்ச காசுல நேரடியா எஸ்.எஸ்.எல்.சி. எழுத வைச்சா இவனை. சகதில பொறந்துட்டாலும் இவனுக்குக் கற்பூர புத்தி. நன்னா படிச்சு ப்ளஸ்டூல எம்பது பர்சன்ட் மார்க் வாங்கினான்னா பார்த்துக்குமே... படிச்சிண்டே அவாளுக்கு டீ, காபி வாங்கித் தந்துண்டு, அம்மா கண்ணுல படாமலேயே கொஞ்ச நாள் இருந்திருக்கான்...”

படிகளிலும், வராண்டாக்களிலும் நடக்கையில் ஸ்ரீக்காந்த் புராணம் விரிவெடுத்துக்கொண்டே போயிற்று.

“அந்தப் படிப்போட கஸ்டமர்களைப் பார்த்தும், பேசியும் கைவசப்பட்ட ஹிந்தியும், இங்கிலீஷும் வேற சேர்ந்துண்டுடுத்து. அப்புறம் என்ன கேக்கணுமா?

நல்ல விஷய ஞானம், கூடவே மகாமட்டமான ஒரு ராட்சஸச் சூழ்நிலை. இதனால் அவனோட ஞானம் தப்பா செயல்பட ஆரம்பிச்சுது. நடுவுல தன் தாயைப் பத்தித் தெரிஞ்சுண்டு, அவளை வெறுத்தான். குறிப்பா அவளோட மடிசார் கோலம்தான் அவன் மனசை ரொம்ப படுத்தித்துன்னு சொல்லணும்.”

“ஏன் அப்படி?”

“பாரிஜாதத்தோட ஃபேவரைட் டிரஸ் அது. அங்க ஒவ்வொரு பொண்கள் ஒவ்வொரு ட்ரஸ் பண்ணிண்டு பார்ட்டிகளுக்குச் சந்தோஷம் தருவாளாம். குறிப்பா தங்களைக் குடும்பப் பொண் மாதிரிக் காட்டிண்டா வருமானம் கூடன்னு கேள்வி. அதுக்குப் பாரிஜாதம் தேர்ந்தெடுத்த டிரஸ்தான் மடிசார்!”

தேசிகாச்சாரியால் அதற்குமேல் சொல்ல முடியவில்லை. வார்ட் வந்துவிட்டது. வெளியில் புதிதுபுதிதாகச் சொந்தங்கள் வேறு கண்ணில் பட்டு ஏபிஎன்னை நெருங்குகிறார்கள்.

ஊரிலிருந்து மற்ற இரண்டு சகோதரிகள்கூட நேராக விஷயத்தை எப்படியோ கேள்விப்பட்டு ஆஸ்பத்திரிக்கே வந்து விட்டார்கள்.

“அனந்துண்ணா... என்ன இப்படிப் பண்ணிட்டா...?”

“நான் அப்பவே சந்தேகப்பட்டேன். சரியாப்போச்சு...”

“ஆமா, அந்த ஸ்கௌண்ட்ரலை போலீஸ் மும்முரமா தேட்றாளா? பேப்பர் வாங்கப் பணம் வேணும் - பென்சில் வாங்கப் பணம் வேணும்னு பிடுங்கி எடுப்பாளே...”

சகோதரிகளும், மாப்பிள்ளைகளும் வெளியிலேயே வளைத்துக்கொள்ள, உள்ளே தாவிற்று ஏபிஎன் பார்வை.

ரங்கநாயகி அதிகச் சத்தமின்றி ஏதோ புத்தகம் படித்துக்கொண்டிருக்க, கல்யாணி கேட்டுக் கொண்டிருந்தாள். வித்யாசமான காட்சி.

“யார் அது? எங்களுக்கெல்லாம் காப்பி வாங்கித் தந்து, கல்யாணி உடம்புக்கும் ஒண்ணுமில்லேன்னு சொல்லி ரொம்ப பாந்தமா பேசினா அந்தப் பொண்ணு. யார் அது?”

பெரிய தங்கை சாருவின் கணவர் சீனு ஸ்லாகித்தபடியே கேட்டார்.

“அது... அது... ரங்கநாயகின்னு பேர்.”

“ரொம்ப ஆசாரமோ? இந்தக் காலத்துலயும் அந்தப் பொண்ணு மடிசார் உடுத்திண்டு மடியா இருக்காளே. ஆச்சரியமா இருக்கு! உங்க தங்கைகள் நாள் கிழமைன்னாகூட உடுத்திக்க மாட்டேங்கறா...”

தேசிகாச்சாரி மடிசாரில் பேச்சை நிறுத்தியது இவர்கள் இப்படித் தொட்டுப்பிடித்துப் பேசத்தானோ? ஏபிஎன் அதைக் கேட்டபடியே உள்ளே நுழைய, அவர்களும் மரத்தடுப்பைத் தாண்டி கல்யாணியின் படுக்கையைச் சூழ்ந்துகொள்ள, ரங்கநாயகி எழுந்து நின்றாள்.

“என்ன ரங்கநாயகி படிச்சிண்டிருக்கே...?”

“நாவல்... மாலனோட நந்தலாலா...”

“பிடிச்ச எழுத்தாளரோ?”

“ஆமாம். ‘வித்வான்’னு அவர் எழுதிய ஒரு கதையைப் படிச்சேன். பிடிச்சிருந்தது. அப்றம் வரிசையா...”

“இன்ட்ரஸ்ட்டான இடத்துல நிறுத்திட்டேளேக்கா...” சுற்றி இருப்பவர்களைப் பற்றிக் கவலைப்படாமல் கல்யாணி அந்தக் கதை நிமித்தம் தனது சுவாரஸ்யத் தொடர்பைத் தெரிவிக்க, ஏபிஎன் கண்களில் நன்றி மின்னத் தொடங்கியது.

“உன்னால் எப்படித்தான் நெருப்பான நாழிலல்லாம்கூட மனசை இப்படி விருப்பத்துக்குத் திருப்பிக்க முடியறதோ தெரியல ரங்கநாயகி...” என்று தேசிகாச்சாரி இடைவெட்டவும் அவரைத் தங்கைகள் சாருமதியும், ஜானகியும், மாப்பிள்ளைகளும் கொஞ்சம் அதிர்ச்சியோடு பார்த்தனர்.

அதென்ன நெருப்பான நாழி? கண்களில் கேள்வி தேங்கிற்று. தேசிகாச்சாரிக்கும் எல்லோரையும் வைத்துக்கொண்டு அவசரப்பட்டுவிட்டது, புரிந்ததோ என்னவோ, “அது ஒண்ணுமில்ல... ஆத்துல எல்லாம் போட்டது போட்டபடி இருக்கு. இங்க, இப்படி உட்கார்ந்து கதை படிக்கறாளேன்னு சொல்ல வந்தேன்” என்று மிடறுகட்டிச் சமாளித்தார். நர்ஸ் ஒருத்தி இடையில் தோன்றி இது வீட்டுப் படுக்கையறை இல்லை என்பதுபோலச் சுற்றி வந்து பார்வையாலும் பேச, கொஞ்சம் போல ஒதுங்கி அறைக்கு வெளியே போய் நின்றுகொண்டனர். ஏபிஎன் சகோதரிகளைத் துரத்த ஆரம்பித்தார்.

“சரிம்மா... நீங்க ஆத்துக்குக் கிளம்புங்கோ. அம்மா ஆத்துலதான் இருக்கா. ஆமா, யார் சொன்னா உங்களுக்கு?”

“உன் பேக்டரியிலிருந்துதான் தகவல் வந்தது. நீகூடச் சொல்லலை பாத்தியா?” ஜானகி கடாவினாள்.

“சொல்ற விஷயமா இது? மெல்லச் சொல்லிக்கலாம்னு விட்டுட்டேன்.”

“பத்திரிகைல்லாம் கொடுக்க ஆரம்பிக்கலையே...?”

“இல்லல்ல... அச்சடிச்சதோட நின்னு போயிடுத்து...”

“ஆமா, யார் அது கௌசல்யா? அந்தப் பொண்ணு மட்டும் இல்லேன்னா எல்லாமே கெட்டுப்போயிருக்கும். பேப்பர்ல பார்த்துதான் நாங்களே தெரிஞ்சிண்டோம்.”

அவர்கள் பேசப் பேசத் தேசிகாச்சாரி கண்களில் ஜலக்கூடு உருவாகி உடைபட்டு ஒழுகியும் வழியலாயிற்று.

“இவர் ஏன் அழறார்?”

“இவர்தான் அந்த கௌசல்யாவோட அப்பா...”

“அடடா... ஸ்வாமி நீரா?” மாப்பிள்ளை சீனு போய் தேசிகாச்சாரி கையைக் கட்டிக்கொள்ள, ஏபிஎன் பார்வை இந்தத் தொணப்பல்களுக்கெல்லாம் பதில் சொல்லாமல் சுற்றிச் சுற்றியே பார்த்துக் கொண்டிருந்தது.

“ஆமா யாரை வந்ததுல இருந்து தேடறே?”

“அது... அது... என் நண்பர் ஒருத்தர் வரேன்னு சொல்லியிருந்தார் அவரைத்தான்...”

சொல்லும்போதே ஒரு சிவில் டிரெஸ் போலீஸ்காரர் ஒருமாதிரி பார்த்தபடி வராண்டா கடந்தார்.

“எக்ஸ்கியூஸ் மீ...” ஏபிஎன் சகோதரிகளை வெட்டிக்கொண்டு அவரை நெருங்கி...

“நீங்க போலீஸ்தானே...?”

“ஆமா...”

“நான் கல்யாணியோட அண்ணன்.”

“தெரியும். கவலைப்படாதீங்கோ. மொத்தமா பதினைஞ்சு பேர் சுத்திக்கிட்டிருக்கோம். இந்த பரதேசிப் பயதானே மிரட்டினது?” அந்தப் போலீஸ்காரர் போட்டோ ஒன்றை எடுத்து ஏபிஎன் எதிரில் காட்ட ஏபிஎன் ஆமோதிக்க அதை யார் பார்த்தார்களோ பார்க்கவில்லையோ, ரங்கநாயகி பார்த்துவிட்டாள்.

முந்தியை இழுத்துவிட்டுக் கொண்டபடி ஏபிஎன்னை நெருங்கினாள்.

போலீஸ்காரரும் போட்டோவைப் பாக்கெட்டில் செருகி வைத்துக்கொள்ள அதைப் பார்த்தபடியே கேட்டாள்.

“அது… அது… அவன் போட்டோவா?”

“இல்ல… ஆமா… நீ போ ரங்கநாயகி… போ… போய் கல்யாணிக்கிட்ட இரு. நான் வந்துட்றேன்.” ஏபிஎன் உதறலெடுத்து வழிய,

“இவாள்ளாம் எதுக்கு இங்க சுத்தறா? ஆஸ்பத்திரிக்கு வந்து என்னைக் கொன்னுடுவேன்னு மிரட்டினானா அவன்?”

நறுக்கினது போன்ற சரியான கேள்வி அவளிடம்.

“அது… அது… ஆமாம்.”

“ஆமாம்மா… உதார் கொடுத்திருக்கான் அந்த டுபாக்கூர். இன்னிக்கு அவனைப் பிடிக்காம நாங்க விடப்போறதில்ல. நீ கவலப்படாதே போ.”

அந்தப் போலீஸ்காரரும் ரங்கநாயகிக்குத் தைரியம் சொல்ல, அவள் முகத்தில் அசாத்யமான மாற்றங்கள்.

“என்ன ரங்கநாயகி? உனக்கு ஏதாவது ஆயிடும்னு பயப்பட்றியா? நாங்க இருக்கோம்…”

“சேச்சே… எனக்கு என்ன ஆனா என்ன? அதைப்பத்தி கவலையில்ல. ஆனா, அவனுக்கு?”

“அவனுக்கு?”

ஏபிஎன் பட்டுக் கத்தரித்ததுபோலக் கேட்டபோது, அவன் உள்ளே நுழைந்திருந்தான்… ஒளிந்துகொள்ளத் தோதான சர்தார்ஜி உடுப்பில்!

***

அத்தியாயம்

26

'ஒருநாள் தான் கட்டிலோடு சேர்ந்து அறையப்பட்டுவிட்டதாக அவன் நினைத்துக்கொண்டான். சுற்றிலுமான பிடிவாத மௌனமும், வெளியே தூரத்திலிருந்து மேகக் கண்காணிப்புமான ஒரு பொழுதில் தன் முன்னே ஒரு பறவை தோலுரிக்கப்பட்டு நேரே நெஞ்சில் விழுவதுபோல் ஒரு காட்சி தோன்றியது. மூளையில் சிவப்பு மின்னலும் அபாயச்சங்குமான ஒரு துரித சுறுசுறுப்பு. துள்ளிப் படுக்கையை விட்டு எழ, அவனால் முடியவில்லை. ஒருவேளை தான் கண்ணுக்குத் தெரியாத கயிறுகளால் பிணைக்கப்பட்டிருக்கலாம் என்று முதன்முதலாக ஒரு சந்தேகப் பொறி தட்டியது. கழுத்திலும், கைகால்களிலும் தான் ஆணிகளால் அறையப்பட்டிருக்கக் கூடும் என எண்ணுகையில் தொண்டைக்குள் வலியும், ஒலியற்ற இருமலும் எழுந்தன.'

– 'உயிரைச் சேமித்து வைக்கிறேன்' தொகுப்பிலிருந்து
எஸ். சங்கரநாராயணன்

சென்னை போன்ற நகரங்களில் சர்தார்ஜிக்களைச் சாதாரணமாய்ப் பார்க்கலாம் என்றாலும், நின்று கவனிக்க வைப்பார்கள். தலைக்கு மேல் சிவன் கொண்டை போல் முடிக் கூடு, அதற்குத் துணியாலே மூடி வேறு. பாகை என்று தமிழில் ஒரு வார்த்தையில் சொல்வது பொருத்தமாக இருக்காது.

இரு பக்கத் தாடைகளையும் வளைத்துக் கட்டிய ரிப்பன் தலைக்கு ஏறிப் பாகைக்குள் புகுந்து மறைந்தும் போயிருக்கும். முகத்துக்கே பேண்டேஜ் போட்ட மாதிரிதான். கறுப்புக் கண்ணாடி வேறு போட்டுக்கொண்டால் எப்பேர்ப்பட்ட வட்ட, சதுர, செவ்வக முகமும்கூட மாறிப்போய்விடும். அடையாளம் காண்பதும் சிரமம்தான். அசாத்திய சிரமம்.

இதனால்தான் ஸ்ரீக்காந்த் இந்த வேஷத்தையே எப்போதும் போடுகின்றானோ என்னவோ...? ஒரு தினுசான நடைவேறு.

எப்படியோ ஊடுருவிவிட்டான்! போலீஸும் பார்த்துவிட்டது. ஆனால், சந்தேகப்படத்தான் முடியவில்லை. இருந்தும் ஒருவர் போய் நோண்டினார்.

"ஹலோ மிஸ்டர்..."

"யெஸ்..."

"கமான்... கம் ஹியர்."

"யெஸ்... க்யா சாப்...?"

"ஆர் யூ கமிங் ஃப்ரம்...?"

"மே இங்கிலீஷ் ஜல்தி போல்தா நை."

"அச்சா... தும் கிதர் கஹா ஹே?"

"மே...?"

"யெஸ்... தும்... தும்..."

"அச்சா... மே லூதியானாவாலா ஹே."

சொல்லிக்கொண்டே கன்னங்கரேல் என்று ஒரு வெளிநாட்டுச் சிகரெட்டைப் பற்ற வைக்கவும், அவனைக் குடைய விரும்பிய போலீஸ்காரருக்கு அதுவே போதுமென்றானது.

பதட்டமில்லாமல் அவன் பதில் சொன்ன பாங்கு, நின்று சிகரெட் பிடித்த விதம், அந்த பாடி லாங்வேஜ் அவரை நம்ப வைத்து விட்டது.

அவர் கழண்டு கொண்டார். அவன் துழாவ ஆரம்பித்தான். ஒரு ஐம்பது மீட்டர் தொலைவில் ரங்கநாயகியோடு ஏபிஎன் தெரிந்தார்.

ரங்கநாயகி பதைப்பிற்குள் செருக ஆரம்பித்திருந்தாள்.

ஏபிஎன்னாலும் அதை உணர முடிந்தது.

"ரங்கநாயகி... நீ ரொம்ப நெர்வஸ் ஆறே. போ உள்ளே. நாங்க பாத்துக்கறோம்."

"அவன் வந்தா பிடிச்சுடுவேளா?"

"எனக்கு நம்பிக்கை இருக்கு..."

உள்மனதில் அந்தப் பதில் சற்றுக் குத்தியது. அவன் பிடிபடக்கூடாது என்று எதனாலோ அது நினைத்தது.

'அதை எப்படி சொல்வது?' தத்தளிப்பு பெண்களைச் சமயங்களில் அழகாகக் காட்டுமோ?

ஏபிஎன் கண்களுக்கு அழகாகவே காட்டிற்று. தேசிகாச்சாரி வந்து சேர்ந்துகொள்ளவும் அது குறித்துப் பேசும்படியானது.

"ரங்கநாயகிக்குத் தெரிஞ்சுபோச்சு தேசிகாச்சாரி. ரொம்ப பதட்டப்பட்றா. இருந்தாலும் அடக்கிக்கறா."

"தெரிஞ்சுபோச்சா... ஐயய்யோ..." அவரும் சுருதி கூட்டினார்.

"எதுக்கு ஐயய்யோங்கறேள்..."

தேசிகாச்சாரி அந்தக் கேள்விக்கு ரங்கநாயகியைப் பார்த்தபடியே பதில் சொன்னார். அவள் சில அடி தள்ளி நின்றபடியிருந்தாள்.

"அவளுக்குக் கௌசி பொய் சொல்லி மாட்டி உட்டுட்டாளேங்கற நெருடல். தவிர, அதனால அவனை தான் ஜெயிக்க முடியாமப்போயிடுமோங்கற கவலை வேற!"

ஆச்சரியமான பதிலை, அதுவரை ஏபிஎன்னால் நினைத்துக்கூடப் பார்க்க முடியாத ஒரு பதிலைத் தேசிகாச்சாரி சொல்லவும் ஏபிஎன்னுக்கு உச்சியில் அதிகமாகவே கடுரித்தது.

“என்னய்யா சொல்றீர்...?” சத்தமாகவே இரைந்து விட்டார்.

அவன் பார்த்தபடியே இருந்தான். சிகரெட் புகைக் கவளங்கள் அந்தப் பகுதியில் தாற்காலிக மூட்டம் போடும்போது ஒருவர் வந்து அவன் எதிரில் முறைப்பாகப் பார்த்தார். பக்கமாகச் சுவரில் தெரிந்த ‘நோ ஸ்மோக்கிங்’ எழுத்துக்களைக் காட்டிச் சத்தமாக ஏதோ சொன்னார்.

என்ன சொன்னாரோ தெரியாது. அவன் அவரை முறைத்தான். அவரும் பதிலுக்கு முறைத்தார். பின் அவன் ஹிந்தியில் கத்த, அவர் தமிழில் கத்த விதிக்கு அவனை அடையாளம் காட்டும் ஆசை வந்ததாலோ என்னவோ அந்தக் கலாட்டாவில் டர்பன் எகிறிக் கீழே விழுந்தது.

கிராப்புத் தலை ஆச்சரியம் தந்தது. அவ்வளவுதான் பலர் பார்வையும் பற்றி எரிய அவன் எழுந்து ஓடத் தொடங்கினான். சொல்லி வைத்த மாதிரி முன்பு விசாரித்த போலீஸ்காரர் மேலேயே மோதவும் அவருக்குள் இந்தத் தடவை கச்சிதமாகச் சிவப்பு விளக்கு எரிந்தது.

“வாரே வா... சிங் வேஷம் போட்டா டபாய்க்கப் பாக்கறே?”

கத்தியபடி எகிறி ஓடப்பார்த்தவனின் காலை பிடித்தார். தடுமாறி விழுந்தான்.

பசித்த கழுகு கோழிக்குஞ்சை விட்டுவிடுமா என்ன?

✲✲✲

நாற்காலியில் உட்கார வைத்து கைகளைப் பின்னால் நாற்காலியின் சாயுமானப் பரப்போடு கட்டிப் போட்டிருந்தார்கள்.

ஏபிஎன்னும், தேசிகாச்சாரியும் உள்ளே நுழைந்தபோது நிறைய உதை வாங்கித் தலை தொங்கின நிலையில் தெரிந்தான்.

“இவன்தானே சார்...” ஒரு போலீஸ்காரர் கேட்டார்.

“இவனேதான்... சண்டாளன் இவனேதான்...”

“இனி நீங்க கவலைப்படாதீங்கோ. நாங்க பாத்துக்கறோம்.”

“சார்...” தேசிகாச்சாரி இடையில் குரல்விட,

“என்ன சார்...?”

“சொல்றேன்னு தப்பா எடுத்துக்காதேள். இவனுக்கு உங்க டிபார்ட்மென்ட்லயும் ஆட்கள் இருக்கா...”

“அப்படியா...?” அவர் கோபப்படாமல் கேட்டதே தேசிகாச்சாரியை என்னவோ செய்தது.

“என்ன சார் அப்படியாங்கறேள். நாங்க சொல்றது உண்மை சார்” என்று தேசிகாச்சாரிக்கு வலுச் சேர்த்தார் ஏபிஎன்.

“அதனால் இவரைத் தப்ப விட்டுடுவோம்னு நினைக்கறீங்களா?”

“ஆமாம் சார். நானும் திரும்பச் சொல்றேன், தப்பா எடுத்துக்காதீங்கோ. இவனும் அசாத்ய புத்திசாலி. இப்பக்கூட சொல்றேன் பாருங்கோ, ஒரு வக்கீல் வெச்சு வெளிய வரப் பார்ப்பான். இவன்கிட்டேயும் நியாயம் இருக்கறதா ஒரு வக்கீலும் கோர்ட்ல பேசுவார். கேட்டா அது என் டூட்டிம்பார். அதனால சொல்றேன். கேஸ் ஃபைல் பண்ணும்போதே பார்த்துப் பண்ணுங்கோ சார். இல்லேன்னா எங்க பொண்கள் மட்டுமில்ல. பல பொண்கள் நாசமாப் போயிடுவா.”

சொல்லிவிட்டு வெளியே வந்தார் ஏபிஎன். தேசிகாச்சாரியைப் பரமானந்தப் பார்வை பார்த்தார்.

“பரவால்ல தேசிகாச்சாரி, உமக்குத் தைரியம்தான். பித்துக்குளிக் கணக்கா ஆனா புத்திசாலித்தனமா பேசிட்டேள்” என்றவர் பார்வை ரங்கநாயகியை நோக்கியும் போனது.

அந்த வராண்டா பெஞ்சில் அமர்ந்துகொண்டு பக்கவாட்டு இரும்பு கிரில் கிராதி வழியாக வெளியே பார்த்துக் கொண்டிருந்தாள். இருவருமாக நெருங்குகின்றனர்.

“ரங்கநாயகி...”

அவளிடம் திரும்புதல்.

"இது சந்தோஷப்பட வேண்டிய வேளை. சோகமா இருக்கியே."

"அதுதான் ரங்கநாயகி" என்று தேசிகாச்சாரி பன்ச் வைக்கவும் அவள் பார்வை அவரைச் சற்றுக் குத்தியது.

"அப்படிப் பாக்காதே. உன் சபதம், சவால் எல்லாத்தையும் தூக்கி உடப்புல போடு. உனக்கு எத்தனை சொன்னாலும் புரியமாட்டேங்கறதே ரங்கநாயகி..."

"இல்ல இது அநியாயம்..." என்றாள் சட்டென்று ரங்கநாயகி.

"அநியாயமா?" அதிர்ச்சி உலுக்கியது ஏபிஎன்னை.

"ஆமாம் அதுக்கு மேலே எதையும் கேக்காதேள்..." என்று எழுந்து அங்கிருந்து கிளம்பிவிட்டாள்.

"என்னய்யா தேசிகாச்சாரி? என்ன இது? என்னால் புரிஞ்சுக்கவே முடியலையே..."

"சொச்சத்தை நான் சொன்னாதானே புரியும்..."

"என்ன அது?"

"வாரும்... இந்தத் தடவை முற்றுப்புள்ளி வெச்சுட்டுத்தான் அடுத்த வேலையே..."

"இரும் இரும் வந்துட்றேன்..." என்று ஏபிஎன் கல்யாணியின் வார்டு நோக்கி ஓடினார்.

உள்ளே அவள் பாதியில் விட்ட நந்தலாலாவைப் படித்துக்கொண்டிருந்தாள்.

பக்கத்தில் ஊரில் இருந்து வந்திருந்த தங்கை அமர்ந்து குமுதம் புரட்டிக்கொண்டிருந்தாள். மற்றவர்கள் கிளம்பிப் போய்விட்டிருந்தனர். நல்லவேளை ஸ்ரீக்காந்த் வசப்பட்ட விஷயம் எந்த வைப்ரேஷனையும் உருவாக்கி, யாரையும் எதையும் பேச வைத்துக் கொண்டிருக்கவில்லை.

கடவுள் அருகில் இருக்கிறாரோ?

***

கார் கிளம்பத் தொடங்கியது, கதையும்.

“அவள் அம்மா மடிசார் உடுத்திண்டு தப்பு பண்ணுவாங்கறதுல நிறுத்தியிருந்தேனா?”

“உம்...”

“அதனால் அந்த உடுப்பு மேலையே இவனுக்கு ஒரு காழ்ப்பு. ஒரு நாள் எப்படியோ அம்மாக்கும், இவனுக்கும் வாக்குவாதம் ஏற்பட்டதாட்டமிருக்கு. அவ எகிறிக்குதிச்சு சத்தம் போட்ருக்கா. என்னைவிட்டு வெளியே போனா நீ சிங்கிள் டீக்கு லாட்ரி அடிக்கணும்னுல்லாம் கத்தியிருக்கா. வந்துடுத்து ரோஷம். அங்க இருந்து புறப்பட்டு மாதுங்கா வந்துட்டான். மாதுங்கால ஒரு கோயில்ல செருப்ப பாத்துக்கற வேலையக் கொஞ்ச நாள் பண்ணி, கோயில் பட்டரோடவும் ஸ்னேகமாயிட்டான். அதுல வந்ததுதான் கஸ்டம்ஸ் ஆபீசர் கல்யாணராமனோட பழக்கம். பம்பாய்லதான் உங்களுக்குத் தெரியுமே திருட்டுப் பயம் ஜாஸ்தி. கல்யாணராமனும், அவர் ஆம்படையாளும் வேலைக்குப் போறவா. பசங்க ஸ்கூலுக்குப் போயிடுவா. ஆத்தப் பாத்துக்க அவாளுக்கு ஆள் தேவையா இருந்திருக்கு. அப்ளிகேஷனைப் போடாமப் போட்டு போய் ஒட்டிண்டான் பிள்ளையாண்டானும். அங்க கத்துண்டதுதான் பிராமண பாஷை... ஒரு நா இரண்டு நா இல்ல, மூணு வருஷம் அங்க உத்யோகம். சும்மா சொல்லக்கூடாது... ரொம்ப ஸ்ரத்தையாவே இருந்துருக்கான்.

ஓர் ஆவணி அவிட்டத்துக்கு இவனைக் கூப்ட்டு ‘இந்தாடா நீயும் ஒரு கள்ளப்பூணூலைப் போட்டுக்கோ’ன்னு சொல்லிப் போட்டுவிட்டுட்டார் கல்யாணராமனும்.

நடுநடுவுல கடைகண்ணிக்குப் போறச்சே கண்ணுல பட்ட அந்த அலிகளோடயும் ஸ்நேகம் தொடர்ந்திருக்கு. அப்படியே கல்யாணராமன் மூலமா ஆத்துக்கு வந்துட்டுப்போற அதிகாரிகள்கிட்டேயும் பழக்கம் பண்ணிண்டான்.

கல்யாணராமன் கொஞ்சம் கொஞ்சம் ஜோசியம் பார்ப்பார். ஜோசியத்துல க்ரேஸ் உண்டு அவருக்கு. அதனால் நிறைய

ஜோசியப் புத்தகங்கள் எழுத்துக்கூட்டியே அதுகளை இவனும் படிச்சு ஜோசியம் பாக்க ஆரம்பிச்சுட்டான்னா பாத்துக்குங்களேன்."

தேசிகாச்சாரி கூறக்கூற ஏபிஎன் மனத்தில் ஸ்ரீக்காந்த் பற்றி இருந்த அந்த மிகக் கொடூரமான கணிப்புகள் எல்லாம் மிகையோ என்றும் ஓர் அபிப்ராயத் துளிர்.

"கல்யாணராமனும் இவனோட ஜோசியச் சாதுர்யத்தைப் பார்த்து ஒரு முடிவு பண்ணினார். 'ஸ்ரீக்காந்த் நீ இதை நன்னா கத்துண்டா இந்த மும்பைல பெரிய ஆளா வர வாய்ப்பிருக்கு. உன் பர்த்டே என்ன சொல்லு, உனக்கு ஜோசியம் எந்த அளவுக்குக் கை கொடுக்கும் கொடுக்காதுங்கறதை நான் சொல்றேன்'னார்... அதுக்கு முந்திவரை இவன்பேர் சீக்காவாம். அது என்னாடாது சீக்கா, சோப்புன்னுண்டு. இனி உன் பேர் ஸ்ரீக்காந்த்துன்னு வெச்சதும் அவர்தான்!

பிடிச்சது சனி இந்த விவகாரத்துலதான்... அதுவரை எதுக்குமே அம்மாகிட்ட போகக்கூடாதுன்னு நினைச்சவன் பொறந்த தேதியத் தெரிஞ்சுக்க ஆசைப்பட்டுப் போனான். அவ காறித் துப்பினா... எதுக்குடா கேக்கறேன்னா... சொன்னான், சிரிச்சா. 'பெரிய மனுஷனாட்டம் பேசிட்டுப்போனே. இப்ப ஒரு வீட்ல எடுபிடியா இருக்கியா'ன்னு ஒரே கத்தல். எப்படியோ அவளுக்குப் பிரசவம் பாத்த கிழவி ஒருத்தி குத்துமதிப்பா நாளையும், நேரத்தையும் சொல்ல... அதை எடுத்துண்டு வந்தான்.

இடையிலேயே இவன் செகப்பு விளக்குக்காரி புள்ளேங்கறதுல இருந்து அலிகளோட ஸ்னேகம் உள்ளவன்கறது வரை எப்படியோ அந்த மனுஷனுக்குத் தெரிஞ்சுபோச்சு. வீட்டுக்குள்ள சேக்கல. அப்படியே வெளியே போயிடு. நாங்க ரொம்ப ஆச்சாரமானவான்னு அவர் கதவையே திறக்கல.

அதுதான் இவன் மனசுல நம்ம ஜாதிக்காரா மேலேயே விழுந்த முதல் அடியா இருக்கணும்னு நினைக்கிறேன்."

சொல்லிவிட்டு தேசிகாச்சாரி வெளியே பார்க்கலானார். சென்னை நகர வீதிகளின் நழுவல். காவலுக்கு மதில்சுவர் என்பது மாறிப் போஸ்டருக்கு மதில்சுவர் என்றாகிவிட்ட அதன்

நீண்ட வரிசைகள். அதில் காதலுக்கு மரியாதை, காத்திருந்த காதல், காதல் தேசம் என்று இன்றைய இந்தியப் பிரச்சினையே காதல்தான் என்பது போன்ற தொனி.

இதழ்க்கடை சிரிப்பை ஏந்திக்கொண்டது.

“என்ன சிரிப்பு...?”

“இல்ல எங்க பார் காதல்... எதைப் பார் காதல். ஆனால், ரியல் லைஃப்லயோ சொல்ல முடியாதபடி டிராஜடி. அதான் நினைச்சேன் சிரிப்பு வந்துடுத்து.”

“சொல்லி முடிக்கறவரை முற்றுப்புள்ளி வைக்க மாட்டேன்னுட்டு இப்ப காதல் கத்தரிக்காய்னு மாறினா என்ன ஸ்வாமி அர்த்தம்?”

“ரிலாக்ஸ். பண்ணிக்கறேன் ஸ்வாமி. இராமாயணம் படிக்கறவா நடுவுல பானகம் சாப்டுக்கறதுல்லயா?”

“சரி சாப்டாச்சா... ஆத்துக்குப் போனா கதை கேட்க முடியாது. நேரா பீச்சுக்கு விட்றேன் காரை...”

“அப்படியே எஸ்.பி.க்கு போனைப் போட்டு தேங்க்ஸ்னும் சொல்லிடுங்கோ...”

“என்னமோ தெரியல அவன் கதையைக் கேட்கக் கேட்க, எனக்குக்கூட கௌசி பண்ணினது அதிகப்படியோன்னு தோண்றது தேசிகாச்சாரி. ஆமா, இத்தனை விஷயமும் தெரிஞ்ச உமக்கு அவன் பேர்ல கொஞ்சம்கூடக் கருணையோ, கரிசனமோ இல்லையா?”

“முழுசாக் கேளுங்களேன்... காரணம் தெரிஞ்சு நீங்க திரும்பவும் கர்ணகடூரத்துக்கு மாறிடுவேள்...”

“அப்படியா... சொல்லும்... சொல்லும்...” ஏபிஎன் உற்சாகமாகச் சொல்லும்போதே அந்த விபரீதம் நடக்க ஆரம்பித்துவிட்டது. கதை கேட்பதில் தன்னை மறந்ததாலோ இல்லை, வெளியே

எதிரில் வந்தவர் செய்த தப்போ... யூகிக்க இயலாத நொடிப் பொழுதில் ஏபிஎன்னின் காரும், எதிரில் வந்தவர் சுமோவும் பக்கவாட்டில் மோதி ஏபிஎன்னின் காரையே ஒரு பிரட்டுப் பிரட்டிப் போட்டது.

ஐயய்யோ!

***

அத்தியாயம்

27

'காகங்கள் அதிகரித்து விட்டன. மௌனம் விரிந்து உருப்பெருகி வருகிறது. மௌனம் கனமாய் மூச்சை அழுத்திக் கொண்டிருக்கிறது. வலி, வலிப்பிரளயம். சொல்லி வைத்தாற்போலக் காகக்கூட்டம் ஓரிரவு அவனைத் தாண்டிப்போயின. வரிசை நூல் விலகாத நிதானச் சிறகடிப்பு. எத்தனை என்று புரியவில்லை. நிறைய...

அறை மிகவும் சிறுத்துவிட்டாற் போலவும், காகங்கள் அதிகரித்துவிட்டாற் போலவுமிருந்தது.

உச்சியில் தலைக்கு மேலே உத்திரம் தாண்டி அவை கடக்கையில் அவன் திரும்ப நினைத்தான். முடியவில்லை... மீண்டும் முடியவில்லை. அந்தக் காகங்களைத் தொடர ஆவேசமுற்றான். முடியாது போய் விட்டது.'

– 'வெள்ளைக் காக்கைகள்' சிறுகதையில்
எஸ். சங்கரநாராயணன்

செய்தி அம்முணியை எட்டியபோது ஒரு க்ஷணம் நொறுங்கியே போய்விட்டாள். பெண்கள் சாருவும், ஜானகியும்கூட ஓரமாகப் போய் அப்படியே உட்கார்ந்து விட்டனர்.

நல்லவேளை மாப்பிள்ளைகள் தார்க்குச்சி போட்டு எழுப்பி ஆஸ்பத்திக்கு அவர்களை அழைத்துச் சென்றனர்.

ஆஸ்பத்திரியில் ஏபிஎன் கிடந்த கோலம் அம்முணியை அலறவிட்டது.

"பத்து... என்னடாது அலங்கோலம்! பெருமாளே நீ சோதிக்கவும், விளையாடவும் என் குடும்பதானா கிடைச்சது? ஐயோ..." கதறிவிட்டாள் கதறி. டாக்டர்கள் வந்து உயிருக்கு ஒரு பாதிப்பும் இல்லை, காலில்தான் காயம். அதுவும்கூடச் சரியாகக் கூடியதே என்று தெம்பளித்தனர். பக்கத்து வார்டிலேயே தேசிகாச்சாரி.

ஏபிஎன்னைவிட அவருக்குத்தான் அதிக காயம். மயக்கத்தில் இருந்தார். பக்கத்திலேயே அழுதபடி உட்கார்ந்திருந்தாள், அவரது மகளான ஆனந்தி. செய்தி ரங்கநாயகியையும் எட்டி, வந்து கொண்டிருந்தாள். நடையில் நல்ல வேகம்.

நேராக தேசிகாச்சாரியின் படுக்கைக்குதான் சென்றாள். மயங்கிய நிலையில் அவரது கோலம் மயக்கத்தை வரவழைக்க, ஆனந்தி எழுந்து வந்து கட்டிக்கொண்டாள்.

"அக்கா..."

"அழாதடா கொழந்தே... அழாதே... அக்கா இருக்கேன்... அக்கா இருக்கேன்..." அவளது ஆதரவான அணைப்பு அந்தப் பிஞ்சுக்கு அமிர்தமாக இருந்தது.

அடுத்து அந்த ஆறுதல் அம்முணிக்கு அவளால் அளிக்கப்பட்டது.

"அழாதீங்கோ மாமி..."

"எப்படி அழாமல் இருக்க முடியும். சொல்லு பார்ப்போம். ஒருத்தி அந்த ஆஸ்பத்திரியில... இவன் இங்கே... நானும் மனுஷிதானே?"

"ஆமாம் மாமி... காலம் சிலசமயம் இப்படித்தான் சிலரை ரொம்பத்தான் படுத்தும். ஆனால், எல்லாம் நல்லதுக்குன்னுதான் நான் நினைக்கிறேன்."

“என்னமோ சொல்றே நீ... என்னால தாங்க முடியல... வயசான காலத்துல நான் எவ்வளவுன்னு தாங்குவேன் சொல்லு பார்ப்போம்...”

அம்முணி அதிகமாகவே கசிந்தாள். பெண்களின் ஆறுதல் அவளைத் தூக்கி நிறுத்தவேயில்லை. அவர்களுக்கென்ன...? இது அவர்களது கர்ட்டசி விசிட், இரண்டு மாப்பிள்ளைகளும் அவரவர் கம்பெனியில் பெரிய பொறுப்பில் இருப்பவர்கள். இருவர் பிள்ளைகளும்கூடக் கான்வென்ட் பள்ளியில் தினசரி ஒரு மூட்டை ஹோம்வொர்க்கோடு படிப்பவர்கள்.

ஒருநாள் விடுமுறைக்கே ஆ... ஊ... என்று எகிறிக் குதிப்பார் மாப்பிள்ளை. அவர்களைச் சொல்லியும் குற்றமில்லை. அது அவர்கள் வாழ்க்கை முறை. அதுதான் வேண்டும், அதுதான் நம்பகமானது என்று முடிவு செய்துதானே பெண்களை கொடுத்தோம்? இப்போது அதன் அழுத்தத்தின் எதிரொலிகளைச் சந்திக்க மறுத்தால் எப்படி?

அம்முணி எதிர்பார்த்தது போலவே எதிரொலிகள்.

மாப்பிள்ளை சீனு டாக்டரிடம் போய் நின்றார்.

“டாக்டர்... எனிதிங் சீரியஸ்?”

“அதெல்லாம் ஒண்ணுமில்லை. இட் ஈஸ் எ போன் ஃப்ராக்சர். இவர் ஆறு மாதமாவது படுத்த படுக்கையா கிடக்க வேண்டியிருக்கும்.”

“மை காட்... ஃபேக்டரிய யார் பார்த்துப்பா?”

“என்ன ஸார்... ஆறுமாசம் கழிச்சு இவர் வந்துடுவாரே... அப்படியே போயிருந்தா என்ன செய்வீங்க...?”

“எப்பவும் சின்னக்கோடு, பெரியக்கோடு தத்துவம்தான் போலருக்கு வாழ்க்கை. ஓகே தேங்க்யூ டாக்டர்.”

மாப்பிள்ளை டாக்டரின் பேச்சை அம்முணியின் எதிரிலும், மனைவி எதிரிலும் மறு ஒலிபரப்பு செய்தார், கொஞ்சம் மாறுதல்களோடு.

“ஒண்ணும் ஆபத்து இல்லேன்னுட்டார். என்ன... கொஞ்சம் பெட்ரெஸ்ட் எடுத்தா சரியாயிடுமாம். மத்தபடி கவலைப்பட ஏதுமில்ல. அதோட அவரைக் கொஞ்சம் தனியா ரெஸ்ட்ல விட்றது நல்லதுங்கறார். நம்மையெல்லாம் பார்த்தா நாம ஆறுதல்ங்கற பேர்ல அழறதக் கேட்டா, பி.பி. எகிறலாம்னு சொல்லிட்டார். அந்த தேசிகாச்சாரி மாமா நிலைதான் மோசம்போலத் தெரியறது.”

“அப்புறமென்ன...?”

அவர் போட்ட திட்டப்படியே எல்லாம் நடந்தது.

மூன்றாவது மணி நேரம் சாருவும், ஜானகியும் அம்முணி எதிரில் வந்து, “அம்மா நாங்க கிளம்பறோம்” என்றனர்.

“அந்த ஆஸ்பத்திரிக்குப் போன் பண்ணிக் கல்யாணி பத்திக் கேட்டேன். அவளை இன்னிக்கு டிஸ்சார்ஜ் பண்ணிடுவாளாம். அண்ணாவையும்கூட நாளைக்கோ, இல்ல நாளன்னிக்கோ ஆத்துக்கு அனுப்பிடுவாளாம். நீ கவலப்படாதேம்மா... நாங்க அப்பப்ப போன் பண்றோம்” என்றபடிக் கிளம்ப ஆயத்தப்பட்டனர். அம்முணி எதுவுமே சொல்லவில்லை. ஏபிஎன்னும் நடப்பதையெல்லாம் கேட்டபடி ஓர் அப்சர்வர் ஆகப் படுத்துக்கிடந்தார்.

இங்காவது இந்தக் கூத்து...

தேசிகாச்சாரி விஷயத்தில் அதுகூட இல்லை.

சொந்தங்களுக்குச் சொல்லவோ, செய்யவோ யாருமில்லை. ரங்கநாயகியும் பார்த்துக் கொண்டுதானிருந்தாள்.

அப்பொழுது அதிகபட்சமாக ஒரு விஷயமும் நடக்க ஆரம்பித்திருந்தது. பள்ளிக்கூடம் போகவேண்டிய ஏபிஎன்னின் மூன்று குழந்தைகளும் ஸ்கூல் யூனிஃபார்மோடு நேராக ஆஸ்பத்திரிக்கே ஆட்டோ பிடித்து வந்துவிட்டன!

பெரியவள் மங்காதான் லீடிங். அவள் சின்ன இடுப்பில் ஸ்ரீநிதிக் குட்டி. அவர்களை அங்கே பார்க்கவும் அம்முணி ஆடிப்போய் விட்டாள்.

"என்ன மங்கா நீ... இப்பிடியா இந்தக் குட்டியையும் தூக்கிண்டு வருவே?"

"ஆத்துல யார் இருக்கா பார்த்துக்க... இவ வேற பசி பசின்னு அழறா."

"உங்க அத்தைகள்ளாம் இருந்தாளே..."

"எங்க இருந்தா... எல்லாருக்கும் ஊருக்குக் கிளம்பற அவசரம். ஓர் அத்தைக்கு எட்டு மணி ட்ரெய்னாம். ஓர் அத்தைக்கு ஒன்பது மணி ட்ரெய்னாம். காபி மட்டும் போட்டுக் கொடுத்தா."

மங்காவும், மைலாவும் சொல்லும்போதே அதுகளின் சொப்பு போன்ற முகத்தில் பயங்கரச் சோர்வு.

"அப்ப ஒண்ணுமே சாப்பிடலையா நீங்க?"

இரண்டு பேருமே தலையாட்ட, ஸ்ரீநிதி அம்முணியின் இடுப்பைத் தன் ஆசனமாக்கிக்கொண்டு, சோர்ந்துபோய் அந்தக் கிழவியின் தோள்மேல் விரல் போட்டபடி சாய்ந்துவிட்டிருந்தது.

அம்முணிக்கு என்ன செய்வதென்றே தெரியவில்லை.

அதற்குள் இரண்டுபேரும் ஏபிஎன்னைப் பார்க்க பெட் அருகே போய் விட்டிருந்தார்கள்.

"அப்பா..." எனும்போதே மைலா கண்களில் கண்ணீர். மங்கா சற்று கூச்ச சுபாவி. எனவே, ஏபிஎன்னின் கை அருகே தன் தலையைக் கவிழ்த்து விட்டிருந்தாள்.

ஒரு க்ஷணம் அந்தப் பெரிய மனிதரின் இதயம் நின்றே போய்விட்டது.

"ஏன்டா அழறே...?"

"அழாம... காரைப் பார்த்து ஓட்டமாட்டியா நீ?"

"பாத்துத்தான்டா ஓட்டினேன், இப்படியாயிடுத்து."

"போப்பா..." பெரியவள் அந்த நிலையிலும் ஒரு செல்லக் குத்துக் குத்தினாள்.

அம்முணியும் அருகே வந்து நின்றுகொள்ள, சின்னது ஸ்ரீநிதி விரல் சப்பியபடியே அப்பனைப் பார்த்தது. அதற்குப் புரியவில்லை. அப்பா ஒரு வெள்ளைத் துணிகட்டுப்போட்ட பொம்மையாகத் தெரிந்தாரோ என்னவோ, ரசித்தது நன்றாக.

“அம்மா… இதுகளுக்கு முதல்ல டிபனை வாங்கித் தா. பசி தாங்காதுகள்.”

ஏபிஎன் அந்த நிலையிலும் பாசமும், அக்கறையும் காட்டினார்.

‘நீ தாங்குவியோடா… உன்னைப்பத்தி எனக்குத்தானே தெரியும்?’ என்பதுபோல அம்முணியும் பார்த்துவிட்டு எதையாவது வாங்கித் தரலாம் என்று திரும்ப, எதிரே அன்னபூரணியாக ரங்கநாயகி. அவள் கையில் டிபன் பொட்டலங்கள்!

“வாங்கோ எல்லாரும். வெளில அப்படிப்போய் உக்காந்துண்டு முதல்ல சாப்பிடுவோம். அப்றமா மத்ததைப் பேசிக்கலாம் என்ன?”

ரங்கநாயகியின் அந்த வாஞ்சை அதுகளை இழுக்க, என்னமோ ரொம்பத் தெரிந்ததுபோல் ஸ்ரீநிதியும் தாவப் பார்த்தது.

ரங்கநாயகியும் பார்த்துவிட்டு, டிபன் பொட்டலங்களைக் கீழே வைத்துவிட்டு ஸ்ரீநிதியை வாங்கிக்கொண்டாள்.

பின் மொத்தமாக அத்தனை பேரோடும் அங்கிருந்து வெளியேறினாள்.

அவள் போன க்ஷணம் அங்கே அசாத்ய நிசப்தம்.

அம்முணி அப்படியே ஏபிஎன் பக்கம் திரும்பினாள். கண்ணாலேயே கேட்டாள்.

“பாத்தியா?”

“பாத்தேன்.”

“இந்தப் பொண்ணப்பத்தி என்ன நினைக்கறே…?”

“என்ன நினைக்கறது? தன்னைப் பத்தியோ, தன் நலனைப் பத்தியோ நினைக்காத ஒரு ஜென்மமாவே என் கண்ணுக்குத் தெரியறா.”

“இவ மனசுக்கு அந்தப் பெருமாள் இவளுக்குப் பண்ற கருணை ஆனாலும் அல்பம்டா பத்து.”

“அவர் யாருக்குப் பெரிசா கருணை செய்து கிழிச்சுட்டார்? எனக்கு மட்டுமென்ன வாழறது... முதல்ல கோமளத்தைக் கூட்டிண்டார். அப்புறம் கல்யாணி மூலமாப் பிரச்சினை. இப்ப காலை ஒடிச்சுப் படுக்கப்போட்டுட்டார்.”

“உங்க பிரச்சினைகளையெல்லாம் பாக்கத்தான் எனக்குக் கண் போகாம இருக்கோ?”

இருவருமே மனசுக்குள்ளேயே மேற்படி பேசிக்கொள்ளும்போது பக்கத்து பெட்டில் தேசிகாச்சாரி முனகும் சப்தம் கேட்டது.

“அம்மா... தேசிகாச்சாரி குரல் மாதிரி இல்ல?”

“ஆமா... செத்த இரு... போய்ப் பாத்துட்டு வந்துட்றேன்.”

அம்முணி எழுந்து ஓடினாள்.

தேசிகாச்சாரியையும் நெருங்கினாள்.

சின்னவள் ஆனந்தி, ரங்கநாயகியோடு சாப்பிடப்போனதால பெட் அருகே யாருமில்லை.

“என்ன பண்றது... ரொம்ப வலிக்கறதா?”

“ஆமாம் மாமி. எனக்குச் சொல்லத் தெரியல. ஆமா, பத்மநாபன் சாருக்கு எப்படி இருக்கு?”

“ஏதோ ஃபிராக்சராம். ஆறுமாசம் சவப்படுக்கைதான்னுட்டார் டாக்டர்.”

“இங்க ஆனந்தி இருந்தாளே எங்கே?”

“உங்க ரெண்டாவது பொண்ணா? ரங்கநாயகியோட இருக்கா. என் பேத்திகளும் வந்ததுகள். சாப்பிடக் கூட்டிண்டு போயிருக்கா.”

“மாமி... மாமி...” தேசிகாச்சாரியின் உதடு விம்மியது.

“என்ன சொல்லுங்கோ...”

“எனக்கு ரொம்ப பயமா இருக்கு மாமி...”

"என்ன பயம்? அதான் ஒண்ணுமில்லேன்னுட்டாரே டாக்டர்ஸ்."

"அவாளுக்கு எலும்பும், நரம்பும்தான் தெரியும். மனசு தெரியாது. அது சொல்றது தேசிகாச்சாரி உன் கணக்கு முடியப் போறதுன்னு."

"அப்படியெல்லாம் பேசாதேள். உங்களை நம்பி ஒரு பொண்ணு இருக்கச்சே இதென்ன பேச்சு?"

"நான் ஆசைப்பட்டா ஆச்சா... உடம்பு படுத்தாதே..."

சொல்லும்போதே தேசிகாச்சாரியிடம் சப்தம் செத்த குரலும், அதில் ஈனசுரமும் தொனித்தது. அம்முணி நடுங்கத் தொடங்கிவிட்டாள்.

"இருங்கோ... நான் டாக்டரைக் கூப்பிட்றேன்."

"வேண்டாம்... வேண்டாம்... நான் கொஞ்சம் உங்களண்ட மனசு விட்டுப் பேசணும்."

"என்ன சொல்லுங்கோ..."

"ஏபிஎன் நன்னா இருக்காரா?"

"அதான் சொன்னேனே... ஆறு மாசம் படுத்த படுக்கைல இருக்கணுமாம்."

"பெருமாளே... அதுக்கப்புறமாவது அவரை நன்னா நடமாடச் செய். மாமி... எனக்கு ஒரு பொண் இருக்கறதாச் சொன்னேன். ஒருத்தி இல்ல மாமி. ரெண்டு பேர். ரங்கநாயகியையும் சேர்த்துத்தான் சொல்றேன். இந்த இரண்டுபேரையும் நான் உங்களையும், உங்க பிள்ளையையும் நம்பி ஒப்படைச்சா ஏத்துப்பேளா..."

தேசிகாச்சாரி கேட்பதன் உள்ளர்த்தம் புரிந்து அம்முணி கண்களில் கண்ணீர் கொப்பளித்து விட்டது. கை கால்களில் எல்லாம் நடுக்கம்.

"ஏன் இப்படியெல்லாம் பேசறேள். உங்க மனுஷா யாரும் இல்லியா. நான் வரச் சொல்லவா?"

“வேண்டாம்... வேண்டாம். எனக்கு என் மனுஷாளைத் தெரியும். பத்து நாள் ஸ்கூல் லீவுக்கு என் பொண்ணை என் தம்பி ஆத்துக்கு அனுப்பியிருந்தேன். அப்ப பழைய சாதமா போட்டவ என் தம்பி ஆம்படையா. எல்லார்க்கும் அவாளவா குடும்பம். அவாளவா செளகர்யங்கள்தான். பரந்த மனசு, எல்லா உசுரையும் தன்னைப்போல நினைக்கிற மனசெல்லாம் இப்போ பித்துக்குளிகளுக்குத்தான். ஆனா ரங்கநாயகி பித்துக்குளிக்கு பித்துக்குளி, தைரியத்துக்கு தைரியம் அவ...”

விசும்பி விசும்பி மேல்மூச்சு கீழ்மூச்சு வாங்க தேசிகாச்சாரி பேசிக்கொண்டிருக்கும் அந்த வேளையில் வெளியே ரங்கநாயகி அத்தனைக் குழந்தைகளுக்கும் அன்னம் ஊட்டிக் கொண்டிருந்தாள்.

ஜன்னல் வழியாக எட்டிப் பார்க்கும் அம்முணிக்குத்தான் கல்சட்டியில் சாதம் பிசைந்து கைகளில் உருட்டிப்போடும் பழைய சம்பவங்கள் ஒரு க்ஷணம் தோன்றி மறைந்தது.

தேசிகாச்சாரி சொல்வதை மெய்ப்பிக்கிற மாதிரி ரங்கநாயகியின் அன்பு நதி விஸ்தாரமாக அங்கு ஓடிக்கொண்டிருந்தது.

“வாஸ்தவம்தான். ரங்கநாயகியின் மனசு யாருக்குமே வராது. என் பொண்கள்ளாம்கூட வேலை இருக்கு. ஸ்கூல் இருக்குன்னு கிளம்பிட்டா. ஆனா, ரங்கநாயகி யாரோ... பத்துவோட ஆம்படையா இருந்து பண்ண வேண்டியத அவ பண்ணிண்டிருக்கா. நீங்க கவலைப்படாதேள். உங்களுக்கு ஒண்ணும் ஆகாது.”

அம்முணி தேசிகாச்சாரிக்கு ஆறுதலளிக்கும்போது, அவர் முகத்தில் சரியான கோணல்.

உடம்புக்குள் எங்கேயோ என்னவோ ஆகிக்கொண்டிருந்தது. அம்முணிக்குப் பதறிப்போனது. டாக்டரைக் கூப்பிடலாம் என்று திரும்பியபோது, அந்த பெரிய மனிதரின் கரங்கள் அந்த வலியிலும் எகிறி அம்முணியின் தோளைப் பற்றியது. திரும்பினாள்.

“ரங்கநாயகியையும், ஆனந்தியையும் கூட்டுங்கோ...” திணறிச் சொல்லி முடிக்கும் முன் கண்கள் மேல்மோடு ஏறிச் செருகிச் செருகிக் கீழ் இறங்கத் தொடங்கியது.

“ரங்கநாயகீஈஈஈ...” அலறினாள் அம்முணி.

ரங்கநாயகியும் ஸ்ரீநிதியை இடுப்பில் சுமந்தபடி, கைகளில் தயிர் சாதப் பொட்டலத்தோடு அப்படியே ஓடி வந்தாள். வார்டுக்குள் நுழைந்த க்ஷணம் தேசிகாச்சாரியின் இருப்பைப் பார்த்துவிட்டு பதறிப்போனாள்.

“மாமா...?”

“எங்க... எங்க... ஆனந்தி?”

அவர் கைகளில் நடுக்கம் பரவக் கேட்கும்போது ஆனந்தியும் முன்னே வந்து ரங்கநாயகியின் இடுப்பு முன் நிமிர்ந்து தலையைக் காட்டி அப்பாவைப் பார்த்தது.

“ஆனந்தி... ஆனந்தி... என் ராசாத்தி... அப்பா போறேன்டா... உன்னையெல்லாம் உட்டுட்டுப் போறேன். சமத்தா இரு. நன்னாப் படி. அப்பா ஆவி உன்னைச் சுத்திச் சுத்தி வரும், கவலைப்படாதே. ரங்க... ரங்க... ரங்கநாயகி என் மூத்த பெண்ணே... மாமி... மாமி... அம்முணி மாமி இவாளையெல்லாம் பாத்துக்கோ...” அவரால் முடியவில்லை. மார்பு எகிறி மூச்சுக்காற்று சிரமம் காட்டியது. டாக்டர்கள் வந்து பார்த்து பரபரப்பாக எதையோ செய்ய முயன்றனர். நடுவில் ஆனந்தி கண்ணீருடன், “நாராயணா... நாராயணா...” என்றாள். ரங்கநாயகிதான் சொல்லச் சொன்னாள். அவளும் சேர்ந்து சொன்னாள். சற்று ராகத்தோடு...

“நாராயண... நாராயண... நாராயண... நாராயண...”

அதிசயமாக அதை ஸ்ரீநிதிக்குட்டியும் ரிபீட் செய்தது. மழலையோடு “நாதாயண... நாதாயண...”

தேசிகாச்சாரி ஆனந்தியின் தலைமேல் வைத்திருந்த வலக்கரத்தில் ஓர் அழுத்தம் கொடுத்துவிட்டு, அதைக் கேட்டபடியே உயிர்மூச்சைப் பிரித்தார். இனி வலி, பதற்றம்,

ஆயாசம், சந்தோஷம், ஆசை, எதிர்பார்ப்பு எதுவுமே அவருக்குக் கிடையாது.

எல்லாமே ரங்கநாயகியின் தோளுக்கு இடம்பெயர்ந்து விட்டது. ரங்கநாயகி ஸ்ரீநிதியை இறங்கிவிட்டபடியே அழ, குலுங்கிக் குலுங்கி அழ ஆரம்பித்தாள்.

பக்கத்து வார்டில் இருந்த ஏபிஎன் காதுக்கும் சேதி போனதில் அவரிடமும் ஜலத் தாரைகள்!

***

அத்தியாயம்

28

‘விவேகியாகவே பிறந்தவன் பரதன். அவ்விவேகம் அவனிடத்திலே துளிக்கூடக் கிடையாது என்கிறார் வால்மீகி. ஆனால் அவன் அம்மா கைகேயி அப்படியில்லை. அவளை ஒரு சாதாரண தாதியான மந்தரை மாற்றிவிடுகிறாள். ஆனால் பரதனை ஒருவராலும் மாற்ற முடியவில்லை. வசிஷ்டாதி மஹரிஷிகளாலும்கூட முடியவில்லை. ஏன் மாற்ற முடியவில்லை என்றால், அவன் விவேகியாகவே பிறந்தவன் என்பதாலே... தர்மத்தையும், அதர்மத்தையும் பற்றித் தெரிந்தவர்களை எதைச் சொல்லியும் மாற்ற முடியாது. ஆண்களிலே இதற்கு உதாரணம் பரதன் என்றால், பெண்களில் சுனீதி! துருவனின் தாய். தங்களுக்கு நேரிடும் இன்ப துன்பங்களுக்கு எல்லாம் காரணம் தங்களுடைய பாபமே என்று எண்ணுபவள் சுனீதி. பிறத்தியாரிடம் தவறு காண முயலாதவள் சுனீதி.’

– ‘குறையொன்றுமில்லை’யில் முக்கூர் லக்ஷ்மி நரசிம்மாச்சாரியார்

இந்த நாள்கள்தான் என்னமாய் ஓடுகின்றன? தேசிகாச்சாரி போய்ச் சேர்ந்து காரியங்கள் எல்லாமும் முடிந்து, கிட்டத்தட்ட இருபது நாள்கள் ஆகிவிட்டன.

ஏபிஎன் கூட டிஸ்சார்ஜ் ஆகி வீட்டுக்கு வந்துவிட்டார். ஆனால், நடந்துதான் வரமுடியவில்லை. ஆக்சிடென்டில்

முதுகுத்தண்டில் பட்ட அடி, கால்களை இருந்தும் இல்லாததாக்கிவிட்டது. ஆகையால் சக்கர நாற்காலி வாசம்தான்.

எத்தனை நாளோ? டாக்டரைக் கேட்டால், "கூடிய சீக்கிரம் நடந்துடுவேள். கவலைப்பட வேண்டாம்" என்கிறார். அது வெறுமனே நம்பிக்கை தரும் வார்த்தைகளா, இல்லை நிஜமாலுமேவா என்பதெல்லாம் நாராயணனுக்கே வெளிச்சம் அம்முணி நொடிந்து போய்விட்டாள்.

திடகாத்திரமாய்த் தேக்கு மரத்துக்குக் கைகால் முளைத்ததுபோல நடந்த பிள்ளை... அந்த ஸ்ரீசூரணப் பொலிவென்ன... மயில்கண் வேட்டி மிழற்றும் நடை என்ன...? எல்லாம் போய் இப்படியா அது ஒரு நாற்காலியில் சுருண்டு அமர்ந்துகொள்ளும்?

இந்தப் பாதிப்புகள் கல்யாணியையும், குழந்தைகளையும்கூட விடவில்லை. மங்கா, மைலா இப்பொழுதெல்லாம் டான்ஸ் ஆடுவதேயில்லை. ஸ்ரீநிதி சதா அழுது படுத்திக்கொண்டே இருக்கிறது.

தொழுவத்து மாடு அறுத்துக்கொண்டு ஓடிவிட்ட மாதிரி வீட்டுக் கலகலப்பும், நிம்மதியும் அறுத்துக்கொண்டு ஓடிவிட்டது. தேடிப்பிடித்து இழுத்து வந்து கட்ட வேண்டும். முடியாதபடி மூச்சிளைக்கிறது அம்முணிக்கு.

குடும்பம் திரும்ப நிமிரவே நிமிராதோ என்று மலைப்பாக இருக்கிறது.

தேசிகாச்சாரியின் சாவுக்குப் பின் ரங்கநாயகியையும் பார்க்கவே முடியவில்லை. சாகும்போது அந்த மனிதர் கையில் பிடித்துக் கொடுத்துவிட்டுப் போனாரே...? என்னதான் செய்து கொண்டிருக்கிறாள் இந்த ரங்கநாயகி? மருகியபடியே படுத்திருக்கிறாள் அம்முணி. பக்கத்திலேயே மூத்திரம் போய் அதைத் தட்டிக்கொண்டு அமர்ந்திருக்கிறது ஸ்ரீநிதி.

அம்முணியிடம் பிரக்ஞையே இல்லையோ?

நல்லவேளை பார்த்துவிட்டு நெருங்கி வந்தாள் கல்யாணி. அப்படியே ஸ்ரீநிதியைத் தன் புடவை முந்தியால் கை, கால்களையெல்லாம் துடைத்தும் விட்டாள். துடைக்கும்போது உதடுகொள்ளாத முணுமுணுப்பு.

“என்னடா சீனி... இப்படியா பண்ணுவே? மூச்சாபோய் மேலெல்லாம் இழுத்துப் பூசிண்டு... ஏம்மா உனக்கு என்ன வந்தது? இப்படியா வேடிக்கை பார்த்துண்டு படுத்திருப்பே?”

ஊஹும்... பதிலே இல்லை அந்தக் கிழவியிடம்...

“அம்மா உன்னைத்தான்...” இடுப்பில் ஸ்ரீநிதியோடு கொடியாட்டம் வளைந்து அம்முணியை உசுப்பினாள் அவள். அம்முணி பிரக்ஞை மீண்டதுபோல் எழுந்தாள்.

“என்ன கேட்டே...?”

“சரிதான் கேட்டதுகூடக் காதில் விழலியாக்கும்...?”

“விழலடியம்மா... குடும்பம் விழுந்துட்ட கவலைல எதுவுமே காதுல விழமாட்டேங்கறது. ஆமா ரங்கநாயகி பத்தி ஏதும் தெரிஞ்சதா?”

“அக்காகிட்டே இருந்து ஒரு தகவலும் இல்ல. எனக்கும் அக்காவைப் பாக்கணும்போல இருக்கு. நான் வேணா போய்ப் பாத்துட்டு வரட்டுமா?”

“நானும் வரேன். என்னையும் கூட கூட்டுண்டு போயேன். நன்னா வந்துண்டு போயிண்டுருந்த பொண்ணு இப்படியா ஒரு தகவலும் இல்லாமக் கிணத்துல போட்ட கல்லாட்டம் இருப்பா?”

“அப்ப கிளம்பு... ஓர் ஆட்டோ பிடிச்சு போய்ப் பார்த்துட்டு வந்துடலாம்.”

கல்யாணி நிஜமான அக்கறை காட்டியபடி பேசினாள்.

“மங்கா, மைலா பள்ளிக்கூடம் போய்ட்டதுகளா?”

“அவா அப்பவே போயாச்சு. இந்தச் சின்னப் பிசாசுதான் கொட்டமடிச்சுண்டு இருக்கு. நீ வா போய்ட்டு வந்துடலாம்.”

இருவருமாகக் கிளம்பினார்கள்.

கிளம்பும் முன்பாக ஏபிஎன் கிடக்கும் படுக்கையை ஒரு பார்வை பார்த்தார்கள். அவர் புத்தகம் படித்துக் கொண்டிருந்தார். இருவரும் எட்டிப் பார்ப்பதை ஓரக்கண்ணால் பார்த்துவிட்டு, பார்க்காத மாதிரி படிப்பதைத் தொடர்ந்தார்.

“பத்து...” அம்முணி கூப்பிட்டாள்.

“உம்...”

“மாத்ர மருந்தெல்லாம் போட்டுண்டுட்டியா?”

“உம்...”

“இப்ப ஒண்ணும் வேண்டாமே...?”

“வேண்டாம்.”

“நாங்க செத்த வெளியே போய்ட்டு வந்துட்றோம்...”

“உம்...”

“ரங்கநாயகியக்காவைப் பாக்கத்தாண்ணா... ஒரு தகவலும் இல்ல... அதான்.”

“உம்...”

“என்னடா உம் உம்முன்னு... வாயைத் திறந்து பேசேன்.”

ஏபிஎன் திரும்பிப் பார்த்தார். பின் கேட்டார்.

“இப்ப அவளைப் போய்ப் பார்த்து என்ன பண்ணப் போறேள்?”

அப்படி ஒரு கேள்வியை அம்முணியோ, கல்யாணியோ துளிகூட எதிர்பார்க்கவேயில்லை. பதிலும் சட்டென்று பிடிபடவில்லை. தட்டுத்தடுமாறித்தான் பதில் பிறக்க ஆரம்பித்தது.

“அது... அது... அந்த மனுஷன் கைல பிடிச்சுக் கொடுத்துட்டுக் கண்ண மூடிட்டார். ஆனா, அந்தப் பொண்ணோ நம்மகிட்ட ஒரு சின்ன சகாயத்தைக்கூட எதிர்பார்க்கல. என்ன பண்ணிண்டிருக்கா... ஏது பண்ணிண்டிருக்கா? காரியமெல்லாம் நல்லபடியா முடிஞ்சுதான்னு எத்தனை இருக்கு... சாரிக்க...”

“அப்படியா? சரி போய் சாரிச்சுட்டு வாங்கோ...”

ஏபிஎன் சொல்லும்விதமே என்னவோ போலத்தான் இருந்தது. மெட்டி மெட்டிப் பார்த்துவிட்டுக் கிளம்பினார்கள் இருவரும். இடுப்பில் ஸ்ரீநிதிக் குட்டி.

***

நாடார் கடையிடம் நிறுத்தி அட்ரஸை விசாரிக்க முயலும்போது கடை நோக்கி ரங்கநாயகியே வந்துகொண்டிருந்தாள். கல்யாணியைப் பார்க்கவும் வேகமாக நடந்து வந்தாள்.

“கல்யாணி...”

“அக்கா... உங்களப் பாக்கத்தான் வந்துண்டிருக்கோம்.”

“அப்படியா... வா வா... அம்மா எங்கே?”

“அதோ ஆட்டோல.”

“மாமி...” ரங்கநாயகி ஓடிப்போய் ஆட்டோவைப் பார்த்தாள். அம்முணிக்கு அவளைப் பார்க்கவும் அமாவாசையன்று நிலாவைப் பார்த்தது போலத்தான் இருந்தது. இருந்தும் ஒருவிதக் கோபம் அந்த உருண்டை முகத்தில் இறுக்கம் காட்டி அவளைப் பார்த்து முறைக்கச் செய்தது.

“என்ன மாமி என்மேல் கோபமா?”

“பின்ன... ஏன்டி இப்படியா கிணத்துல போட்ட கல்லாட்டம் இருப்ப...?”

“ஒழியல்ல மாமி. ஒரே வேலை... இதோ வந்துட்றேன். நிமிஷம்...” ரங்கநாயகி பாய்ந்து நாடார் கடைக்குச் சென்று, ஒரு லிஸ்டைத் தந்து கைஜாடை எல்லாம் காட்டி எதையோ சொல்லிவிட்டு ஆட்டோவில் வந்து ஏறிக்கொண்டாள்.

“எடுப்பா, நான் வீட்டக் காட்றேன். அதோ அந்தக் கம்பி போட்ட வீடுதான்...” என்று டிரைவரையும் இயக்கி, வீட்டு வாசலையும் எட்டி நின்றது அந்த ஆட்டோ.

இறங்கி எல்லோருமாக உள்ளே நுழையப்போனபோது அம்முணிக்குத் தூக்கிவாரிப் போட்டது.

அந்த வீடு கொள்ளாதபடிக்கு நியூஸ் பேப்பர்கள்.

அதைக் கோவிந்துவும், ஆனந்தியும் மடக்கி ஒட்டிக் கவர்செய்து கொண்டிருந்தனர். தரையில் கால் வைக்க இடமில்லை.

“என்னடி இது? எங்கப் பார் காகிதமும், கவரும்...?”

“அது ஒண்ணுமில்ல மாமி... பொழுதுபோகலை. அதான் சும்மா இருக்கணும்னு...” மென்று துப்பி மிடறு விழுங்கியபடி ரங்கநாயகி பேசினாலும், அதில் உண்மை இல்லை என்பது பளிச்சென்று தெரிகிறது.

கோவிந்து நிமிர்ந்து, நிற்கும் மூவரையும் ஆச்சரியமாகப் பார்த்தான். காதோரம் வியர்வை நெளிசல் வேறு.

“அக்கா... நாடார் கடைல காபி போடப் பொடி வாங்கிண்டு வந்தியா...? காபி போட்டுத் தரேன்னு சொன்னியே...”

காபி போடப் பொடிகூட அந்த வீட்டில் இல்லை என்பதைப் போட்டு உடைத்தான் அவன்.

அம்முணிக்கு அது சற்று நெஞ்சைக் குத்தியது.

அதற்குள், “உக்காருங்கோ மாமி, உக்காருங்கோ” என்று அழுக்குப் பாயைக் கொண்டுவந்து விரித்தாள் ரங்கநாயகி. காது மூக்கைத் தவிர மற்ற எல்லாப் பாகங்களிலும் மூளித்தனம் பளிச்சென்று தெரிந்தது.

ஒரு பெண்ணின் கண்ணுக்கு மற்றொரு பெண்ணிடம் முதலில் படிவதே நகை நட்டும், புடவை என்ன ரகம் என்பதும் தானே? அதிலும் அம்முணி முன்பு பார்த்த ரங்கநாயகி, சாட்சாத் தாயார் ஸ்வரூபம். இப்பொழுதோ அதில் ஊனம். ரங்கநாயகியின் இமையைச் சுற்றிலும்கூட கறுப்பு வளையத்தின் ஒத்திகை.

சர்வத்தையும் கவனிக்கிறாள் அம்முணி. அப்படியே பார்வையை உட்கார்ந்தபடியே கோவிந்து, ஆனந்தி பக்கமும் விடுகிறாள்.

இருவரும் ஆட்டோமெட்டிக் எந்திரம்போலக் காகிதத்தை மடக்கி வெளிர் பச்சை நிறத்து மைதா பசையை ஆட்காட்டி விரலால் வழித்து மிக அளவாகவும், அழகாகவும் ஓரத்தில் பூசி மடித்து ஒட்டி அழகாகக் கவரினை உருவாக்கியபடி இருந்தார்கள்.

அதிலும் ஆனந்தி தொழில் சுத்தத்தோடு அதைச் செய்துகொண்டிருந்தாள். கோவிந்துதான் சற்று பெராக்கு பார்ப்பவனாட்டம் நிமிர்ந்து நிமிர்ந்து பார்த்துக்கொண்டு ஒட்டிக்கொண்டிருந்தான்.

ரங்கநாயகி சமையல்கட்டை நோக்கிப் போய்விட்டாள்.

அம்முணியும், கல்யாணியும் சகலத்தையும் நோட்டமிடுகின்றனர். சுவரில் தேசிகாச்சாரி மாலையணிந்து தொங்கிக்கொண்டிருந்தார்.

“உம் பேர் என்னப்பா?” அம்முணி கோவிந்துவை நிமிண்டினாள்.

“கோந்து... அதாவது கோவிந்தராஜன். எங்கம்மாவும், அப்பாவும் திருப்பதிக்குப் போய் சேவிச்சுட்டுக் கீழத்திருப்பதி வந்து அங்க இருக்காரே கோவிந்தராஜப் பெருமாள்... அவரை வேண்டிண்டதால் பொறந்தேனாம். அதனாலதான் எனக்கு அந்தப் பேரு...”

காரண காரியங்களையும் கேட்காமலே விளக்கிவிட்டுக் கல்யாணியை ஒரு தினுசாப் பார்த்துச் சிரித்தான், பின் என்ன நினைத்தானோ, “உங்களுக்குக் கல்யாணம் ஆயிடுத்தா மாமி?” என்று கேட்டான். கல்யாணியைப் பார்த்து. அதன் நிமித்தம் மெல்லிசான கோபமும், சற்றே பருமனான சிரிப்பும் பூத்தது கல்யாணியிடம். அம்முணி அதை விரக்தியோடு ரசித்தாள். நடுவில் ஸ்ரீநிதி மார்பை முட்டியது. வாயில் விரல் போட்டுக்கொண்டு அதுவும் கோவிந்துவைப் பார்த்தது. சற்றே குத்தும் கூரான பார்வை. அதைப் பார்த்துச் சிரித்தபடியே...

“பாப்பா என்னையே பாக்கறது. இது என்ன வாய்ல விரலைப் போட்டுண்டு? அப்றமா பல்லு முன்ன வளந்து பா'ன்னு

அசிங்கமாத் தெரியும். அப்புறமா எல்லாரும் பல்லவராயன்னு சொல்லிக் கேலி பண்ணுவா. எடுத்துடு... எடுத்துடு...” என்றும் சொல்லிச் சிரித்தான்.

“இந்தாங்கோ...” கத்தரித்தது ரங்கநாயகி குரல். இரண்டு டம்ளர்களில் மோரோடு வந்திருந்தாள். “ஆமா, இதுக்குத்தான் உள்ள போனியாக்கும். உக்காரு இப்படி...” என்று அம்முணி தனக்குப் பக்கத்தில் கை காட்டினாள். மோரையும் வாங்கிப் பக்கமாக வைத்தாள்.

“சாப்டுங்கோ மாமி.”

“சாப்பிட்றேன். என் கேள்விக்குப் பொய் சொல்லாமப் பதில் சொல், ஏன் ஆத்துப்பக்கமே வரலை?”

“அதான் சொன்னேனே மாமி ஒழியல...” ரங்கநாயகி சமாதானம் சொன்னபோது ஸ்ரீநிதி மளாரென்று அவளிடம் தாவியது. அவளும் வாரி அணைத்துக்கொண்டாள். அசலாய் சுமந்து பெற்றவள்போல மார்பில் சாயவிட்டுத் தலையையும் வருடிவிட்டாள்.

“இப்பத்தானே சொன்னேன். பொய் சொல்லாமல் சொல்லுன்னு...” அம்முணி விடவில்லை.

“இல்ல மாமி நிஜமாத்தான் சொல்றேன். ஆமா, எப்படி இருக்கு அவருக்கு உடம்பு?”

“என்னமோ இருக்குடியம்மா... அவன் எழுந்து நடப்பானோ, இல்லை மாட்டானோ...” சொல்லி முடிக்க முடியாதபடி விம்மல் வெடித்துவிட்டது.

“ஐயோ என்ன மாமி இது? இப்பல்லாம் எது எதுக்கெல்லாமோ மருந்து வந்துடுத்து. இதுக்குப் போய்க் கவலைப்பட்டுண்டு...” அம்முணி அதைக் கேட்டுக் கண்களைத் துடைத்துக்கொண்டாள்.

“என்னமோ நீ சொல்றே? உன் வாக்கு பலிக்கட்டும். ஆமா காரியமெல்லாம் நல்லபடி முடிஞ்சதா?”

"முடிஞ்சது மாமி. இப்பத்தான் நாலுநாளா நாங்க மட்டும் இருக்கோம். பதினஞ்சு நாளா ஒரே உறவுக் கூட்டம்..."

"சரி இனிமே என்ன பண்ணப் போறே?"

"என்ன பண்ணப் போறேன்னா... எதாவது பண்ணணும், பண்ணுவேன்."

"அந்த கடன்காரக் கட்டேல போறக் கம்மனாட்டி உள்றதானே இருக்கான். போலீஸ்காரா வெளிய உட்டுடலையே..."

அம்முணி அங்கு இங்கு தொட்டு ஸ்ரீக்காந்திடம் வந்து நின்றாள். ஆனால், பதிலில்லை ரங்கநாயகியிடம். பாயின் கோரையைப் பிடுங்கியபடி தலைதாழ்ந்து விட்டிருந்தாள்.

"என்ன ரங்கநாயகி பேசமாட்டேங்கறே? உன்னைத்தான்..."

"ஆங்... என்ன கேட்டேள்?"

"சரிதான். கேள்வியே காதுல வாங்கிக்கலையா நீ...? நான் அந்த ஸ்ரீக்காந்த்தைப் பற்றிக் கேட்டேன்."

"உங்களுக்கு எதுவும் தெரியாதா மாமி?" ஈனசுரத்தில் கேட்டாள் ரங்கநாயகி.

"என்ன?"

"குத்தப் பத்திரிகை தாக்கல் பண்ணும்போது கோர்ட்டுக்குக் கூட்டிண்டு வந்திருக்கா அவனை... தப்பி ஓடப் பார்த்திருக்கான். அப்ப கால்லையே சுட்டதுல வலது கால்ல குண்டு பாஞ்சு இப்ப ஜி.எச்ல இருக்கான்!"

குனிந்த தலை நிமிராதபடி ரங்கநாயகி சொல்லவும் அம்முணியும், கல்யாணியும் விக்கித்துப்போயினர்.

"அடச் சண்டாளா?" என்றது அம்முணி உதடு.

சில விநாடி பேச்சு மூச்சு இல்லை.

"இந்த போலீஸ் மோசம்மா. நானா இருந்தா நன்னா மண்டையில சுட்ருப்பேன். இவாளுக்கெல்லாம் சுடவே தெரியல..." என்று

கோவிந்து பக்கவாட்டில் தனது அரைக் கிறுக்குத்தனம் மாறாமல் சுருதிவேறு சேர்த்தான்.

"அக்கா... நீங்க இன்னிக்கும் ஆஸ்பத்திரிக்கு அவனைப் பாக்கப் போப்போறேளா?"

நடுவில் ஆனந்தி நிமிர்ந்து பார்த்துத் திரும்பிக் கேட்டது. அம்முணி அதைக் கேட்டு அடுத்த க்ஷணமே பேயறைபட்ட மாதிரி ரங்கநாயகியைப் பார்த்தாள்.

***

அத்தியாயம்

29

> 'கண்ணில் நீர் கட்டிக் கொண்டுவிட்டது ஜானுவிற்கு. சடக்கென்று நிமிர்ந்து வேதனை தளும்பிய விழிகளுடன் மூர்த்தியைப் பார்த்தாள். அரை நிமிடப் பார்வை. ஆனாலும் மனத்தைச் சொடுக்கியது. வேதம் படித்தவர்களும், வித்தை தெரிந்தவர்களும் கூடி பொம்மனாட்டியின் புடவையை உரித்த பாரதக் கதைகள் மறுபடி மறுபடி இந்தத் தேசத்தில். காலங்கள் தோறும் வேறுவேறு விதமாய் வேஷம் கொண்டுவந்து அவமானம் செய்யும் சூது என்ற துக்கம் ததும்பிய பார்வை 'திருப்திதானா' என்று கேள்வியாய்க் குதறிய பார்வை ஜானுவிடம்.'
>
> – 'நந்தலாலா'வில் மாலன்

அம்முணியும், கல்யாணியும் ஆனந்தியின் கேள்வியால் சிதறிப்போவதை ரங்கநாயகியும் பார்க்கிறாள். அடுத்த க்ஷணம் அவள் பார்வை ஆனந்தியை நோக்கித் திரும்புகிறது.

'இப்படியா போட்டு ஒடப்பே? பித்துக்குளி...' என்று அதில் சேதி. அதெல்லாம் ஆனந்திக்குப் புரியுமா என்ன? ஆனால், அம்முணிக்குப் புரிந்தது. அது பேச்சாகவும் வெளிப்படத் தொடங்கியது.

"ரங்கநாயகி அந்தக் குழந்தையை ஏன் அப்படிப் பாக்கறே? என் கேள்விக்குப் பதில் சொல்லு. அவனைப் போய்ப் பாத்தியா?"

"ஆமாம் மாமி." எந்தவிதப் பதற்றமும் இன்றிச் சொன்னாள் ரங்கநாயகி.

"ஆமாமா... என்ன சொல்றே ரங்கநாயகி? உன்னை என்னாலே புரிஞ்சுக்க முடியலியே."

"ரொம்ப பேர் சொல்றதைத்தான் நீங்க சொல்றேள்."

"இதோ பார்... நான் ரொம்ப ஆசையா உன்மேல மதிப்போட உன்னைப் பாக்க வந்துருக்கேன். பல எண்ணங்களோட வந்துருக்கேன். என்கிட்ட பூடகமாப் பேசாதே. மனசு விட்டுப் பேசு. அவனைப் போய் எதுக்குப் பார்த்தே?"

"இது என்ன மாமி கேள்வி... அவன் என் புருஷன். ஆஸ்பத்திரியில இருக்கான். போய்ப் பாக்க வேண்டியது என் கடமையாச்சே...?"

"அவன் உன் புருஷனா? நீ இன்னுமா அப்படி நினைக்கறே?"

"ஊர் பார்க்க ஒரு குறைவும் இல்லாம நடந்த கல்யாணம் என் கல்யாணம். அதுல ஒரு சாஸ்திர சம்பிரதாயச் சடங்குல எங்கப்பா குறை வைக்கல. ஜானவாசம், பாலிகை கரைக்கறது, சுபலாலி, ஊஞ்சல் எதுவுமே பாக்கி கிடையாது. இவ்வளவு இருக்க எதை வெச்சு நான் அவனைப் புருஷன் இல்லேன்னு நினைக்கறது?"

"இதெல்லாம் எதுக்கு? ஆணும், பெண்ணும் உடம்பும் உசிரும் இரண்டறக் கலந்து ஒருத்தருக்கொருத்தர் ஆதாரமா வாழணும்கறதுக்குத்தானே? அது நடந்ததா உன் வரைல...?"

"நல்ல கேள்விதான் மாமி நீங்க கேட்டிருக்கறது. வாஸ்தவத்துல என் போன்ற பொண்கள்தான் நீங்க கேக்கற கேள்வியைக் கேட்பா. நான் கேட்ட கேள்வியை உங்களப் போன்ற பெரியவாதான் கேப்பா. இங்க மாறிப் போயிடுத்து பார்த்தேளா?"

"என் கேள்விக்குப் பதிலைச் சொல்லு. நம்மப் பத்தின பரிசீலனைகள் அப்புறம்."

"என்ன பதில் மாமி உங்களுக்கு வேணும்?"

"இது என்ன கேள்வி ரங்கநாயகி? நீ ஏமாந்தவ, ஏமாத்தப்பட்டவ. அவன் ஒரு படுபாவி. அவன் பாவத்துக்கு இனிமே அவன் அனுபவிக்கப் போறான். அவனை இனி நீ நினைக்கறதுகூடத் தப்பு. நடந்தது அவ்வளவும் ஒரு கெட்ட சொப்பனம்டி. இனி அடுத்து என்ன பண்ணணும்கறதப் பத்திப் பேசாம, சிந்திக்காம இது என்ன பித்துக்குளித்தனம்?"

"மேலோட்டமாப் பாத்தா அப்படித்தான் மாமி தோணும். ஆனா, எனக்குத்தான் தெரியும் நான் என்ன பண்ணிண்டு இருக்கேன்னு..."

"இதெல்லாம் சினிமா வசனம். என்னண்ட பேசாதே. இந்த க்ஷணம் உன்னை நினைக்க எனக்குப் பெருமையாத்தான் இருக்கு. அந்த கடன்காரனையே நீ இந்த அளவு மனசுல தாங்கறேன்னா என் பிள்ளை மாதிரி ஒரு நல்ல மனுஷன் உனக்குப் புருஷனா வாச்சா நீ கோயிலே கட்டுவியோ?"

அம்முணி மனத்தில் இருக்கும் ஆசை வெடுக்கென்று வெளியே வந்து விழுந்தது. ரங்கநாயகியின் கண்களில்கூட அதன் எதிரொலி... சிலிர்ப்போடு பார்த்தாள்.

"மாமீ..." உதடுகள் துடித்தன.

"ஆமா ரங்கநாயகி... நான் ஒரு தடவைக்கு நூறு தடவை யோசிச்சுட்டுதான் பேசறேன். என்னடா ஒரு மொட்டப் பாட்டி இப்படி அனாசாரமாப் பேசறாளேன்னு பாக்கறியா?"

"வேண்டாம் மாமி... இதப்பத்திப் பேச வேண்டாம். நீங்கோ." ரங்கநாயகிக்கு உடம்பு லேசாக நடுங்கிற்று. கல்யாணி குறுக்கிடத் தொடங்கினாள்.

"அக்கா... அம்மா சொல்றதுல எனக்கு ஒண்ணும் தப்பு இருக்கிறதா தெரியல... நாங்க இங்க எதுக்கு வந்திருக்கோம் தெரியுமா?" கல்யாணி இடைவெளி விட்டுவிட்டுச் சற்று கூர்ந்து பார்த்தாள்.

“தெரியும் கல்யாணி. தயவுசெய்து உனக்கும் சொல்றேன். மேற்கொண்டு எதையும் பேசாதே. நான் ஒரு வேள்வி நடத்திண்டு இருக்கேன். அவ்வளவுதான் இப்போதைக்குச் சொல்ல முடியும்...”

“அது என்னன்னுதான் சொல்லேன். மொட்டத்தாதன் குட்டைல உழுந்தாங்கற மாதிரி பேசினா எப்படி ரங்கநாயகி?”

“சொல்லி ஆகப்போறது ஒண்ணுமில்ல. அதனால், உங்களுக்கு என்மேல வாஞ்சைதான் அதிகமாகும். உதவி செய்யறேன்னு கிளம்புவேள். அதெல்லாம் நான் நினைக்கறதைச் சாதிக்கறதுக்கு நேர் எதிர்...”

“தேசிகாச்சாரி உங்க இரண்டு பேரையும் என் கைல பிடிச்சுக் கொடுத்திட்டுப் போனதுக்கே அர்த்தமில்லாமப் பண்ணிடுவே போலிருக்கே...”

“அது ஏதோ அந்தச் சந்தர்ப்பத்துல் நடந்த ஒண்ணு மாமி. அவர்கூட என்னைச் சரியா புரிஞ்சுக்கலைன்னுதான் சொல்வேன். அதான் அப்படிச் சொல்லிட்டுக் காலமாயிட்டார். இப்ப என்னாயிடுத்து மாமி, நாங்க நன்னாத்தானே இருக்கோம்...?”

“இதுக்குப் பேரா நன்னாருக்கறது. பாவம் படிக்க வேண்டிய குழந்தை பசை, காகிதம்ன்னு ஒட்டிண்டு உட்கார்ந்துண்டுருக்கு. காபிப் பொடிக்குக்கூட வக்குவகை செத்துப்போய் இருக்கே. இதோ பார்... எதையும் உனக்குள்ள வெச்சிண்டு சுமக்காதே. அது முடியவும் முடியாது. நானும் உனக்கு ஓர் அம்மா மாதிரி. உனக்கு ரொம்பக் கடமைப்பட்டிருக்கேன். எல்லாத்தையும் நம்மாத்துல போய்ப் பேசிக்கலாம். கிளம்பு.”

“நம்மகமா... அப்ப இது?”

“பூட்டிண்டு வா. ஒண்ணா இருப்போம். இந்த வேலையை அங்க வந்து என்னோட இருந்துண்டு பண்ணு. எனக்கும் துணையா இருக்கும். கிளம்பு...” அம்முணி மிக அழுத்தமாகத்தான் பேசினாள்.

“இல்ல மாமி, நீங்க போங்கோ… நான் அப்பப்ப வந்து பாக்கறேன் உங்கள…”

“என்ன ரங்கநாயகி நான் இவ்வளவு கூப்பிட்றேன். இப்படிப் பிடிவாதம் பிடிக்கறயே. என் வயசுக்குக் கூடவா மரியாதை தரமாட்டே…?”

அம்முணி வசமான பிடிதான் போட்டாள். ரங்கநாயகிக்குக் கண்கள் கலங்கிவிட்டன. பனித்த விழிகளுடன் அம்முணியின் கரங்களைப் பற்றினாள்.

“மாமி… நான் உங்காத்துக்கு வந்துட்டா எனக்கொரு நல்ல வாழ்க்கை கிடைச்சிடும். ஆனா, ரொம்ப பேருக்கு வாழ்க்கையே போயிடும். இத நான் உங்களுக்கு எப்படி மாமி புரிய வைப்பேன்…”

“என்னடி சொல்றே? யார் அவாள்ளாம்?”

“சொல்றேன் மாமி… ஆனா, இப்ப வேண்டாம்.” சமாளிப்போடு கண்களைத் துடைத்துக்கொண்டாள்.

“இப்ப சொல்லாம வேற எப்ப சொல்லப்போறே?”

“நாளைக்கு நீங்க மட்டும் கபாலீஸ்வரர் கோயிலுக்கு வாங்கோ. சொல்றேன்.”

“நிச்சயமா. எத்தனை மணிக்குன்னும் சொல்லிப்பிடு.”

“காலம்பற எட்டு மணிக்கு. வேண்டாம் ஆனந்தி பள்ளிக்கூடம் போற நாழி. ஓர் ஒன்பது மணிக்கு வந்திடுங்கோ…”

“ஏமாத்தாம வந்துசேர்.” அம்முணி சொன்ன கையோடு எழுந்துகொண்டாள். ஸ்ரீநிதிக்காகக் கையை நீட்டினாள். அது வர மறுத்தது.

“ஓஹோ… புதுசா ஒருத்தி வந்த உடனே இந்தக் கிழவி வேண்டாமாக்கும்.”

“இருக்கட்டுமே மாமி. நான் பாத்துக்கறேனே.” ரங்கநாயகி எந்த அர்த்தத்தில் சொன்னாளோ தெரியாது. அம்முணி மளமளவென்று

கிளம்பிவிட்டாள். கல்யாணிகூட ஓடித்தான் அவளைப் போய் பிடிக்க வேண்டியிருந்தது.

“என்னம்மா இப்படி அறுத்துண்ட மாடாட்டம் கிளம்பிட்டே... உன் பேத்தி இங்க இருக்குமா? அழுது அடம்பிடிச்சா என்ன பண்ணுவே?”

“அப்ப தூக்கிண்டு ஆத்துக்கு வருவாளோல்லியோ?”

“அப்படியானா வரணுமாம்மா. அக்கா ரொம்ப அலட்டிக்கற மாதிரி பட்றது எனக்கு...”

“இல்ல கல்யாணி... உனக்குத் தெரியாது. அவ, ஒரு யுத்தம் நடத்திண்டு இருக்கா. அது அவ வாயால் வரணும், வரும்.”

“உனக்கெப்படிம்மா தெரியும்?”

“எதையும் கேக்காதே, ரங்கநாயகியை மீட்கணும். எனக்கு இப்ப அது ஒண்ணுதான் குறி...”

அம்முணி சொல்லியபடி நடக்கும்போது எதிரில் ஒரு போலீஸ் ஜீப் போய் ரங்கநாயகி வீட்டு வாசற்படியில் நின்றது. வீதியில் பலரும் நின்று அதைப் பார்க்கத் தொடங்கினர். போலீஸ்காரர் இறங்கி உள்ளே பிரவேசித்தார்.

***

அத்தியாயம்

30

'தலைக்கு மேலே வெள்ளம் ஓடிக்கொண்டே, ஓடிக்கொண்டே இருந்தது. நெற்றியின் மேலே அலை மோதிக்கொண்டே, மோதிக்கொண்டே இருந்தது. காதில் ஹோ என்று இரைந்த அலை ஓசை, பல்லாயிரம் மக்களின் சோகம் நிறைந்த ஓலத்தையொத்த அலை ஓசை, மற்ற எல்லா ஓசைகளையும் அமுக்கிக்கொண்டு மேலெழுந்த பேரலையின் பேரோசை கேட்டுக்கொண்டே, கேட்டுக்கொண்டே இருந்தது. தலைக்கு மேல் ஓடிய வெள்ளத்தின் பாரமும், நெற்றியில் மோதிய அலையின் வேகமும், காதில் தாக்கிய அலை ஓசை இரைச்சலும் முடிவில்லாமல், இடைவெளியில்லாமல் நீடித்துக் கொண்டேயிருந்தன!'

– 'அலை ஓசை'யில் அமரர் கல்கி

அந்த போலீஸ் ஜீப்பில் இருந்து இறங்குபவர் கமிஷனர் ஆஃப் போலீஸ் கந்தசாமி. பதவிக்குப் பொருந்தும்படியான தோற்றம், மிடுக்கு எல்லாம்.

சுற்றிச் சுற்றிப் பார்த்துவிட்டு ஒரு போலீஸ்காரர் சகிதம் உள்ளே நுழைகிறார்.

வெளியே தொலைவில் நின்று இதைப் பார்த்துவிட்ட அம்முணிக்கு முன்போகவும் முடியவில்லை. பின்னால் வரவும் முடியவில்லை. பம்மி விம்மத் தொடங்கினாள். கல்யாணியும்...

“என்னடி இது? எதுக்கு போலீஸ்காரா வந்திருக்கா? போய்ப் பார்த்துடுவோமா?”

“ஆமாம்மா... வந்தது வந்தோம் என்னன்னு பாத்துடுவோம். அக்கா விஷயம் பெரிய புதிராகவே இருக்கேம்மா.”

“இங்க நின்னா ஆச்சா?” அம்முணி திரும்பி ரங்கநாயகி அகம் நோக்கி நடக்கத் தொடங்கினாள்.

அதற்குள் அகத்துக்கு வெளியே அக்கம்பக்கத்தின் சேர்மானங்கள், பார்வை முட்டல்கள்.

உள்ளே...

“வாங்கோ சார்...” என்று பிரமாத வரவேற்புத் தந்தவளாக ஒரு நாற்காலியைத் தூக்கிப் போட்டிருந்தாள் ரங்கநாயகி. கமிஷனரும் அதில் அமர்ந்திருந்தார்.

ஓர் அளக்கும் பார்வை பார்த்து முடித்துவிட்டு ரங்கநாயகியிடம் அவர் ஊன்றத் தொடங்குகிறார்.

“என்ன சார் விஷயம்? இப்படி நேர்லயே வந்துட்டேளே?”

“காரணமாத்தான்மா. ஆமா, அந்த ஸ்ரீக்காந்த்தை வந்து பார்த்துட்டுப் போயிருக்கே போலிருக்கே...”

“ஆமாம் சார்... ஏன் சார் அதுக்கென்ன?”

“உன் சந்திப்புக்குப் பிறகு அவன்கிட்ட நான் பெரிய மாற்றத்த பாத்தேன் அதான்... ஆமா, அவனை நீ எதுக்குச் சந்திச்சேன்னு தெரிஞ்சுக்கலாமா?”

“மாற்றத்தப் பார்த்தேன்னேளே... அதுக்குன்னு நினைச்சுக்கோங்கோ சார்...” ரங்கநாயகி அந்த பதிலைச் சொல்லும்போது இடுப்பில் ஸ்ரீநிதி இருந்து கமிஷனரை வெறித்தாள். அவர் பார்வை அந்தப் பிஞ்சு மேலும் ஊன்றியது.

“அது உன் குழந்தையாம்மா?”

“இல்ல சார், தெரிஞ்சவங்க குழந்தை.”

“ஐ… ஸீ… ஆமா ஸ்ரீக்காந்தை நீ இப்ப எப்படிப் பாக்கறே? எதிரியாகவா…? இல்ல, உன் புருஷனாவா?”

“இரண்டாவும்தான்.” அந்தப் பதில் அவரைச் சற்று ஊசிபோல் குத்தி நெம்பிற்று.

“என்னம்மா சொல்றே?”

“உங்க கேள்விக்குப் பதில்.”

“குழப்பறியே… அவன் ஒரு கொலைகாரன். குற்றவாளி. உனக்குத் துரோகம் செய்திருக்கறவன். உன் புருஷனா இருந்திருக்கலாம். ஆனா, இல்லாம இருக்கறதுதான் உன் எதிர்காலத்துக்கு நல்லது.”

“இதைச் சொல்லத்தான் வந்தேளா?”

“இல்லேம்மா. உன்னைப் புரிஞ்சுக்கனும்னுகூட வெச்சுக்கயேன். உன் ஹிஸ்டரியை விஜிலன்ஸ் போலீஸ் விட்டு கலெக்ட் பண்ணச் சொன்னேன். நீ உன்னை ஒரு பிராஸ்டிடியூட்னு டிக்ளேர் பண்ணிகிட்டிருக்கே. அதன் காரணமாக பலர் இந்த வீட்டுக்கும் வந்துட்டுப் போயிருக்காங்க.”

“ஆனா உன்னைப் பார்த்தா அப்படித் தெரியல. அதேசமயம் பெரிய கொடுமைக்காரனான ஸ்ரீக்காந்த்தைப் பார்த்துப் பேசிட்டு வேற வந்துருக்கே… ஒண்ணுக்கொண்ணும் முரண்பாடான செயல்பாடுகள். விடை தெரிஞ்சுகிட்டா இந்தக் கேஸ்ல நான் எச்சரிக்கையோட குற்றப்பத்திரிகை தயார் செய்வேன்.”

கமிஷனர் நீண்ட விளக்கம் தரும்போது வாசல் நிலைக்கால் அருகே அதைச் செவிமடுத்தபடி நின்றுகொண்டிருந்தனர் அம்முணியும், கல்யாணியும்.

ஸ்ரீநிதி அவர்களைப் பார்த்துவிட்டுத் தாவப் பார்த்தது.

ரங்கநாயகியும் பார்த்துவிட்டு எந்தப் பதைப்பும் இன்றி அவர்களைத் திரும்ப உள்ளே அழைத்தாள்.

“வாங்கோ மாமி. ஏன் வாசல்லையே நிக்கறேள்? உள்ள வாங்கோ.”

இருவரும் உள் வந்து கமிஷனரைப் பார்க்க, அவர் பார்வை கல்யாணியை உடனேயே அடையாளம் கண்டுகொண்டது.

“நீ... நீதானம்மா அந்த ராஸ்கலால் பாதிக்கப்பட இருந்த பொண்ணு.”

“அ... ஆமா சார்.”

“சார்... அவன் இப்ப எப்படி இருக்கான்? ஏதோ தப்பி ஓடப் பார்த்து சுட்டுட்டதா கேள்விப்பட்டேன்.” இது அம்முணி.

“ஆமாம்மா. கொஞ்சம் அசந்தா எஸ்கேப் ஆயிருப்பான். இருந்தாலும் இப்பக்கூட எஸ்கேப் ஆகிவிடுவான்னு ஒரு பயமும் இருக்கு...”

“என்ன சார் சொல்றேள்? இன்னும் அவன் கொட்டம் அடங்கலையா?”

“அப்படியில்லைம்மா. ஒரு மனநோயாளியை நீங்க நினைக்கிற மாதிரி பனிஷ் பண்ண முடியாது. அதுலையும் குறிப்பா இவங்க அவனுக்கு இப்ப சப்போர்ட்டா பேசும்போது...”

கமிஷனர் முக்கியக் கட்டத்திற்கு வந்து நிற்கவும், அம்முணி சரேலென்று நிமிர்ந்து ரங்கநாயகியை ஒரு பார்வை பார்த்துக் கேட்டாள்...

“ரங்கநாயகி... என்ன இதெல்லாம்! உனக்கு என்ன பைத்தியமா பிடிச்சிருக்கு?”

ரங்கநாயகி பதிலே சொல்லாமல் தரையைப் பார்த்தவாறே நின்றாள். ஆனந்தியும், கோவிந்துவும் ஊடே அதைப் பார்த்துவிட்டு கவர் ஒட்டுவதை நிறுத்த, கோவிந்து எழுந்து நின்றான். அவிழ்ந்த வேட்டியைத் திரும்பவும் அரைகுறையாகக் கட்டிக்கொண்டு கமிஷனரைப் பார்த்துப் பேசினான்.

"சார்... அக்கா பேச்சைக் கேக்காதேள். அவனை வெட்டிக் கொன்னுடுங்கோ. அதுதான் நல்லது. அன்னிக்கே நான் அருவாமணையால் அவனை வெட்டியிருக்கணும். இவதான் தடுத்துப்ட்டா..."

"என்னப்பா சொல்றே?"

"ஆமாம்... நான் வெட்டணும்னு வந்தேன். ஆனா, இவ புடுங்கித் தடுத்து கீழே போட்டுட்டா. அது என்னடான்னா கௌசிக்கா அது மேலே விழவும், அக்காவை வெட்டிடுத்து."

வெளியே தெரியவே கூடாது என்று சாதிக்கப்பட வேண்டிய ஓர் உண்மை வெளியே வரத் தொடங்குகிறது.

கமிஷனர் அதிர்ச்சியோடு கோவிந்துவைப் பார்த்தார். அம்முணியும், கல்யாணியும் கூடத்தான்...

"என்னம்மா இவன் சொல்றதுதான் உண்மையா?"

ஈனசுரம் கமிஷனர் கேள்வியில். ரங்கநாயகி தலையை நிமிர்த்தாமல் ஆமோதித்தாள்.

"அப்ப, செத்துப்போன அந்தப் பொண்ணு பொய் வாக்குமூலம் கொடுத்துச்சா?"

அதற்கும் ஆமோதிப்பு.

"ஏம்மா நீங்க விளையாட நாங்கதான் கிடைச்சோமா?" கமிஷனர் கோபத்தில் புடைத்தெழுந்தார்.

"சார் சார்... அவன் ஒரு பெரிய கொடுமைக்காரன் சார், இந்தப் பிள்ளையாண்டான் ஒரு லூசு. என்னத்தையோ சொல்றான். நீங்களும் நம்பறேளே..." அம்முணியின் வக்காலத்துக்கு மீண்டும் ஒரு தணல் பார்வை அவரிடம்.

"அப்படிப் பார்க்காதேள். ரங்கநாயகி என்னடி இது வெண்ணை திரண்டு வரும்போது தாழிய உடைச்சிண்டு..."

"இதோ பாருங்கம்மா... நானும் ஒரு பொண்ணுக்குத் தகப்பன். இந்தக் கேஸ்பத்தி முழுசா தெரிஞ்சுகிட்டு இந்தக் குற்றவாளியைத்

தப்பவிடக் கூடாதுன்னுதான் நான் இப்ப இவங்களப் பார்க்கவே வந்தேன்.

ஆனா, இவங்க கோ-ஆப்ரேட் பண்ணமாட்டேங்கறாங்க. அவனுக்கு மனநோய். அதோட அவன் எந்தக் குற்றமும் செய்யலைன்னு எழுதிக் கொடுத்திருக்காங்க, மீறி விஷயம் கோர்ட்டுக்குப் போனா, எதிரா பேசுவாங்களாம்.

இந்த உலகத்துல எங்கையாவது இப்படி ஒரு பைத்தியக்காரத்தனமான பொண்ணைப் பார்த்திருப்பீங்களா?" கமிஷனரும் போட்டு உடைத்தார்.

"ஐய்யய்யோ... என்னடி ரங்கநாயகி இது. உனக்கே இது நன்னாருக்காடி? அந்தப் புலி திரும்ப வெளிய வரணும்னு ஏன்டி ஆசைப்படறே? எதைக் கேட்டாலும் வாயைத் திறந்தும் பேசமாட்டேங்கறே. ஒரு பூசின சிரிப்பு சிரிச்சிக்கறே. நன்னா இல்லைடி உன் போக்கு..." அம்முணி ஆலாபித்தாள்.

"லூசுக்கா... லூசுக்கா" என்று கோவிந்து வேறு அபிநயம் பிடித்தான். ஓர் அரைப் புன்னகையோடு அனைவரையும் பார்த்தபடி நிமிர்ந்தாள் ரங்கநாயகி. கண்களில் கண்ணீர்ச் சேர்க்கை. அது கமிஷனரைச் சற்று கரைத்ததோ என்னவோ...

"இதோ பாரும்மா... உன்னைப் புண்படுத்த நான் இங்க வரலை. இந்த கணவனே கண்கண்ட தெய்வம், மணாளனே மங்கையின் பாக்கியம் கதை எல்லாம் ஒத்து வராது. வீணா சென்டிமென்ட்ஸ்ல போய் மாட்டிக்காதே. எதுவா இருந்தாலும் மனசு விட்டுப் பேசு. அந்த ஸ்ரீக்காந்த் ஒருக்கால் கொலையே செய்யலைன்னாலும் செய்ததாச் சொல்லலாம். அதுல தப்பே இல்லை" என்றார்.

ரங்கநாயகி கண்ணீரைச் சுண்டிவிட்டுக் கொண்டாள். அவரை அர்த்தபுஷ்டியோடு பார்த்தாள்.

"என்னம்மா சொல்றே? பதில் சொல்லு. இந்தக் கேஸோட கதாநாயகியே நீதான்."

“அப்ப ரங்கநாயகி பேச்சக் கேட்பேளா சார்...?”

“இல்லேன்னா வீடு தேடி வருவேனா?”

“சார். அவன் ஒரு குற்றவாளி மட்டுமல்ல, நிஜமாலும் கொடுமையான மனநோயாளி... அதுக்கு நான் ஒரு விதமா வைத்யம் பாத்துண்டு இருக்கேன். அதேசமயம் கல்யாணி மாதிரிப் பெண்கள் அவனண்ட மாட்டிக்காம இருக்க என்ன உண்டோ அதையும் செய்துண்டு வரேன். இவ்வளவும் நீங்க சொன்ன மாதிரி மணாளனே மங்கையின் பாக்கியம்ங்கற ஒரு பசப்பலான கவிதை வரிகளுக்காகவோ, அதுல மயங்கியோ இல்ல...

அவனை நான் மாத்தறதன் மூலமா பல நூறு பெண்களுக்கு விடிவும், வாழ்க்கையும் இருக்கு. அந்த பெண்கள்லாம் இந்த உருண்ட உலகத்துலையே ரொம்ப பாவம் பண்ணினவா. கேள்வி கேப்பார் இல்லாதவா...

ஓர் ஆட்டுக்கும், மாட்டுக்கும்கூட அதோட பசிக்கு ஒரு புல்லைப் படைச்சுட்ட அந்தப் பகவான் இவாளோட பசிக்கு மட்டும் எதையுமே படைக்கல. எந்த உடம்புக்குப் பசிக்கறதோ, அந்த உடம்பையே இவா முதலா போட்டு நிர்வாணமாக்கிக்கணும். அப்பறம்தான் இவா வயிறே நிரம்ப முடியும். தன் வாலையே இரையா நினைச்சு விழுங்கற பாம்புகளோட சேர்ந்தவர் இவர். வேசிங்கற முத்திரை குத்தப்பட்டுட்டவா. பகல்ல தூங்கி ராத்திரில பொழப்பு நடத்தறவா. சமூக அந்தஸ்து, உறவுகளோட பாதுகாப்புன்னு எதுவுமே கிடையாது இவாளுக்கு. மனசுலையும் இமாலயளவு விரக்தி.

இவாள்ளாம் நமக்கும் புதுவாழ்க்கை இருக்கு. நம்மாலையும் வாழ முடியும்; அதுக்கு வழிகள் இருக்கு இந்த உலகத்துலன்னு நினைக்கணும்னா, அந்த ஸ்ரீக்காந்த்தை நான் தனிக்குத் தனியா நின்னு மாத்தியாகணும். அவன் வியாதியையும் குணப்படுத்தணும்.

நீ...

உன் வியாதி...

உன் சமூகம்... யாருமே ஒரு பொண்ணு மனசு வைக்கற விதமா வெச்சுட்டா தூள் தூள்னு நான் நிரூபிச்சுக் காட்டியாகணும். காட்டவும் காட்டுவேன். கடவுள் இருக்கார் என் பக்கத்துல. இப்போதைக்கு இவ்வளவு போதும். போகப்போகச் சொச்சத்தை நீங்களே புரிஞ்சுப்பேள்."

ரங்கநாயகியின் அந்த நெடிய விளக்கம் கமிஷனரைப் பெருமூச்சு விடச் செய்தது. கல்யாணி இமைக்க மறந்துவிட்டிருந்தாள்.

ஸ்ரீநிதி கூடவா புரிந்து கொண்டிருக்கும்?

ஆச்சரிய சமுத்திரமாய் அவளைப் பார்த்தது.

"அப்ப நாங்க கோர்ட்டுக்குக் கொண்டுபோனா உன் ஒத்துழைப்பு இருக்காது. அப்படித்தானே?" கமிஷனரின் கேள்விக்கு, மௌனத்தை ஆமோதிப்பாக வைத்தாள்.

"சரிம்மா, நான் கிளம்பறேன். உன் பேச்சை என்னால் ஒத்துக்க முடியல, ஒதுக்கவும் முடியல. ஒண்ணு உறுதி. போலீஸோட ஒரு பெரிய விட்னஸ் நீங்க, இந்தப் பெண் கல்யாணி இரண்டுபேரும். நீங்க ஒத்துழைக்காத பட்சத்துல எல்லாமே வேஸ்ட்...

அதேசமயம் வாழ்க்கைங்கறது எழுத்தாளர்கள் கற்பனைல உருவாக்கிற நாவலோ, இல்லை பூதாகாரப் பொய் வடிவமான சினிமாவோ இல்லை. அது நாம் யாருமே நினைச்சுப் பார்க்காத திசையிலும், மேடு பள்ளங்களிலும் நம்மை இழுத்துக்கிட்டுப் போற ஒண்ணு. நாமளும் அது இழுப்புக்குப் போய்த்தான் தீரணும்.

நாவல்லையும், சினிமாவுலையும்தான் நாம் விரும்பற முடிவுகள் நமக்குக் கிடைக்கும். வாழ்க்கைல அப்படிக் கிடையாது. இதை ஞாபகத்துல வெச்சுக்கோ. வரேன்..."

முத்துப்பதித்த மாதிரி பேசிவிட்டுப் புறப்பட்டார் அந்த மனிதர். அம்முணி ஆடிப்போய்க் கிடந்தாள். அந்த மலைப்பு கலையாதபடி ரங்கநாயகியைப் பார்க்கும்போது அவளிடம்

அழுகை வெடித்தது. ஆச்சரியமாக ஓடிவந்து மாமியைக் கட்டிக்கொண்டாள்.

“மாமி பயமா இருக்கு மாமி. நான் ஜெயிக்கணும் மாமி. ஜெயிக்கலைன்னா பெரிய முட்டாளாயிடுவேன் மாமி... ஜெயிப்பேனா மாமி? சொல்லுங்கோ மாமி... ஜெயிப்பேனா?”

கேவியபடியே அவள் கேட்க, அம்முணி ஆறுதலாக எதுவும் பேசாமல் வருடிக்கொடுக்க அது அவ்வளவு சுலபமில்லை என்பதுபோல வெளியே பேச்சுகள்.

“என்ன போலீசு வந்துட்டுப் போவுது... ரெய்டா...?”

“என்னா எழவோ... இருந்த ஒரு கிழவனும் செத்துட்டான். ஆக்சிடென்டுல செத்துட்டாங்கறாங்க. அதுலதான் செத்தானா, இல்ல இந்தப் பொண்ணு பண்றது பொறுக்காமச் செத்தானா... யாருக்குத் தெரியும்?”

“ஏய்ய்... புரியாமப் பேசாதீங்கப்பா. அது பாவம். அந்தப் பொண்ணப் பார்த்தா தப்பு பண்ற பொண்ணாட்டமா தெரியுது.”

“அது சரி... அப்ப, எதுக்கு போலீசு வருது? ஒரு கிழவி வேற ஒரு வயசுப் பொண்ணோட வந்து அழுதுகிட்டு நிக்கறா, எல்லாம் எதுக்கு...?”

***

அத்தியாயம்

31

‘அவர்கள் சாப்பிட்டுத்தான் போகவேண்டியதாயிற்று. பெரியவர்களின் கண்டிப்புக்கு முன் பிள்ளைகளின் கூச்சம் எடுபடாமல் போயிற்று. அந்த நேரம் டேப் ரெகார்டரில் சோகம் இழையும் கிராமியப் பாடல் உதிர்ந்து கொண்டிருந்தது.

கருவ மரத்தடியில் – என்
கவலையைச் சொன்னமின்னா
எந்தன் தாயாரே – அந்த
கருவ இலை உதிரும் – எனக்கு
கருங்கிணறும் தண்ணி ஊறும்.
பெத்த மாதாவே...
நெருஞ்சிப் பூ சல்லடையாம் – என்
நெஞ்சில் நூறு வேதனையாம்
நெஞ்சம் விட்டுச் சொன்னமின்னா
எந்தன் தாயாரே – எனக்கு
நித்தம் ஒரு சண்டையாகும்
பெத்த மாதாவே...

இந்த இளம் பெண்களுக்கு அந்தப் பாடல் ஒன்றுமில்லை. அனுபவங்களின் ஏரியில் இன்னும் கரண்டைக்கால் கூட நனையாத அவர்களுக்கு, அது ஒன்றுமில்லைதான்.’

– ‘புதியன’ சிறுகதைத் தொகுதியில் பா. செயப்பிரகாசம்

வெளியில் அக்கம்பக்கம் பேசுவது காதில் விழுந்ததோ, என்னவோ அம்முணிக்குள் கோபம் கீறிக்கொண்டு வந்தது. விறுவிறுவென்று வாசல் பக்கம் போனாள்.

அங்கங்கே சிலர் நின்று பார்த்துக் கொண்டிருந்தனர். சிலரிடம் குசுகுசுப்பு... இந்திய வீதிகளின் லட்சணத்தை அப்படியே படம்பிடித்துக் காட்டிக் கொண்டிருந்தார்கள்.

நெஞ்சத் தணலோடு அம்முணி சுற்றி ஒரு பார்வை பார்த்தாள்.

"யார் இங்க ரங்கநாயகி பத்தித் தப்பா பேசினது?"

அழுத்தம் கொடுத்துக் கேள்வி பிறக்கின்றது. அந்த கேள்வியை எதிர்பார்க்காத பாவனை பலரிடம்...

சிலர் சிரித்தார்கள்.

"சிரிக்காதேள். உங்காத்துலயும் பொண்ணுகள் இருக்கா. அவாள்ளாம் நன்னா இருக்கணும்னா சிரிக்காதேள்."

அம்முணிக்கு ஆவேசத்தில் மார்பு இளைத்தது. வியர்வைகூடப் பெருக்கெடுத்தது. கூடவே தோள் மேலும் ஒரு கரம்.

ரங்கநாயகியின் கரம்தான் அது.

கண் பார்வையாலேயே அம்முணியை உள்ளே அழைத்தாள் ரங்கநாயகி.

"என்னடி இது... வாய் புளிச்சதோ மாங்கா புளிச்சதோன்னு பேசறா... நீ ஏற்கெனவே நொந்து நூலா கெடக்கறவ. இதையெல்லாம் கேட்டுக்க உனக்கு என்ன தலையெழுத்தாடி?"

திரும்பவும் ஆவேசம் அலையடித்தது. கல்யாணியும், ரங்கநாயகியோடு துணை சேர்ந்துகொண்டு உள்ளே அழைத்தாள்.

"அம்மா... என்ன இது, நீயா இப்படி தெருவுல நின்னுண்டு கத்தறே. வா உள்ற."

“வரேன். ஒண்ணு சொல்லிக்கறேன் எல்லாருக்கும், ரங்கநாயகி மாதிரி ஒரு பொண்ணை நீங்கள்லாம் பாக்க முடியாது. அவளை யாரானா எதானா சொன்னா நாக்கு அழுகிப்போயிடும் ஆமா...”

அம்முணியின் முத்தாய்ப்பு ரங்கநாயகி கண்களில் கங்கையை வரவழைத்தது.

தடுமாறியபடி வராண்டா தாண்டி உள்ளே நுழையப் பார்த்த அம்முணியை அப்படியே நெருங்கிக் கட்டிக்கொண்டாள்.

“மாமி... மாமி...”

“ஏன்டி கண்ணே அழறே... நான் இருக்கேன்டி உனக்கு. முதல் பார்வையிலேயே நீ அந்தத் தாயாராட்டம் எனக்குள்ற பதிஞ்சுட்டவ. நான் இருக்கேன் நோக்கு... அழாதே... அழாதே...”

“இல்ல மாமி... இப்பிடி... இப்பிடிச் சொல்ல அன்னிக்கு யாரும் இல்லாமப் போயிட்டாளே மாமி...”

“என்னிக்கு... என்னிக்கு? மனசு விட்டுப் பேசு ரங்கநாயகி... பாரம் குறையும்.”

காலை இடறுகின்றன காகிதக் கட்டுகள். தரையில் சிதறுகிறது கூழ். ஓடிச்சென்று வழிக்கிறது ஆனந்தி. திருதிரு முழி முழிக்கிறான் கோவிந்து.

“ரங்காக்கா... அழாதக்கா... தப்பா பேசினவனை நான் பிச்சிப்புட்றேன். சும்மா ரஜினி ஸ்டைல்ல நாலு குத்து... ஆமா!”

கோவிந்து தனது பாணியில் அன்பைக் காட்டி நின்றான்.

“சரி... சரி... நீங்கள்ளாம் செத்த போங்கோ... கல்யாணி இவாளோட கொஞ்சம் புழக்கடைப்பக்கம் போ. முடிஞ்சா காபி போட்டுக்கொடு. நான் ரங்கநாயகியோட பேசிட்டு வந்துட்றேன்.”

அம்முணி விவேகமாக எல்லோரையும் விலக்கித் தனிமைப்படத் தொடங்கினாள்.

கல்யாணியும் புரிந்துகொண்டு ஸ்ரீநிதியோடு ஆனந்தியையும், கோவிந்துவையும் அழைத்துக்கொண்டு புழக்கடைப்பக்கம் செல்லத் தொடங்கினாள்.

ஊடே வாசலில் ஒரு நிழலுருவம்.

துண்டை உதறியபடி வந்துகொண்டிருந்தார் மளிகைக்கடை நாடார்.

"வாங்கோ நாடாரே..." ரங்கநாயகி கண்ணீரைத் துடைத்துக்கொண்டு அவரை ஏறிட்டாள்.

"என்னம்மா... எதுக்குப் போலீசுல்லாம் வந்துட்டுப் போவுது?"

"அது... அது..." ரங்கநாயகி தயங்கினாள்.

"நான் சொல்றேன், நீ சும்மா இரு. சார் யாரு?"

அம்முணி இடையிட நாடாரிடம் அம்முணிமேல் அழுத்தப் பார்வை, பின் பதில்.

"நான் மளிகைக்கடை வெச்சிருக்கேங்க. மாமிக்கு நல்லாத் தெரியும். ஆமா, நீங்க...?"

"இவளோட சொந்தம்னு வெச்சுக்கோங்களேன்."

அம்முணி அப்படிச் சொன்ன மறுநொடி நாடார் முகத்தில் சிரிப்பு. இளக்காரச் சிரிப்பு.

"எதுக்குச் சிரிக்கறேள்?"

"என்னம்மா நீங்க... சொந்தம் பந்தம்னுகிட்டு. இவ்வளவு நாளா எங்கம்மா போயிருந்தீங்க?"

நாடாரின் கேள்வி கொத்திற்று.

"நாடாரே, அவங்க உங்களுக்காக அப்படிச் சொல்றாங்க. தெரிஞ்சவங்கதான் இவங்க, நீங்க வந்த விஷயம்?"

ரங்கநாயகி இடையில் தேரைத் தடுத்துத் திருப்புவதுபோலத் திருப்பி விட்டாள். இருந்தாலும் சொந்தமில்லை என்று சொன்னது அம்முணிக்குள் காதைத் திருகிற்று.

"என்னத்தம்மா... கேட்டா சொல்லப் போறீங்களாக்கும்? பலரும் பல மாதிரி பேசறாங்க. உங்களுக்கும் தெரியும். அதுக்குப் பதிலும் சொல்லமாட்டேங்கறீங்க. அவங்களக் கண்டிக்கவும் மாட்டேங்கறீங்க. உங்களைப் புரிஞ்சுக்கவே முடிலையேம்மா..."

"வாஸ்தவம்தான். ஊர்னா அப்படித்தானே இருக்கும் நாடாரே..."

"அது தெரிஞ்சும் பேசவிட்டா எப்படி? அதுவும் தப்புத் தப்பா... நீங்க தப்பா இருந்தாலும் பரவால்ல... அப்படியும் இல்ல. பாட்டியம்மா... தப்பா எடுத்துக்காம என் கேள்விக்கு நீங்க பதில் சொல்லுங்க. என் கடைக்கு இவங்க ரெகுலரா வருவாங்க. அதை வெச்சு என்னைத் தப்பா பேசினவங்க எவ்வளவு பேர் தெரியுங்களா?

நாடாரே... ரேட் எவ்ளோன்னு எங்களுக்குச் சொல்லக் கூடாதாக்கும்னு நாக்குல நரம்பில்லாமப் பேசறாங்கம்மா? நான் இதையெல்லாம் இவங்ககிட்ட சொல்றதில்ல. இப்ப சொல்லிட்டேன்.

அப்படி இப்படின்னு இவங்கள ஒருத்தன் ஏமாத்திட்டு இப்ப ஜெயில்ல இருக்கிற விஷயமும் ஊருக்கெல்லாம் தெரியும். சரிதான்... பொழைக்க வேற வழியில்லாம மாமி தப்பு பண்ண ஆரம்பிச்சுட்டாங்க போல இருக்குன்னும் சிலர் நினைக்கறாங்க. சுருக்கமா சொல்லப்போனா நானும், என் மகன்களும்தாம்மா தப்பா இன்னும் எடுத்துக்கல்ல."

நாடார் பேச வேண்டிய அத்தனையையும் பேசினார். அம்முணி முகத்தில் அலமலப்பு கூடிப் போயிருந்தது.

"கிட்டத்தட்ட உங்க நிலைதான் எனக்கும். ஏன் இப்படி இருக்கே... என்ன நடந்ததுன்னு கேட்டா சொல்லமாட்டேங்கறா. ஏதோ, இப்பதான் அசைஞ்சு கொடுத்துருக்கா."

அம்முணி நாடாரோடு இணை சேர்ந்து ரங்கநாயகியைப் பார்க்க, அவள் இருவரையும் ஆழமாக ஊடுருவினாள். பின் கை கூப்பினாள். நமஸ்கரித்தாள்.

“என்னம்மா இது? எங்களை எதுக்குக் கும்பிட்றே?”

“நீங்க ஊரைப்போலச் சிந்திக்காம, பேசாம என்னை நம்பறேளே... அதுக்கு.”

“என்னம்மா நீ? இப்ப இதுவா பெரிசு? நீ ஏன் இப்படி இருக்கே அதைச் சொல்லும்மா?”

“ஒரு பொண்ணு நெனச்சா, நெருப்புக்கு நடுவுலையும் வெந்துடாம இருந்து காட்ட முடியும். அதைப் பார்த்து ஊரும் மாறும்ங்கறதைக் காட்டத்தான்...”

“ஊர் மாறுமா... எங்கம்மா மாறியிருக்கு? என்ன பேசற நீ?”

“ஏன் நீங்க ஊரோட சேர்த்தி இல்லையா? என்னைத் தாசியா நினைச்சு எங்கிட்ட வந்தாரே வெங்கட்ராமன். அவர் ஊரைச் சேர்ந்தவர் இல்லையா? இவங்களோட பிள்ளை அனந்தபத்மநாபன் ஊரில்லையா?

எனக்கு அடைக்கலம் கொடுத்து, என் கைல தன் பொண்ணை ஒப்படைச்சுட்டுச் செத்தாரே தேசிகாச்சாரி மாமா... அவர் ஊரைச் சேர்ந்தவரில்லையா?”

ரங்கநாயகி அடுக்கியது அவர்கள் வாயை அடைக்கத்தான் செய்தது. ஆனால், சில நொடிகள்தான்.

“என்னம்மா சொல்றே? ஊர்னா அது லட்சோபலட்சம் பேர்மா... எங்களை அதுல விரல் விட்டு எண்ணிடலாம். எங்களை எப்படி நீ உதாரணமா எடுத்துக்கலாம்.”

நாடார் விடவில்லை.

“ஊருக்கு, ஒரு வைத்யர் போதுமே நாடாரே... எல்லாரையும் குணப்படுத்த...” ரங்கநாயகியும் சளைக்கவில்லை.

“இதோ பார்... இப்படிப் பதிலுக்குப் பதில் சொல்லாம, முதல்ல நீ ஏன் உன்னைப் பழியிலேயே வெச்சுண்டிருக்கே? உனக்கு என்ன ஆனது அதை முதல்ல சொல்லு...”

"சொல்றேன் மாமி... நிச்சயமாச் சொல்றேன்... உங்களுக்குச் சொல்லாம யார்கிட்ட சொல்லப்போறேன். அதுக்கு முந்தி ஒரு முக்கியமான காரியம் நடக்க வேண்டியிருக்கு. அது நடந்துடட்டுமே?"

"என்ன அது ரங்கநாயகி?"

"என் கூட வரேளா?"

"எங்க!"

"வாங்கோ சொல்றேன்..."

அதற்குமேல் அம்முணியாலும், நாடாராலும் எதையும் பேச முடியவில்லை.

***

ஜி.எச்.

ஆஸ்பத்திரிக்கே வியாதி வந்ததுபோல் அங்கங்கே வெற்றிலைக் காவிகள். வவ்வால் மலம்போல் ஒருவிதமான நெடி. ஓர் அறைக்கு வெளியே போலீஸ் காவல். உள்ளே ஸ்ரீக்காந்த் காலில் மிகப்பெரிய கட்டோடு படுத்திருந்தான்.

அங்கே ரங்கநாயகியும், அம்முணியும் போய் நிற்கவும் போலீஸ் ஆச்சரியக் கமறலுடன் பார்த்தது.

உள்ளே நுழையவும் இருவரையும் பார்த்து ஸ்ரீக்காந்த் ஒரு க்ஷணம் விக்கித்துப்போனான்.

மெல்ல நடந்து அவனை நெருங்கிச் சென்று நிற்கிறாள் ரங்கநாயகி. அவன் பார்வை முதலில் அவளை ஊடுருவிவிட்டு, பின் அம்முணியையும் பார்த்துவிட்டுத் தடுமாறியது.

"எப்படி இருக்கு இப்ப உடம்பு?" மிக மிருதுவான குரலில் கேட்டாள் ரங்கநாயகி.

"அது... அது..." அவன் தடுமாற்றத்தில் நாக்கு குழறியது.

"மாமியும் கூட வந்துருக்காளேன்னு பாக்கறேளா?"

அவன் ஆமோதிப்பதுபோலத் தலையை அசைத்துவிட்டு, அம்முணிக்காக வேண்டி நமஸ்காரம் செய்யக் கைகளைக் கூப்பினான். அம்முணிக்கு ஆச்சரியமாக இருந்தது. இருந்தாலும் பதிலுக்கு எதுவும் செய்யத் தோன்றாதபடி அவனைப் பார்த்தாள். ரங்கநாயகி தொடர்ந்தாள்.

"நான் உங்களைப் பார்க்கப்போறேன்னு சொன்ன உடனே மாமிக்கு ஆச்சரியம், அதிர்ச்சி எல்லாம். பைத்தியமா பிடிச்சிருக்குன்னு கேட்டா. மாமிகூடப் பரவால்ல, கமிஷனர் பைத்தியம்னே முடிவு பண்ணிட்டார். உங்களுக்குப் பாதகமா சாட்சி சொல்ல முடியாதுன்னுட்டேன். அது மட்டுமில்ல... கௌசி உங்கமேல இருக்கற கோபத்துல பொய் சொல்லிட்டுச் செத்துட்டாங்கறதும் கமிஷனர்க்கு இப்ப தெரியும். இந்தக் கேஸே குழம்பிப் போச்சுன்னார். எனக்கென்னவோ இப்பதான் தெளியத்தொடங்கின மாதிரி தோண்றது..."

ரங்கநாயகி பேசப்பேச அவன் கண்களில் ஜலத்தாரைகள். கன்னக்கதுப்பில் வீணை நரம்பாய்த் துடிப்பு, உடம்பில் நடுக்கம்.

"ரங்கநாயகி... ரங்கநாயகி... என்னை மன்னிச்சுடு... புனர்ஜென்மம் கொடுத்து என்னைக் கொல்லாதே. நான்... நான் திருந்திட்டேன்..."

வெட்டி வெட்டி அழுதுகொண்டே அவன் பேசியது அம்முணியை ஓர் உலுக்கு உலுக்கியது. ரங்கநாயகியோ சிரித்தாள். சாதாரணமாக அல்ல, அசாதாரணமாக... சுடுகாடுகளில் பிரம்மராட்சஸப் பேய்கள் அமாவாசை ராத்திரிகளில் எட்டுத்திக்கும் கேட்கும்படிச் சிரிக்குமாம். அப்படிச் சிரித்தாள்.

"சிரிக்காதே ரங்கநாயகி, சிரிக்காதே. உனக்கு முன்னால் நானொரு தூசு. என் புத்திசாலித்தனமெல்லாம் கருகிச் சாம்பலாயிடுத்து. சிரிக்காதே, நான் ஒத்துக்கறேன். பொண்ணுதான் இந்த லோகத்துல சர்வ சக்தி படைச்சவ. ஆம்பளையோட புஜபலமும், பராக்ரமும்,

அறிவும் அவ முன்னால ஒண்ணுமேயில்லை ஒத்துக்கறேன். என்னை மன்னிச்சிடு...”

அவன் கதறி வெடித்தான்.

“அட என்ன சார் நீங்கோ... நான் ஒரு வேசி. என்கிட்டப் போய் மன்னிப்புக் கேட்டுண்டு. அல்பப் பெண் ஜென்மம் சார் நான். பெரிசா மன்னிப்புக் கேட்கறேளே. நீங்க குணமாகணும். வெளிய வரணும். உங்க எதுக்க இந்த வேசி முண்ட வாழ்ந்து காட்டணும்... இன்னும் எவ்ளோ இருக்கு...?”

“இல்ல ரங்கநாயகி இல்ல... அப்படியெல்லாம் பேசாதே. எனக்கு மானம் போயிடுத்து. காலும் போயிடுத்து... ஆனா, மதி போகல. அது தெளிஞ்சுடுத்து. கமிஷனர் எல்லாத்தையும் சொன்னார். உன்னை நான் வேசின்னு சொல்லியிருக்கக் கூடாது. அந்தக் கூட்டத்துல இருந்ததாலேயே எனக்கும் சாக்கடைப் புத்தி. அதான் என் தாயைப்போலவே உன்னை நினைச்சுட்டேன்.

மாமி... இவ வேசி இல்ல... இவ சும்மா சொல்றா. எனக்காகச் சொல்றா. உன்கிட்டயும், என் அம்மாகிட்டயும் போட்ட சபதத்துக்காக இப்படிச் சொல்றா...

சத்யமாகச் சொல்றேன். நான் ஒரு மகாபாவி. பொறப்பும் சரியில்லாத, வளர்ப்பும் சரியில்லாத பாவி மாமி நான். பாவி...”

ஸ்ரீக்காந்த் எரிமலையாட்டம் கனன்று அழுதான். அவன் போட்ட கூச்சல் ஆஸ்பத்திரியையே நடுக்கிற்று. டாக்டர்கள்கூட ஓடி வந்தனர்.

“என்னம்மா இது... அவரை ஏன் டெம்பராக்கறீங்க. ஏற்கெனவே டிசாடர் பர்சனாலிட்டிம்மா. போங்க அப்படி...”

டாக்டர் பிடித்து வெளியே தள்ளாத குறைதான்.

அம்முணிக்கு மலைப்பாக இருந்தது.

அரக்கன் என்று கருதி முத்திரை குத்தியவனா இப்படிப் பேசுவது?

அப்பொழுதுதான் மும்பையிலிருந்து வந்திருந்த அந்த அலிப்பெண்மணி உள் நுழைந்து கொண்டிருந்தாள்.

அவன் இந்த நொடி அலியாகிவிடாதபடி ஆணாகவே இருக்கக் காரணமானவள்...

நஸ்ரீன்!

***

அத்தியாயம்

32

'காசு பணத்திற்காக இல்லாவிட்டாலும் இந்த இம்சையில் இருந்து விடுபட ஒரு வழி கண்டுபிடித்தாக வேண்டும். இதற்கு நிச்சயம் ஒரு தீர்வு இருக்கும். இந்தப் புழுக்கத்தை அடித்துத் துரத்த, காற்று வர எங்கேயோ ஒரு சந்து இருக்கும். எங்கே? எங்கே?'

– 'நந்தலாலா'வில் மாலன்

நஸ்ரீனைப் பார்த்த ரங்கநாயகி தேங்கி நின்றாள். நஸ்ரீனும் ரங்கநாயகியை அங்கே பார்த்துவிட்டு ஒரு நொடி உலுங்கிப்போனாள்.

"பேட்டி…" அவள் குரலில் ஒருவிதத் துடிப்பு.

"வாங்கோ… இப்பதான் வரேளா?" அவள் தலையை அசைத்தாள். சேவல் கொண்டைபோல் தளர்ந்து தொங்கும் தாடைப் பரப்பு. தோள்வரை பிரளும் நரைத்த முடி. அதில் சடைப்பின்னல். முதுமை முற்றிய நிலையிலும் விலகிவிடாத அந்த அரவாணிய நெளிவுகள்…

அம்முணி அப்படி ஒரு முதிர்ந்த அரவாணியப் பொண்ணைத் தன் வாழ்நாளில் பாத்திராத வியப்புக் காட்டிக்கொண்டு உடன் நின்றாள்.

நஸ்ரீன் கைகளில் ஒரு ஹோல்டான் பேக் இருந்தது. அதைக் கீழே வைத்துவிட்டு வந்து ரங்கநாயகியின் கைகளைப் பற்றினாள் அந்த அரவாணியக் கிழவி.

“எப்புடி இருக்குது சீக்கா?” உடைந்து, சிதைந்த தமிழில் கேள்வி.

“இருக்கார், போய்ப் பாருங்கோ.”

“நீ நல்லா இருக்குதுயா?”

“இருக்கேன்... எனக்கென்ன குறை?”

“உனுக்குத் தெகிரியம் ஜாஸ்தி. சீக்கா லெட்டர் போட்டு அல்லாம் சொல்லிச்சு. அவன் ரொம்ப நல்லவன் நான் சொல்லலே...?”

ரங்கநாயகி பதிலுக்கு எதுவும் சொல்லாமல் சிரித்தாள். சிரிப்பா அது? உலகை ஆட்காட்டி விரலில் நிறுத்தி அதை ஒரு சுழற்றுச் சுழற்றும் பந்து விளையாட்டுக்காரன் போல், சர்வத்தையும் ஒரு சுழற்றுச் சுழற்றிவிட்ட பாவனை தோய்ந்த சிரிப்பு.

“இரு பேட்டி, போய்ப் பார்த்துட்டு வருது நான். உள்ளதானே இருக்கு?”

“ஆமாம்.” ரங்கநாயகியின் பதிலைத் தொடர்ந்து கீழே வைத்த பேக்கைக்கூடத் தூக்கிக்கொள்ளத் தோன்றாமல் உள்ளோடினாள் நஸ்ரீன். ஒரு நர்ஸ் எதிர்ப்பட்டு, “யாருங்க நீங்க? இங்கல்லாம் வரக்கூடாது. போங்க வெளில...” என்று கத்துவது வெளியில் ரங்கநாயகி காதில் விழ அப்படியே பார்வை அம்முணிமேல் செல்கிறது.

“யார் ரங்கநாயகி இவ?”

“அவனோட வளர்ப்புத் தாய்.”

“அலியா?”

“ஆமாம். மும்பையிலிருந்து வந்திருக்கா. பாக்கறதுக்காக...”

“பெத்தவ?”

“இருக்கா... இனிமேல் இவனைப் பார்க்க வரலாம். வராமலும் போகலாம்.”

“தலையச் சுத்தறது நேக்கு...” அம்முணி சொல்லும்போதே உள்ளே நஸ்ரீன் கத்துவது காதில் விழுந்து திரும்ப உள் ஓடினாள்.

நர்ஸிடமும் சொன்னாள்.

“அவளை விடுங்கோ... அவருக்குத் தெரிஞ்சவாதான் இவா.”

அடுத்த க்ஷணம் அவள் மரத்தடுப்பு தாண்டி உள்செல்ல, “மாஜி...ஈ...ஈஈ...” என்று அவன் வீறிடுவதும், அவள், “சீக்கா” என்று பதில் குரல் கொடுப்பதும் காதில் விழுந்தது.

அம்முணியோடு மீண்டும் இருவரும் மரத்தடுப்பு தாண்டிச் சென்று போய், அவன்கிடக்கும் கட்டிலுக்குப் பல அடி தூரத்தில் நிற்க, போலீஸ்காரர் ஒருவரும் அங்கு நின்றபடி நடப்பதைப் பார்க்கத் தொடங்க, நஸ்ரீன் ஸ்ரீக்காந்தை நெருங்கிக் கட்டித் தழுவியிருந்தாள்.

அவன் அவள் மார்பில் முகம் புதைத்தபடி ஒருவித சிரமத்தோடு கட்டுப்போடப்பட்ட கால்களைப் பிரட்டிப்போட முடியாத சிரமத்தோடு விசும்பி அழுது கொண்டிருந்தான். ஹிந்தியில் நிகழ்ந்த அவர்களின் சம்பாஷணை இனி தமிழில்...

“என்னடா இது கூத்து? நான் அப்பவே சொன்னேன் கேட்டியா நீ?”

“ஆமாம் மாதாஜி. நான் பட்டுத் திருந்தற ஜாதி. என்ன பண்ணச் சொல்றே?”

“போடா... இவ்வளவு பேசத் தெரியுது. நிதானமா நடந்துக்கத் தெரியலியாக்கும்? புத்திசாலித்தனத்தை நல்லவிதமா பயன்படுத்தியிருந்தா கரை சேர்ந்திருப்பியேடா...”

“ஆமாம் மாதாஜி... நான் தப்புப் பண்ணிட்டேன். தெய்வம் ரங்கநாயகி பக்கம்தான் இருக்கு.”

“உங்கம்மாகூட அதான்டா சொன்னா. உன் லெட்டரை நான் எல்லார்கிட்டேயும் காட்டினேன். ரங்கநாயகி அவ போட்ட சபதத்துல ஜெயிச்சுட்டான்னு கத்துனேன்.”

“நீ என்ன சொன்னாலும் அவங்களுக்குத் தைரியம் வராது மாதாஜி. ஆமாம். ஒருத்தராவது இனி இந்தத் தொழில் பண்ணமாட்டோம்னு சொல்லிட்டுக் கிளம்புனாங்களா?”

“அதெல்லாம் போகப்போக மெல்லத்தான்டா நடக்கும். அந்தக் கழுதைங்க எப்படியோ போகட்டும். அதை விடு, நீ இனி தப்பு பண்ணமாட்டியே...?”

“மாட்டேன் மாதாஜி, சத்யமா மாட்டேன்.”

“போடா. நீயும், உன் சத்யமும். காலைல ஒரு பேச்சு சாயங்காலம் ஒரு பேச்சு பேசறவனாச்சே நீ...”

“இல்ல மாதாஜி. நான் இனி பண்ணமாட்டேன். நிச்சயமா பண்ணமாட்டேன். அவ்வளவுதான். என் கதை முடிஞ்சு போச்சுன்னுதான் நான் நினைச்சேன். ஆனா, ரங்கநாயகி உசுரை கொடுத்துட்டா.”

ஸ்ரீக்காந்த் சின்னக் குழந்தைபோல் அழுதபடி சொல்வதைக் கேட்டு, ரங்கநாயகி வெற்றிப் புன்னகை பூக்கிறாள். அம்முணியோடு அவன் மீண்டும் பார்த்துவிடாதபடி அங்கிருந்து வெளியே வருகிறாள்.

கூடவே வந்தார் போலீஸ்காரர். “அம்மா...” என்று அவளைக் கூப்பிட்டார். ரங்கநாயகியும் ஏறிட்டாள். “நிஜமா நீ ரொம்ப வித்யாசமான பொண்ணுதாம்மா. இவனை நாங்க அடிச்சே கொன்னுப்புட்றதுங்கற முடிவுலதான் இருந்தோம். அப்படி செஞ்சிருந்தா செத்துதாம்மா போயிருந்துருப்பான். இப்படி மனசு மாறிப் புலம்பமாட்டான்.

உன் முழுக்கதை எனக்கு என்னன்னு தெரியாது. அது எதுவா இருந்தாலும் ஒரு பத்திரிகைல் எழுதும்மா. நீ, நான் மட்டுமில்ல... எல்லாரும் படிச்சுத் தெரிஞ்சுக்கறோம். அதைப் படிச்சாச்சும் நம்ம ஊர் பொம்பளைங்களுக்குத் தைரியம் வரட்டும்.”

போலீஸ்காரரின் பாராட்டுக்கு நன்றியோடு கைகூப்புகிறாள் ரங்கநாயகி.

✲ ✲ ✲

மயிலை கபாலி கோயில்.

தென்பாகத்தில் கல்மண்டபம் ஒன்று. உட்கார்ந்து வடக்கு நோக்கி நேரே நோக்கினால் கற்பகம் தெரிவாள். சிமிட்டலான தீப ஒளியில் பார்க்கப் பரவசமாக இருக்கும்.

இப்பொழுதும் ரங்கநாயகிக்கு அப்படித்தான் இருக்கிறது. உடன் அம்முணியும்.

“தற்கொலை பண்ணிக்கறதுங்கற மாதிரி ஓர் எண்ணத்துல் இருந்தப்ப கடைசி கடைசியா இந்தக் கோயிலுக்குத்தான் மாமி வந்தேன் நான். இப்படி மண்டபத்துல உக்காந்துண்டு நேரா கற்பகத்தைப் பார்த்துக் கேள்வியா கேட்டேன்.

ஊர்ல தாயார்க்கு நான் பூக்கட்டித் தராத நாள் கிடையாது. ஒரு பொண்ணு தினம் தாயார்க்குப் பூக்கட்டித் தந்தா நல்ல புருஷன் தேடி வருவான்னு என் பாட்டி சொல்லுவா.

அந்த ஆசையும் ஒரு பக்கம். அதோட எனக்கு வெச்சுக்கப் பூ இருக்கோ இல்லியோ. தாயாருக்கு வைக்க நான் ஒரு நாள் தவறினது கிடையாது.

அப்படி ஆண்டாள் மாதிரி இருந்த எனக்குப் பெருமாள் மாதிரியெல்லாம் வரன் வந்திருக்க வேண்டாம். ஒரு சராசரி வரன் கூடவா வந்திருக்கக் கூடாது?

இப்படியா ஒரு கல்லுளிமங்கனை, ஊர் விழுங்கியை அனுப்பி வைப்பேன்னு அன்னிக்குக் கதறி அழுதேன். நீ இல்லே... நீ இல்லேன்னும் கற்பகத்தைப் பார்த்து ஓர் ஆயிரம் தடவை சொல்லியிருப்பேன்.

கடவுள் பக்தி, அதன்மேலே நாம வைக்கற நம்பிக்கை எல்லாமே அந்த க்ஷணம் பகுத்தறிவுக்காரா சொல்ற மாதிரி, ஒரு பெரிய பலவீனமான விஷயமாத்தான் தோணித்து. மனுஷன் மட்டுமில்ல, தெய்வமும் சேர்ந்து ஏமாத்திடுத்துன்னு நினைச்சு அழுதப்போ, ஏமார்றவா இருக்கறவரை ஏமாத்தறவாளும் இருப்பான்னு ஒரு குரல் விழுந்தது. யாரோ யார்கிட்டேயோ

சொல்லிண்டு போயிண்டிருந்தா. ஆனா, எனக்குச் சொன்ன மாதிரியே பட்டுது.

அந்த நிமிஷம் ஒரு சின்ன மாற்றம் மனசுல...

நாம் ஏன் சாகணும்? இப்ப என்ன பெரிசா ஆயிடுத்துன்னும் ஒரு கேள்வி... அந்தக் கேள்வியோட கற்பகத்தைப் பார்த்தப்போ நான் சம்பந்தமில்லாம தெய்வத்தைக் குற்றம் சொல்ற மாதிரி கூடத் தோணித்து...

அது என்னமோ மாமி. அந்த க்ஷணத்துல புதுசு புதுசா தெளிவு."

ரங்கநாயகி பீடிகையோடு விஸ்தாரமாக விளக்குவதில் ஓரளவுதான் அம்முணியால் லயிக்க முடிந்தது.

"இதோ பார் ரங்கநாயகி. என்ன நடந்ததுங்கறதைச் செத்த சுருக்கமாச் சொல். விலாவரியா விஸ்ராந்தங்களைப் பத்தி நாம் பின்னால் பேசிக்கலாம்." அம்முணி வாஞ்சையாக அவள் கைவிரல்களை வருடியபடியே கேட்டாள்.

"சொல்றேன் மாமி. அவன் என்னை ஏமாத்தினது மாதிரி கௌசல்யாவையும், ஏமாத்திக் கல்யாணம் பண்ணிண்டது எனக்குத் தெரிஞ்சுபோச்சு. அதுக்கும் முந்தியே ஜெயான்னு ஒரு பொண்ணு... அவ சொந்தக்காரப் பையனை வெச்சுண்டுருக்கான்னு பழி சொல்ல, அது தாளாம அவ போய் காவேரியில் விழுந்து தற்கொலை பண்ணிண்டா. அந்த மாதிரி நானும், கௌசல்யாவும் செத்தொழியணும்கறது அவன் எதிர்பார்ப்பு. அப்பத்தானே உங்க பொண்ணான கல்யாணியைக் கல்யாணம் பண்ணிக்க முடியும்?"

சற்று இடைவெளி விட்டாள் ரங்கநாயகி.

"உண்மைதான். ஆனா, இதை ஏன் நீ என்ன நேர்ல பார்த்தப்போ சொல்லலை?"

"சொன்னா எங்க இரண்டுபேர் மானமும் போயிருக்கும் மாமி. எங்களை ரொம்ப சாமர்த்தியமா நிர்வாணமாப் படம் எடுத்து

வெச்சிருக்கான். அந்தப் படங்களோட, பல ஆம்பளைகளோட படங்களைச் சேர்த்தும் வெச்சிருந்தான்."

"என்னடி சொல்றே?"

"ஆமாம் மாமி. விஞ்ஞானம் என்ன சும்மாவா வளர்ந்திருக்கு? இந்த மாதிரிக் சில்மிஷங்களோடையும் தானே?"

"நம்பவே முடியல ரங்கநாயகி. அதுக்காக நீ பொய் சொல்றதா நான் நினைக்கலை."

"நாங்க மட்டும் நம்பினோமா... நாம எல்லாருமே நாலு சுவத்துக்குள்ள வந்துட்டுப் போறவாகிட்டே உலகத்தைப் பாக்கறவாதானே... அது மட்டுமா? அதெல்லாம் பொய், பித்தலாட்டம்னு சொல்றவாகிட்ட சொன்னா கேக்காமப் போயிடுவாளா. இதை விட்றக்கூடாதுன்னு நான் போலீஸைப் போய்ப் பார்த்தேன். எனக்கு மேல என் அப்பா, செத்துப்போனாரே தேசிகாச்சாரி மாமா அவரும்...

ஆனா, அப்ப அந்தப் போலீஸ்காரனுக்கு இவன் என்ன மந்திரம் மாயம் போட்டானோ தெரியாது. அந்த ஆள்கூட நாங்க சொல்றதை காதுலயே வாங்கிக்காமப் பேசினான்.

நீங்க தொழில் பண்றதா எனக்குத் தகவல் வந்திருக்கு... கையும் களவுமாப் பிடிச்சேன்னா ரொம்ப அசிங்கம். பேசாம கட்ன புருஷன் சொல்றபடிக் கேட்டு ஒழுங்கா இருக்கப் பாருங்கன்னான்.

நான் நொறுங்கிட்டேன். அப்படியே அதை ஒரு பத்திரிகைக்கு எழுதிப்போட்டேன். கொடுமை என்னன்னா அந்தக் கடுதாசி பத்திரிகை ஆபீசுக்கே போகலை. வழியிலையே அதை முடக்கி எடுத்துண்டு வந்து என் முகத்துல கிழிச்சு எறிஞ்சான்...

அப்பதான் எனக்கு ஓர் உண்மை புரிஞ்சது.

தப்பிக்க நினைக்கிறவாளுக்கு ஒரு வழிதான். ஆனா, தப்பு செய்யறவாளுக்குப் பல வழிகள்.

அதுவும் இவனை பொறுத்தமட்டுல பெண்களை அடக்க இவன் பயன்படுத்தற பெரிய ஆயுதமே அவாளை வேசின்னு சொல்றதும், அதை ஊர் நம்பும்படியாப் பண்றதும்தான்.

ஊரைப் பொறுத்தமட்டுல அதுக்கும் இந்த மாதிரிப் பழில இருக்கற உண்மையைப் பாக்க ஆசை கிடையாது. நெருப்பில்லாமப் புகையுமான்னு கேட்க மட்டும் தெரியும். அதான் எல்லாத்துக்கும் ஒரு பழமொழி இருக்கே நம்மளண்ட தங்களுக்கு ஒண்ணு வராதவரை மத்தவாளுக்கு நடக்கற எல்லாத்தையும் வேடிக்கை பார்க்கத்தான் அதுக்குப் பிடிக்கும். இந்த இயல்பு இன்னிக்கு நேத்தா இருக்கு? அந்த நாள்லேயே இதானே ஊர் வழக்கம். சீதையை அன்னிக்கு ஒருத்தன் குத்தம் சொன்னான், அது வனவாசம் வரை போச்சு. கூடி நின்னு ஊர் வேடிக்கைதானே பாத்தது. என்ன சீதா, நீ தீக்குளிக்க வேண்டாம்னு யாராவது தடுத்தாளா... இல்ல கேட்டாளா?

இல்லைன்னா அகலிகை மாதிரிக் கல்லாகி இராமன் கால்படக் காத்துண்டு இருக்கணும். பட்டாத்தான் ஆச்சு. இல்லேன்னா போச்சு...

எல்லா ஒழுக்கமும், கட்டுப்பாடும் பெண்களுக்குத்தான்.

அவளுக்கு மகாமகா சக்திங்கறது ஆராதனை வேற. நாட்டையே தாய்நாடுன்னுதானே சொல்றோம்கற பசப்பல் வேற.

ஆனா, கொஞ்சம் சுதந்தரமா ஒரு பொண்ணு நடந்துண்டா பஜாரின்னு முத்திரை குத்த கை என்னமாத் துடிக்கறது?

அட ஊர்தான் அப்படி இருக்குன்னா இந்த பொண்களாவது அந்த ஊரை அதோட அழுக்கு அபிப்ராயங்களைத் தூக்கிப்போடத் தாயரா இருக்காளா?

நடுங்கின்னா சாகறா? அவ்வளவுதான் ஊரே சொல்லிடுத்து, இனி உசிரோட இருக்கறதுல அர்த்தமே இல்லைன்னு செத்துப்போனது ஒரு ஜெயா மட்டுமில்ல மாமி. ஒரு லட்சம் ஜெயாக்கள். கெட்டுப்போயிட்டவள்னு எல்லோரும் சொல்லிட்டா.

அதனால் இனி ஒழுங்கா இருந்தாலும் எடுபடப் போறதில்லைன்னு வேசிகளாயிட்டவா எத்தனை பேர் தெரியுமா? பல லட்சம் பேர்.

எல்லாத்துக்கும் காரணம் பழி... பழி... பழி... இந்தப் பழிச் சொல்லைப் பழிவாங்கணும்னு தோணித்து. அது இவனோட அம்மாவான அந்த பண்டாங்கற பொம்பளையையும், அங்க அவ கஸ்டடியில இருக்கற நூத்துக்கணக்கா வேசிகளையும் சந்திச்சப்போ உறுதிப்பட்டுது.

இன்னிக்கும் என்னிக்கும் எனக்கு நடுக்கம் ஏற்படுத்தின அந்த நாளை மறக்கவே முடியாது. மறக்கவும் கூடாது."

ரங்கநாயகி தன் நினைவலைகளில் மும்பையை நோக்கி நீந்தத் தொடங்கியபோது, எந்தப் பெண்ணைப் பற்றிச் சொல்ல ஆசைப்பட்டாளோ அந்தப் பெண்ணான பண்டாவே அவர்களை நோக்கி வந்து கொண்டிருந்தாள். உடன் கல்யாணி!

***

அத்தியாயம்

33

'ஒளியைவிட இருளுக்குத்தான் அதிக வலிமை இருப்பதாக அவனுக்குத் தோன்றியது. ஒளிதான் உயர்ந்தது என்று ஏன் நினைக்க வேண்டும்?

இருளில் காணாததை ஒளியில் காணலாம் என்பது உண்மையா? அல்லது ஒளியில் காண்பதுதான் உண்மையா? ஒளியில் ஒருவன் தன்னையாவது கண்டுகொள்ள முடிகிறதா? வெளிச்சத்தில் நீண்டு வளர்ந்து குறுகிச் சுருங்கும் நிழலைத்தான் காண முடிகிறது. இலையின் பச்சையும், வானத்தின் நீலமும், ஏன் நிலவின் வெண்மையும்கூடப் பொய்தான். கண்ணுள்ளவன் காணும் காட்சிகளைவிடக் கண் இல்லாதவன் காணும் காட்சிகளில்தான் நிறம் அதிகம்!'

– 'உறங்காத கண்கள்' கதையில் எம்.வி. வெங்கட்ராம்

கோயிலுக்குள் நுழையும் பண்டா நாலாபுறமும் பார்த்துக்கொண்டே வந்தாள். வடக்கத்தியப் பெண்கள் உடுத்தும் கீழாடையும், மேலாடையுமாகத் தரித்திருந்தவள் மெல்லிய துப்பாட்டாவைக் கழுத்து வளைத்து அணிந்துகொண்டு தலையை மூடியிருந்தாள்.

அவள் பார்வையில் தென்படும் மனிதர்களும் அந்தக் கோயிலைச் சார்ந்த சூழலும் அவளை நெருடிற்றோ என்னவோ.

“கல்யாணியைப் பார்த்து பேட்டி... நான் வேணும்னா வெளியே நிக்கறேன். நீ போய் ரங்கநாயகியைக் கூட்டிக்கிட்டு வாயேன்...” என்றாள்.

“பரவாயில்ல வாங்கோ... கோயில்தானே?” கல்யாணியின் பதில் அவளது கன்னத்தில் அறைந்தது. “ஊடே மணிச் சப்தம் நுழையும்போது, மிகவும்தான் உடம்பு கூசிப்போனது. கால்கள் தள்ளாடின. கோயில் தளத்தில் நிற்பதே பாவம் என்பது போலெல்லாம் மனத்தில் எண்ணங்கள் தோன்றி ஊர்வலம் போயின.”

“இல்ல பேட்டி... நான் வெளியில நிக்கறேன். நீ தயவுசெஞ்சு அவளைக் கூட்டிக்கிட்டு வா. நான்லாம் இங்க வரக்கூடாது.”

சொல்லிவிட்டுத் திரும்பி வெளியே ஓடினாள். கல்யாணிக்குப் புதிராக இருந்தது.

எப்படியோ அட்ரஸ் கண்டிபிடித்து வீட்டிற்கு வந்தவள், வந்த நொடி முதலே ரங்கநாயகி, ரங்கநாயகி என்றுதான் பரபரத்தாள். பார்க்காவிட்டால் அங்கேயே இறந்துவிடுவாள்போல் இருந்தது. சரி... அம்முணியோடு அவள் கோயிலுக்குப் போனது தெரிந்து அழைத்து வந்தால் இங்கேயும் நிற்காமல் ஓடுகிறாளே?

கல்யாணியின் மனத்தில் கேள்வி பிராண்ட, அவள் பார்வை நாலாப்புறத்திலும் பார்க்கிறது. கூட்டத்தில் அவர்களைத் தேடத் தொடங்குகிறது.

எங்கே ரங்கநாயகியும், அம்முணியும்...?

கல்மண்டபத்தில் நிழல் கூட்டில் ரங்கநாயகி தன் விஷயத்தின் உச்சத்தில் இருந்தாள்.

“ஒருத்தியை ஏமாத்திக் கல்யாணம் பண்ணிக்கறது. அப்றமா அவளைக் கழட்டி விட்றத்துக்காக, அவ அவனை வெச்சுண்டுருக்கா. இவனை வெச்சுண்டுருக்கான்னு பழிபோடறதுங்கறதெல்லாம் உலகத்துக்கு ஒண்ணும் புதுவிஷயம் இல்லதான்.

அது தாங்காம அந்தப் பொண்ணு ஒண்ணு செத்தொழியணும். இல்லே பழியைச் சுமந்துண்டு வயிறு எரிய வாழ்ந்தாகணும். இந்த இடத்துலதான் நான் மாறுபட்டேன். பழி பாவத்துக்கு அஞ்சாம இரண்டுல ஒண்ணு பாத்துபிடறதுன்னு முடிவு செஞ்சேன். சிங்கமோ, புலியோ துரத்தத் துரத்த ஓடினா ஓடிண்டேதான் இருக்கணும். நின்னு ஒரு பார்வை பார்த்தா போறும். அப்புறம் அதுதான் ஓடியாகணும்.

சொல்றத்துக்கும், பேசறத்துக்கும் நன்னா இருக்கற இந்த விஷயம் இரத்தமும் சதையுமா வாழ்ந்து பாக்கும்போது அப்படியே மாறிப்போயிட்றது.

அதனாலயே இது நமக்குத் தோதுப்படாது, நம்மாலெல்லாம் இந்தப் பூமியில் நல்லவிதமா வாழ முடியாதுன்னு எத்தனை ஆயிரம் பெண்கள் உடம்பை வித்து ஊழியம் பண்ணிண்டுருக்கா தெரியுமா மாமி...?”

ரங்கநாயகி கேட்கும்போதே அந்தக் கடைசி வரிகளில் குரல் கம்மியது. கண்ணிரண்டோரத்தில் கண்ணீர் பிரண்டது.

“தோ பார், உன் தைரியத்தைப் பாராட்றேன். இப்படிப் பிறத்தியார் கஷ்டத்துக்காக நீ வருத்தப்பட்றதையும் பாராட்றேன். இருந்தாலும் இந்த வீணாப்போன ஸ்ரீக்காந்த் சொல்லிட்டான்கறதுக்காக நீ உன்னையே வேசின்னு சொல்லிண்டது கொஞ்சமும் நன்னா இல்லைன்னுதான் பட்றது.

ஏதோ பகவத் க்ருபைல அவன் போலீஸ்ல மாட்டிண்டான். தூக்குல ஏறிடுவான்னு நம்பினவனை அப்படியே திசை திருப்பி இன்னிக்குக் காப்பாத்தி... திருத்தவும் செய்துட்டே. உன் சபதத்துலையும் ஜெயிச்சுட்டேன்னாலும் இது அத்தி பூத்த மாதிரி நடந்துட்ட சமாச்சாரம் ரங்கநாயகி.

கௌசி மட்டும் அன்னிக்குச் சாகலை, அந்தப் பழியும் அவன்மேலே விழலைன்னு வை... உன் நிலை என்னாயிருக்கும்...?

அவன் வண்டின்னா ஓடிண்டிருக்கும்?

நீ பைத்தியக்காரியாத்தானே போயிருப்பே? அவனோட நேரிட்ட தொடர்பை ஒரு கெட்ட சொப்பனமா நினைச்சு மறந்துட்டு பெருமாள்ட்ட அவனை ஒப்படைச்சுட்டு நீ போயிருக்கணும்."

அம்முணி தன் மனதுக்குப்பட்ட நியாயத்தைச் சொல்லி முடித்தாள். ரங்கநாயகி சிரித்தாள்.

"தெரியும் எதுக்கு சிரிக்கறேன்னு... என்ன மாமி எல்லாப் பொண்களையும் போல நீங்களும் பேசறேளேன்னுதானே? நீ என்ன நினைச்சாலும் சரி... கற்புங்கறதுதான் ஒரு பொண்ணுக்கு உசுர். அது ஒரு நெருப்பு. அதுல இருந்துதான் சந்ததிகள் விருத்தியாறது. அந்த அம்பாளோட கர்ப்பக்கிரகமும், ஒரு பெண்ணோட கர்ப்பமும் ஒண்ணு. அது எப்படிக் களங்கப்படக்கூடாதோ அப்படித்தான் இதுவும். விளையாட்டுக்குக்கூட இதைப் பணயம்வெச்சு ஒரு பொண்ணு எதையும் பண்ணிடக் கூடாது."

"அப்ப இதுக்கு ஒரு களங்கம் வந்தா சீதை மாதிரி நெருப்புல குதிச்சுடணுமா? அந்த நெருப்பு அவளைக் காப்பாத்தித் தந்த மாதிரி அதுல குதிக்கற பொண்களை எல்லாம் காப்பாத்தி தருமா?"

ரங்கநாயகி மடக்கினாள்.

"அது... அது..."

"என்ன மாமி பதில் சொல்லத் தெரியலியா?"

"அப்படித்தான் வச்சுக்கோயேன்..."

"நான் சொல்றேன் மாமி. நிச்சயமா அது காப்பாத்தி தரும்!"

ரங்கநாயகி சற்றும் எதிர்பாராதபடி சொன்ன பதில் அம்முணியைப் பிடறியைப் பிடித்து நிமிர்த்திற்று.

"என்னைக் காப்பாத்தித் தந்துருக்கே..." அடுத்த பதிலில் அம்முணியை அது மேலும்தான் குழப்புகிறது.

"என்ன சொல்றே ரங்கநாயகி நீ...?"

"சீதை நிச்சயமா புனிதமானவ. அதனால் அவளை நெருப்பு ஒண்ணும் பண்ண முடியல. நெருப்புங்கறது விறகைப்போட்டு

மூட்ற தீ மட்டுமில்ல. ஜன சமுத்திரத்தோட காமம், குரோதம், சந்தேகம்லாம்கூட நெருப்புத்தான். சொல்லப்போனா அந்த எரியற நெருப்பவிட இந்த நெருப்புத்தான் ரொம்பக் கொடுமையானது.

அப்படி ஒரு நெருப்புல இறங்கும்போது நீ நிச்சயம் சத்தியத்தோடையும், கற்போடையும் இருந்தா நீதான் ஜெயிப்பே. துளி சந்தேகம் உனக்கு இருந்ததுன்னாலும் நீ ஜெயிக்கிறது கஷ்டம், அதுக்கு நீ இந்த பரீட்சையே எழுதாம நீங்க சொன்னா மாதிரி பெருமாள் கூலி கொடுப்பார்னு விதியை நொந்துண்டு போயிட வேண்டியதுதான். முதல்ல எனக்கும் இந்த குழப்பம் இருந்தது. அப்புறம்தான் இந்த சூட்சுமத்தைப் புரிஞ்சுண்டேன். நம்பிக்கையோடையும், திடமாவும் பயணம் செஞ்சேன். பத்து சராசரி மனுஷா என்னை தப்பா பேசினாலும், எனக்குச் சோர்வத் தந்தாலும் அதுல ஒரு நல்ல மனுஷர் ஆதரவு தந்தார். புரிஞ்சுண்டார். ஒண்ணு இரண்டாச்சு... மூணாச்சு... நாலாச்சு...

நீங்க சொல்றமாதிரி கௌசியால் வந்த அந்தத் திருப்பம் போலீஸ்ல ஸ்ரீக்காந்த் மாட்டிண்டதுல்லாம் போறபோக்குல நடந்த எதிர்பாராத திருப்பமில்ல. நிச்சயம் மிராகிளா ஏதாவது நடக்கும்னு நான் நம்பி எதிர்பார்த்த ஒண்ணுதான்.

என் நம்பிக்கை... என் கற்பு... என் சத்யம்... என் பக்தி... என் கட்டுப்பாடு... என்னுள் இருந்து ஒரு பேரலையா வெளியே போய் எனக்குச் சாதகமான சூழ்நிலையை வடிவமைச்சுத் தந்தது.

நான் நம்பிக்கையோட காத்திருந்தேன். திடமாகவும், தெளிவாகவும் காத்திருந்தேன். ஒரு பொண்ணை நெருப்பாலையே ஒண்ணும் செய்ய முடியாதப்போ அல்ப மனுஷனால என்ன பண்ணிட முடியும்...

என் நம்பிக்கை வீண் போகலை.

ஒரு வகைல நம்மளோட விதியை நாமளேதான் எழுதிக்கறோம். நம் எண்ணங்களுக்கு அந்த வல்லமை உண்டு. கூட்டு பிரார்த்தனை ஜெயிக்கறதே எண்ணங்களோட

வலிமையாலதானே? உன் விதியை நீ எழுதிக்கணும். எழுதிக்கவும் முடியும்னு சொல்றதுக்குதான் புராணங்கள். சாவித்ரி, சீதை கதைகள். அவற்றைத் தப்பா புரிஞ்சுக்கக் கூடாது. பட்டிமன்றத்துல வெச்சு நாக்கோட திறமையைக் காட்றதுக்காக அவா இல்ல. அவா நம்ம பொம்மனாட்டிச் சமூகத்துக்காகக் காலம் வெச்சுருக்கற செய்தி.

அந்த பாஷை தெரிஞ்சு படிக்கணும். அதுதான் முக்கியம்.

நான் படிச்சேன். புரிஞ்சுண்டேன். நம்பிக்கையோட போராடினேன். அதேசமயம் என் கற்பையும் காப்பாத்திண்டேன்."

சற்று நிறுத்திப் பெருமூச்செறிந்துவிட்டு பின்தொடர்ந்தாள். "தண்டனைல பெரிய தண்டனை மன்னிக்கறதுன்னு பெரியவா சொல்வார். அப்படிப் பார்த்தா ஸ்ரீக்காந்த்துக்கு நான் கொடுத்துருக்கறதும் பெரிய தண்டனைதான்..."

ரங்கநாயகி ஒரு பிரசங்கமே நிகழ்த்தி முடித்திருந்தாள். முடியட்டும் என்று காத்திருந்தாற்போல் அருகில் கல்யாணி. அம்முணிகூட அவள் வந்து நின்றதைக் கவனிக்கவில்லை.

"நீ எப்படி வந்தே?"

"அக்கா பேச ஆரம்பிச்சுட்டப்பவே வந்துட்டேன். மார்வலஸ்கா... மார்வலஸ்..."

"வந்த விஷயத்தைச் சொல்லு..."

"அந்த ஸ்ரீக்காந்தோட அம்மா வந்திருக்கா...!"

கல்யாணி சொன்ன மறுநொடி உட்கார்ந்திருந்த நிலையில் இருந்து எம்பியபடி எழுந்தாள் ரங்கநாயகி.

"எங்கே இப்ப அவா?"

"கோயிலுக்கு வெளியே நின்னுண்டிருக்கா..."

அடுத்த க்ஷணம் ரங்கநாயகி கோபுரவாசல் நோக்கி ஓடத் தொடங்கினாள்.

✲✲✲

வாசலில் பூக்கடைகள், பிச்சைக்காரர்கள், லாட்டரிச்சீட்டு விற்பவர்கள் என்று ஒரு கூட்டம்.

அவர்களை எல்லாம் கடந்து ஒரு மூலையாகப் பார்த்து முட்டாக்குப் போட்டுக்கொண்டு நின்றுகொண்டிருந்தாள் பண்டா.

ரங்கநாயகிக்கா தெரியாது...?

கால்கள் கச்சிதமாக அவளைச் சென்றடைகின்றன.

"ரங்கநாயகி..."

"வாங்கோ... எப்ப வந்தேள்?"

"எனக்கு மரியாதையா...? வேண்டாம் ரங்கநாயகி. நான் இங்க பிச்சை எடுக்கற பிச்சைகாரங்களவிட மோசமானவ..."

"வாங்கோ ஆத்துக்குப் போய்ப் பேசலாம்."

"நானா... உன் வீட்டுக்கா? ஐய்யோ..." அவள் நடுங்கினாள்.

"அப்படிச் சொல்லாதேள், வாங்கோ."

"கூடாது ரங்கநாயகி. உன் கால்ல விழத்தான் நான் வந்தேன்." சொன்ன மறுநொடி அவள் உடல் ரங்கநாயகி காலில், அது நடுச்சாலை என்று பாராமல் விழுந்தது.

"ஐய்யோ, எழுந்திருங்கோ... என்ன இது?"

பண்டா நிமிர்ந்தாள். கண்களில் கண்ணீருக்கு மாறாக ஒருவகை ஆச்சரியம், சந்தோஷம் எல்லாம் தெரிந்தது.

"உன்னைப் பார்க்க எனக்குப் பிரமிப்பா இருக்கு. கடைசிவரை சொன்னதுல நின்னு போராடி என் மகன் தன் வாயால நீ வேசி இல்லேன்னு சொன்ன பிறகுதான் உன்னைப் பத்தியே பேசியிருக்கே!

இந்தப் புத்தி எனக்கு இருந்திருந்தா நான் இப்படி ஆகியிருக்க மாட்டேன். வயசான காலத்துல உடம்பு வலிக்க வயசுப் பொண்களை வெச்சும் பிழைப்பு நடத்தியிருக்க மாட்டேன்.

எல்லா விஷயமும் தெரியவந்து என் மகனும் மாறிட்டான்னு தகவல் வந்தது. அடுத்த நிமிடமே என்கிட்ட இருந்த பொண்களை எல்லாம் போகச் சொல்லிட்டேன். 'போங்க, போய் ரங்கநாயகி போட்டோவை வெச்சு பூஜை பண்ணுங்க. யார் என்ன சொன்னாலும் கவலைப்படாதீங்கோ. ஒண்ணும் ஆயிடாது'ன்னேன். அவங்களும் கிளம்பிப் போயிருக்காங்க, நானும் பண்ண பாவத்துக்குப் பரிகாரம் தேடத்தான் இங்க வந்துருக்கேன்."

பண்டா பேசிவிட்டுத் தயங்கியபடி ரங்கநாயகி கையைப் பிடித்தாள். கண்களில் ஒற்றிக்கொண்டாள். நடக்கத் தொடங்கினாள்.

கல்யாணியும், அம்முணியும் பார்த்துக்கொண்டே இருக்க சில அடி தூரம் போனவள் திரும்பி வந்தாள்.

"ரங்கநாயகி... என் பையனோட உனக்கு நடந்த கல்யாணத்துக்குப் பேர் கல்யாணமே இல்லை. அது ஒரு விபத்து. நீ நல்லபடியா யாரையாவது கல்யாணம் பண்ணிக்கோ ரங்கநாயகி... ஏன் சொல்றேன் தெரியுமா?"

அந்த நடுத்தட்டுக் கிழவி புதிர் போட்டுவிட்டுத் தொடர்ந்தாள்.

"உன் சந்ததி தொடரணும். உன்னோட முடிஞ்சு போயிடக்கூடாது. அதனாலதான் சொல்றேன். இந்த உலகத்துல யாருமே சைவம் கிடையாது. இந்த பாட்டியம்மா உட்பட எல்லாருமே அசைவம்தான். காமத்துல ஒருத்தர் உடம்பை ஒருத்தர் சாப்டுக்கறோமே, அதுவும் உசிரோட... எதை வெச்சு நாம் சைவம்ன்னு சொல்றது?

ஆகையால, இந்த அசைவ பூமில் உன் மாதிரி பொண்களோட வரிசை தொடரணும். அப்பத்தான் அதனால் ஒரு பொண்ணுக்குப் பாதிப்பு வந்தாலும் அவளுக்கு உன்னைப் பார்த்துத் தைரியம் வரும்... என்ன?"

பண்டா சொன்னதன் உள்பொருள் அம்முணியைக் கிள்ளியபோதுதான் அந்தத் திடுக்கிடும் சம்பவமும் நடக்கத் தொடங்கியது.

அழுத்தம் திருத்தமாகப் பேசிய பண்டா சாலையில் நின்றபடியே கோபுரத்தைப் பார்த்துக் கை கூப்பினாள். ஆனால், அழவில்லை. அவளுக்குத்தான் அழவே தெரியாதே.

மனது ஏதோ தீர்மானம் படித்தது.

பார்வை சுற்றிச்சுற்றிச் சுழன்றது. சற்று தள்ளி ஓர் அரைபாடி லாரி திணறலோடு வந்து கொண்டிருந்தது.

அதைப் பார்த்ததும், அவள் முகத்தில் ஏகப்பட்ட சந்தோஷம்.

ரங்கநாயகியும், கல்யாணியும், அம்முணியும் அவள் விபரீதமாக ஏதோ செய்யப்போகிறாள் என்பதை யூகித்து முடிப்பதற்குள் சரேலென்று லாரியின் முன் சக்கரத்தில் பாய்ந்து விழுகிறது அவள் தேகம். அடுத்த க்ஷணம் ஆயிரம் பேர் சாப்பிட்டுப் பசியாறிய அவள் உடம்பு தரையோடு தரையாக இழுபட்டு அரைபட்டு இரத்தச் சகதியாகிப் போனது.

"ஐய்யோ…!" ரங்கநாயகி அலறியபடிக் காதைப் பொத்திக்கொண்டாள். அம்முணிக்கும், கல்யாணிக்கும் மயக்கமே வந்துவிட்டது.

***

அத்தியாயம்

34

'நான் மிகவும் நிதானமாக என் கைகளை அசைத்துக் கொண்டிருந்தேன். ஓநாய்கள் எங்களை இன்னமும் சுற்றிச் சுற்றி வந்த வண்ணமிருந்தன. நான் முதலில் தாக்க வேண்டும் என்று அவை காத்திருந்ததுபோலத் தோன்றிற்று. எனக்கும், அந்த ஓநாய்க் கூட்டத்துக்குமிடையே எழுந்திருந்த ஓர் இக்கட்டு நிலையை இருவரும் தீவிரப்படுத்தாமல் இருந்தால் இரவின் எஞ்சிய நேரம் அப்படியே கழிந்துவிடும் என்று தோன்றிற்று. பகல் என்று ஏற்பட்டவுடன் ஓநாய்கள் பின்வாங்கிவிடக்கூடும்.'

– 'பிரயாணம்' சிறுகதையில் அசோகமித்திரன்

இரத்தச் சகதியாகிவிட்டாள் லேடி பண்டா. உடம்பால் உடம்பை வைத்து உயிர் வாழ்ந்தவள். உடம்புக்கு அளித்த தண்டனையோ?

ரங்கநாயகிக்கு எதற்கும் கசங்காத மனதுதான்.

ஆனாலும் அந்தக் காட்சி அவள் உயிர்க்குலையை ஒரு பிடி பிடித்து அழுத்தியது. "ஐயோ!" அம்முணிக்குள் மயக்கம் ஆலவட்டம் கட்டி இறங்கிற்று. கல்யாணிக்குக் கைகாலெல்லாம் நடுக்கம்.

சிலையாட்டம் நின்றுவிட்டாள் ரங்கநாயகி.

"உனக்கு இந்த உலகத்தைப் பத்தித் தெரியாது. பேசாம அவன் கட்டின தாலியைக் கழட்டி எறிஞ்சிட்டு வேற

யாரையாவது கட்டிக்கோ. ஓடிப்போயிடு. இன்னும் கொஞ்ச நாள் நீ அவன் பொண்டாட்டியா தொடர்ந்தாலும் இந்த பப்பிவாடி ஏரியால நீ மத்த பொண்ணுங்க மாதிரி மனுஷ மாமிசம் வித்து ஜீவிக்கும்படியாயிடும்...”

அவள் என்றோ விடுத்த எச்சரிக்கை அதன் தொடர்ச்சிகள் – “இறுதியாக ராமபாணம் போல ஒருக்கால் ஒருக்காலில்தான்... நீ என் பையனை மாத்தி, நீயும் நல்ல பேர் எடுத்துட்டா இந்த பண்டா, ஓட்ற லாரி முன்ன விழுந்து செத்துப் போயிடுவா... ஞாபகம் வெச்சுக்கோ...” என்று சொன்னதில் வந்து நின்றது.

ஒரு வேசிக்குள் இத்தனை சொல்லாண்மையா?

போலீஸ் வந்தது. ஆம்புலன்ஸ் வந்தது. ஸ்ட்ரெச்சரில் பண்டாவை வழித்து எடுத்துப் போட்டார்கள். தினமும் மின்னி மயக்கிய சதை. ஈக்கள் கொட்டமடிக்க தூர விரட்டினார்கள்.

கூடி நின்று பார்க்கும் கூட்டம் உச்சு உச்சுக் கொட்டிற்று.

“மனுஷ வாழ்க்கையே நிலை இல்லை...” என்று ஸ்லாகித்துக்கொண்டது. அதனால் வரவேண்டிய சிந்தனை வரப்போகிறதா என்ன?

கமிஷனர் வந்து சேர்ந்திருந்தார்.

ஏற்கெனவே ரங்கநாயகியிடம், “வாழ்க்கை சினிமா இல்லை... அது நம்மை இழுத்துச் செல்லும் விதத்தில்தான் நாம் போய்க்கொண்டிருக்கிறோம்” என்று யதார்த்தம் பேசியவர் இப்போது மாறியிருந்தார்.

“என்னம்மா நடந்தது?” என்று மட்டும் கேட்டார். லேடி பண்டா செத்ததைச் சொல்ல வேண்டுமானால் அன்று மனத்தில் தைத்ததையும் சொல்லிதானே தீரவேண்டும்.

***

மும்பை... ரங்கநாயகிக்கு ஊருக்குள் நுழைந்தது முதலே குப்பைமேட்டில் நுழைந்ததாகத்தான் தோன்றிற்று. யாரைப் பார்த்தாலும் ஓட்டம். எங்கு பார்த்தாலும் அசைவு.

நிச்சலனமான தேசிகாபுரம் அவள் கண்ணில் தோன்றி ஏக்கம் பெருக்குகிறது. மூச்சைத் தீண்டும் வாகனப்புகை வாடை. கண்படும் இடங்களில் எல்லாம் பான்பராக் பொன் தாள். லாலா கடை மைசூர்பாகுத் துண்டங்களின் அடுக்குப்போலக் கட்டடங்கள். அதில் ஒன்றில் முந்நூறே முந்நூறு சதுரப் பரப்பில் ஒரு பிளாட்.

அதில் தேசிகாச்சாரியின் அக்கா பிள்ளை நாணாவும், அவன் மனைவி இந்துமதியும் இருக்க, அங்குதான் தேசிகாச்சாரி ரங்கநாயகியைத் தங்கச் செய்துவிட்டு வெளியே போயிருந்தார். ஒத்தாசை புரிய நாணாவும் போயிருந்தான். போனவர்கள் திரும்பி வந்தபோது இருவருமே ஏதோ புயல்காற்றில் பறந்து வந்து விழுந்த கிழிசல் துணிபோலத்தான் தோற்றமளித்தார்கள்.

ரங்கநாயகி ஏறிடும்போது தேசிகாச்சாரி மார்பில் மாங்கு மாங்கு என்று குத்திக்கொண்டார்.

"மோசம் போயிட்டோண்டி குழந்த... மோசம் போயிட்டோம். அந்தச் சண்டாளன் கேடுகெட்ட ஒரு பரத்தையோட பிள்ளைங்கறது ஊர்ஜிதம் ஆயிடுத்து. ஐயோ! நினைச்சுப் பாக்கவே என்னால் முடியலியே! பகவானே நான் யாருக்கு என்ன கெடுதல் செஞ்சேன்? என்ன கெடுதல் செஞ்சேன்?" கத்தியதில் அந்தச் சின்ன பிளாட்டே நடுங்கியது. அமர்ந்து, அயர்ந்த காலை நீட்டியதில் மாவுப்பானை கவிழ்ந்து தரை பெருகி ஓடியது அது.

நாணா ரங்கநாயகியை ஏறிட்டு ஜாடை காட்டி வெளியே அழைத்தான்.

மொட்டைமாடிக்கு அழைத்துப் போனான்.

மும்பை விஸ்தாரமாகத் தெரிந்தது. அரபிக்கடல் காற்று அவள் கிராப்பில் வகிடெடுத்தது.

ரங்கநாயகி கண்களில் வாழ்வைத் தொலைத்துவிட்ட அந்த ஆழமான சோகம். அவன் பேசத் தொடங்கினான்.

"ரங்கநாயகி... எனக்கு எப்படிச் சொல்றதுன்னு தெரியல. ஒரு நடக்கக்கூடாத தப்பு நடந்துடுத்து. இதைச் சரிசெஞ்சு சீர்செய்ய முடியும்னு நினைக்கறதும், மணலைக் கயிறாகத் திரிக்கறதும் ஒண்ணுன்னு தோண்றது.

அந்த ஸ்ரீக்காந்த்தோட வளர்ப்புத் தாயையும், அவ மூலமா அவனைப் பெத்த அந்தக் கிராதகியையும் பார்த்தோம். மாமாக்கு அப்பவே நெஞ்சையடைச்சுடுத்து... அவருக்கு நெஜமாவே எதையும் தாங்கிக்கற மனசு. அதான் உசிரோட இருக்கார்.

ஒரு தறுதலை பிள்ளைக்கும், தத்தாரித் தாயாருக்கும் நடுவுல நடக்கற யுத்தத்துல் நீயும், கௌசியும் மாட்டிண்டுட்டேள்னுதான் சொல்லணும்.

அவனோட நடிப்புல மயங்கினது நம்ப தப்பு. நாள், நட்சத்திரம் பாக்கத் தெரிஞ்ச நாம எதிராளியோட மனசைப் பார்க்கத் தவறிட்டோம்.

பொறந்தப்பவே அவனைக் கொல்ல முடிவெடுத்துட்டா அவனோட அம்மா. அப்படிச் செஞ்சிருந்தா இன்னிக்கு யாருக்கும் இப்படி கஷ்டம் வந்திருக்காது. ஓர் அலிப் பொம்பளை குறுக்க பூந்து பச்சாதாபப்பட்டதுல வந்த வினை. ஒண்ணுக்கு மூணு பொண்கள் வாழ்க்கை இன்னிக்கு வீணாப் போயிடுத்து.

பெத்த தாயே மடிசார் உடுத்திண்டு பண்ணின விபசாரத்தைப் பார்த்துப் பார்த்து அவனுக்குத் தன்னையும் அறியாம பிராமணப் பொண்கள்னாலே இப்படித்தானோங்கற மாதிரி மனசுல தோணிடுத்து.

அதான் பரந்த இந்த உலகத்துல உன்னை மாதிரி பொண்களையா பார்த்துப் பார்த்து ஏமாத்தியிருக்கான்.

எல்லாத்துக்கும் மேலா ஜாதகம் பாத்துக்கக் கத்துண்டது அவன் பண்ணின மகா தப்பு. அப்படி பாத்ததும் அவனுக்கு மோசமான

எதிர்காலம்னு தெரியவர, அதை மாத்தி பெருசா வாழ்ந்து காட்றேன் பாருன்னு தனக்குத்தானே சவால் விட்டுண்டுருக்கான்.

இதை எல்லாத்தையும் அந்த அலிக்கிழவிதான் சொன்னா. மொத்தத்துல சினிமா படத்துல வர்ற மாதிரி ஓர் எக்ஸெண்ட்ரிக் ஸ்பிலிட் பர்சனாலிடியா ஆயிட்டான்.

இப்படிப்பட்ட மனோநிலை உடையவா எந்த எல்லைக்கும் போவா. எதை வேணா செய்வா. அதான் உன் விஷயத்துலையும், கௌசி விஷயத்துலையும் அவன் துளிக்கூட கரிசனப்படலை. போலீஸ், கோர்ட்ன்னு போனா ஒருக்கால் அவனுக்குத் தண்டனை கிடைக்கலாம். அதையும் உறுதியா சொல்றதுக்கில்ல. ஒரு மனநோயாளியைக் கோர்ட்டுக்கு எப்பவும் மன்னிச்சுத்தான் பழக்கம்.

சுருக்கமா சொன்னா ஒரு பொண்ணு பொண்ணா இல்லாமப் போயிட்டா, யாருக்குன்னே தெரியாம ஒரு பிள்ளையையும் பெத்துப் போட்டுட்டா. அப்படிப் பொறந்த பிள்ளை அரக்கனா மாறி அவ இனத்துக்கே எதிரா செயல்பட்டுண்டு இருக்கு…”

நாணாவிடம் ஆற்று நீரின் தெளிவோடு கூடிய விளக்கம். ரங்கநாயகியின் கண்களில் கங்கை இடம் பெயர்ந்தாற்போல் ஒரு தோற்றம்.

நாணா தொடர்ந்தான்.

“என்னடா மனநோயாளிங்கறேனே, எப்படி இத்தனை துல்லியமா பிளான் பண்ணி ஆட்களைச் சேர்த்துண்டு அழகா நல்லவன்போல நடிக்க முடியறதுன்னு கேக்கலாம் நீ. எனக்கும் அந்தச் சந்தேகம் இருக்கு. ஆனா, நிச்சயமாக அதுக்கு ஒரு விடை இருக்கும்.

ஒரு வேளை இந்த மாதிரி நபர்கள் ஒரு டார்கெட் ஃபிக்ஸ் பண்ணிண்டுட்டா அதுக்குத் தகுந்த மாதிரி மனசு புரோக்ராம் ஆயிட்றதோ என்னவோ தெரியல.

எது எப்படியோ அவனைத் திருத்தவோ, நெறிப்படுத்தவோ யாருக்கும் திராணி கிடையாது. அதுக்காகக் கவலைப்பட

வேண்டிய அவன் அம்மாவே அவனுக்கு எமனா இருக்கும்போது யாரால் என்ன செய்ய முடியும் சொல்லு பார்ப்போம்?

பொம்பளைன்னாலே மகா மோசம். அவாள்ள நல்லவாளோ உத்தமமாவோ ஒருத்திகூட இருக்க முடியாதுன்னு நினைக்கிறவனை நீ என்ன பண்ண முடியும்?"

நாணாவிடம் மீண்டும் பெருமூச்சு. தொண்டையும் வறண்டுபோனது.

நடுவில் கத்தரித்தாள் ரங்கநாயகி.

"அந்த அற்புதமான தாயை நான் பார்க்க முடியுமா?" இருபொருள்படியான உச்சரிப்பு.

"நீயா... எதுக்கு?"

"காறித் துப்பத்தான்..." வெடித்தது ரங்கநாயகி உதடு.

"துப்பிட்டா அவ மாறிடுவாளா?"

"....."

"சொல்லு... மௌனமா நின்னா எப்படி? ஏமாந்தது நம்ம தப்பு ரங்கநாயகி. பிறத்தியார் பூந்து ஏமாத்தற அளவுல இருக்கு நம்ம கல்யாண விஷயங்கள். அதுல பவுனும், வரதட்சிணையும் பெரிசா இருக்கிறவரை இப்படித்தான் நடக்கும். அப்படி மாப்பிள்ளை வேணும். இப்படி மாப்பிள்ளை வேணும்ன்னு எதிர்பார்த்தாலும் இப்படித்தான்... அந்தப் பேராசை இவனோட பலம்."

"இல்ல, இதை என்னால இப்படியே விடமுடியாது."

"பைத்தியம். என்ன பண்ணமுடியும் உன்னால? நான்தான் சொன்னேனே அவன் ஒரு மனநோயாளின்னு... பத்தாததுக்கு அவன் அம்மா அவனை ரேக்கி விட்டுண்டே இருக்கா. இந்த ஆம்பிளைப் பசங்களே இப்படித்தான் வெறிபிடிச்ச நாயுங்கன்னு கத்தறா. அதுக்குத்தான் அவனைக் கொல்லச் சொன்னேன், தப்பிச்சுட்டாங்கறா! மொத்தத்துல ஒருத்தரை ஒருத்தர்

பாதிச்சிருக்கா. இவா பாதிப்புல உன்னைப்போல பொண்கள் மாட்டிண்டுட்டா.

அங்க இருக்கற ஒரு பொண்ணாலயே இப்படி எல்லாம் பாதிப்புன்னா லட்சக்கணக்குல இருக்கற மத்தவாள்லாம் முறை இல்லாம பிள்ளை பெத்துப்போட்டா அவாளால் என்னவெல்லாம் ஆகும்!

என்னால நினைச்சுப் பார்க்கவே முடியல.

பொண்ணு பொண்ணா இருக்கணும் ரங்கநாயகி.

அப்படி காமக்கோழியாகவும் இருக்கக்கூடாது. உங்களைப்போல ஏமாளியா, இளிச்சப் பொணமாவும் இருக்கக் கூடாது."

நாணா விஸ்தாரமாகப் பேசப்பேச ரங்கநாயகி மனத்தில் அது வேறுவிதமாகப் போய் விழுந்து, தான் நாணா விவரிக்கும் ஒரு பொண்ணாக ஆகிவிடக் கூடாது என்கிற தீர்க்கத்தை கொடுத்தது.

✲ ✲ ✲

அந்தத் தீர்க்கம் குறையாதபடிதான் பண்டாவைப் போய் சந்தித்தாள்.

"உன் பையனை மாத்திக் காட்றேன். அவன் ஒரு நல்ல பிள்ளையா மாறினால் நீ ஒரு நல்ல தாயாக மாறுவாயா?" என்று கேட்டபோது அவள் சிரிப்பே சுற்றிலும் நூறு பெண்களை இழுத்து வந்து நிறுத்திவிட்டது.

"எந்த ஆம்பளையையும் உன்னால் மாத்த முடியாது. இரத்தம் சுண்டாதவரை அவங்களுக்கு ஒவ்வொரு பொண்ணுமே பொண்டாட்டி மாதிரிதான்.

என் பையனை மட்டுமில்ல, இந்தச் சமுதாயத்தையே பழிவாங்கணும்னா இவங்கள மாதிரி ஆயிடு. மானம், மரியாதை எல்லாம் வெட்டிப் பேச்சு.

இந்த உலகத்துல எந்த ஆம்பிளைக்கும் மானம், மரியாதை கிடையாது. தெரிஞ்சுக்கோ. இங்க ஒரு மணி நேரம் இரு. உண்மை தெரியும்" என்று அன்று அவள் கத்திச் சொன்னதிலும் சத்தியம் இருக்கத்தான் செய்தது.

அடேயப்பா அந்தப் பக்கமாகத்தான் எத்தனைக் கழுகுகள்? எத்தனைக் கழுகுகள்? தன் மனைவி மட்டும் பத்தினியாக இருக்க வேண்டும். தனக்கு எந்தக் கட்டுப்பாடும் கிடையாது என்கிறாற்போல எத்தனை மேய்ச்சல்கள்.

எங்கே ஏற்பட்ட கோளாறு இது?

பெண் செய்த தவறா? ஆண் செய்த தவறா?

ஒரு தவறு இன்னொரு தவறுக்கும், அது அடுத்ததுக்குமாகப் போய்க் கொண்டேயிருக்கிறதா? இதை யாரால் நெறிப்படுத்த முடியும்?

வள்ளுவரும், அவ்வையும், நாலடியாரும், நாமாவளிகளும் அச்சேறியது நூலகங்களில் பெரை பெரையாகத் தூங்கத்தானோ?

மனிதனுக்கு யார் எதைச் சொல்லவில்லை?

அவன் ஏன் கேட்க மாட்டேனென்கிறான்?

ஓடிற்று, ஓடிற்று. எண்ணங்கள் ரங்கநாயகிக்குள் ஓட்டமாக ஓடிற்று.

அந்த நொடி அவளுக்காக வருந்தியழ வேண்டிய பெண்கள் வேடிக்கை பார்த்தார்கள்.

"ஒருத்தி தன் கணவனாலேயே விற்கப்பட்டவள் என்றாள்.

இன்னொருத்தி காதலனால் இப்படியானேன் என்றாள்.

பஸ் ஸ்டாப்பில் காத்திருந்தேன். கடத்தி வந்து இப்படியாக்கி விட்டார்கள். திரும்பிப்போனால் ஊருக்குள்ளேயே இடமில்லை என்றாள் மூன்றாமவள்.

நடுவில் கதை எல்லாம் கேட்டபடி வெற்றிலை, புகையிலை என்கிற அதக்கல் பண்டாவிடம்.

அவ்வளவுதான்...!

இந்த ஜென்மத்தில் இனி கடைத்தேற வழியில்லை. வழியே கிடையாது. ஏதாவது ஒரு வீட்டில் பத்து பாத்திரம் தேய்த்துப் பிழைக்கலாமே. டயலாக் எல்லாம் வேண்டாம். விஷயம் தெரிந்தால் போதும். ஐயய்யோ என்று பதைக்கவேண்டிய அந்த வீட்டுப் பெண்ணே அடித்து விரட்டுவாள். குடைபோல் பெண்ணினத்தைக் காக்க வேண்டும் என்கிற நிலைப்பாடுள்ள ஆண் கிழவனாகவே இருந்தாலும் ஜொள்ளுவிடுவான். பார்த்தாச்சு, நிறையவே பார்த்தாச்சு.

இந்த ஆண் கூட்டம் நடுவில், அவர்களுக்கு நடுவில் வாழும் பெண் சமூகம் நடுவில், எங்களைப்போல் ஒரு பெண்... ஒரே ஒரு பெண் ஓர் ஆறு மாதம் வாழ்ந்து காட்டட்டும். அதுவும் மானத்தோடு. எங்களுக்கு நம்பிக்கை வரும். யோசிக்கறோம்" என்று இறுதியில் ஒரு முடிவைச் சொன்னார்கள். பண்டா ஒரு படி மேலே போனாள்.

"என் பையனை மட்டும் மாத்திடு நீ... ஒருக்கால் அப்படி நீ மாத்திட்டா இந்த உடம்போட ஓட்ற லாரியில விழுந்து செத்துப்போறேன். சும்மா இல்லை. இவங்களுக்கெல்லாம் ஒரு விடுதலையைத் தந்துட்டு...!"

வீடு திரும்பிய பிறகும் பண்டா சொன்னது ஓடிக்கொண்டேயிருந்தது.

தேசிகாச்சாரி தலை முழுக்குப் போட்டுவிட்டு வந்து உட்கார்ந்திருந்தார். பேச்சு, மூச்சு, ஸ்மரணை, கிரணை எதுவுமில்லை.

தான் ஒரு பெரிய பாவி, அதனால்தான் பெருமாள் இப்படி பழிவாங்கி விட்டார் என்கிற தேம்பல் மனசுக்குள்.

ரங்கநாயகி மட்டும் மாற்றிப்போட்டு யோசித்தாள்.

ஸ்ரீ உன்னை விடமாட்டேன். எதைச் சொல்லி நீ என்னை விலக்க முயல்வாயோ அதுவே இனி என் ஆடை.

நீ கண்டிராத ஒரு பெண்ணை என்னில் காண்பாய். உன் மனத்தடியில் தேங்கிக்கிடக்கும் அந்தத் தாபம் மிகுந்த சோரப் படிமங்களை நான் வழித்தெடுப்பேன்.

நடுவில் உன் இந்திர தந்திரங்களையும் தாங்கிச் செயலாற்றுவேன். இதற்காக யார் உதவியையும் கோரமாட்டேன். எவர் அனுதாபத்தையும் பெற முயலமாட்டேன். இது சத்தியம்.

இதை யதார்த்தமாகச் சொல்கிறேன். காலம் எனக்கு நிச்சயம் கருணை செய்யும். செய்தே தீரும்!

✲✲✲

அது செய்து விட்டது!

வீடு திரும்பி ஊஞ்சலில் சாயும்வரை அதற்கான இறுமாப்பு மனத்தில்.

ஊடே நாடார் வந்தார். கூடவே அவரையும், அவளையும் இணைத்துப் பேசிய சிலரும்...

“வாங்கோ... எல்லாரும் வாங்கோ...”

“எங்களை மன்னிச்சுடும்மா... உன்னைப் பத்தி ரொம்பத் தப்பா...” அவர்களால் முடிக்க முடியவில்லை. அவளிடம் அவர்கள் பேச்சைத் தடுக்கும் எண்ணமில்லை. தலையைத் தாழ்த்திக் கேட்டுக்கொள்கிறாள். பின், “நான் என்ன பெருசா செய்துட்டேன். எல்லாம் கௌசி கொடுத்த சந்தர்ப்பம். இல்லேன்னா என் முயற்சி என்ன ஆகியிருக்குமோ?” சொன்னபடியே கௌசல்யாவின் படத்தைப் பார்த்தாள்.

“அக்கா... சாதிச்சுட்டக்கா நீ. ரொம்ப சந்தோஷமா இருக்கு எனக்கு.” படத்தில் அவள் உதடுகள் பிரிந்து பேசுவதுபோலத் தோன்றியது.

வந்தவர்கள் திரும்பினார்கள்.

நாடார் மட்டும் நின்று ஒன்று சொல்லத் தொடங்கினார்.

"ஏம்மா... அப்ப நீ அந்தப் பயலோடதான் இனி வாழப்போறியா?"

அவளிடம் கூர்மையான பார்வை. "பிறகென்ன பண்றதாம்?" காற்றுக் குரலோடு பதில் கேள்வி. ஆனால், காலம் வேறுமாதிரி நினைப்பதுபோல் ஒருவர் ஆவேச கதியோடு உள்ளே நுழைந்து கொண்டிருந்தார். உள்ளே வந்தவர் மூச்சிழைபட...

"அம்மா முக்கியமான விஷயம்மா... ஆஸ்பத்தியில் ஸ்ரீக்காந்த், போலீஸ்காரர்கிட்ட இருந்த துப்பாக்கியால் தன்னைத்தானே சுட்டுக்கிட்டு செத்துட்டாரும்மா. உங்களுக்குத் தகவல் சொன்னாங்க..."

ரங்கநாயகி நின்ற இடம் கிடுகிடுத்தது.

***

அத்தியாயம்

35

‘ஒன்று சொல்கிறேன். அன்று – என் கையில் எனக்கு நாளும், கிழமையும் அற்று என்றோ ஆகிவிட்டது. அதைப்பற்றி நமக்கு அக்கறையுமில்லை. அன்று, இன்று, இனி என நாம் நியமித்த ஏற்பாட்டில் நாம் உழம்பிக்கொண்டிருப்பது என்றும் உள்ள இன்றுதான்.

சென்றுபோனதை நொந்து இனி காய்த்துத் தொங்கப்போவதை நம்பி, கைப்பிடியில் விரலிடுக்கில் வழியும் இன்றை ஏமாந்துபோவதை என்றேனும் எண்ணுகையில் சிரிப்பு ஏன் வராது?

அழுவதற்குப் பதில் சிரிப்பு. அன்றிலிருந்து பாய்ந்து கொண்டிருக்கும் ஜீவநதியின் ஓசையே இதுதான்...’

– ‘த்வனி’யில் லா.ச.ரா.

மாதம் மூன்றைத் தாண்டிவிட்டது.

ஏபிஎன் இண்டஸ்ட்ரீஸ் இப்போது ரங்கநாயகியின் மேற்பார்வையில் சக்கைபோடு போடுகிறது.

ஒவ்வொரு பதார்த்தங்களிலும் அவளது கைமணம்.

புதிது புதிதாகவும் பதார்த்தங்கள். சமயங்களில் ஸ்ரீநிதியை இடுப்பில் தூக்கிக்கொண்டே ஆபீசுக்கு வந்துவிடுகிறாள். ஆபீஸில் நான்கு பொம்மைகளை அவளருகே போட்டுவிட்டு

அப்படியே அடுக்களை, பேக்கிங் ஏரியா என்று ரவுண்ட் அடிக்கிறாள்.

மும்பையில் அந்தச் சனியன்பிடித்த தொழிலை விட்ட பல பெண்களும் இப்பொழுது இங்கே ரங்கநாயகியிடம் வந்து சேர்ந்துவிட்டனர்.

வாழ்க்கையின் புதிய திசையையும், அதன் சுவையையும் பார்த்துத் தங்களுக்குள்ளேயே செருமாந்து கிடக்கின்றனர்.

அனந்தபத்மநாபனுக்கும் கால் இப்போது தேவலை. மெல்ல நடந்து பழகத் தொடங்கியிருக்கிறார். ஒரு தேவதைபோல் வந்த ரங்கநாயகியால் தொழில்முறையில் இருந்த தேக்கமெல்லாம் சரியாகிவிட்டது.

பத்திரிகைகள் மாற்றி மாற்றி போட்டி போட்டுக்கொண்டு எழுதியதில் ரங்கநாயகி மட்டுமல்ல. ஏபிஎன் இண்டஸ்ட்ரீயும் பிரபலமாகி விட்டது,

"வாழ நினைத்தால் வாழலாம் - வழியா இல்லை பூமியில்?" பாட்டு சத்திய வாக்கு போலப் பரவிக் கொண்டிருக்கிறது.

அம்முணிக்குத்தான் முழு நிறைவில்லை.

ரங்கநாயகியையும், ஏபிஎன்னையும் சேர்த்து வைக்கத் தலைகீழாக நின்று பார்த்தாள்.

ஸ்ரீக்காந்த் கூட இறுதியாக அவளுக்கு எழுதிய கடிதத்தில் அதைத்தான் சொல்லியிருந்தான்.

"ரங்கநாயகி...

நான் உயிரோடு இருப்பது துளிகூடச் சரியல்ல!

உனக்கு வழிவிடுவதற்காகவாவது நான் சாக வேண்டும். உன்னால் மன்னிக்கப்பட்ட பெருமை ஒன்று போதும் எனக்கு... நான் உனக்குப் பொருத்தமில்லாதவன். எல்லா விஷயங்களையும் மன்னித்துவிட முடியாது.

மன்னிக்கவும் கூடாது. என் அம்மாகூடத் தன் சாவால் மொத்த வாழ்நாளின் தவறுக்கும் கழுவாய் தேடிக்கொண்டுவிட்ட நிலையில் நான் மட்டும் நொண்டிக் காலோடு உனக்குப் பாரமாய் இருக்க விரும்பவில்லை. நமது கல்யாணம் ஒரு கல்யாணமே இல்லை. இருந்தும் அதற்கு அர்த்தம் கொடுத்தவள் நீ. அந்த பந்தத்தின் பேரால் உன்னிடம் இரண்டு விஷயங்களை வரமாகக் கேட்கிறேன். ஒன்று... என்னை நீ முற்றிலுமாக உன் மனத்தில் இருந்து நீக்க வேண்டும். அடுத்து உனக்குப் பொருத்தமான ஒருவரை திருமணம் செய்துகொண்டு நீ சந்தோஷமாக சுமங்கலியாகத்தான் சாகவேண்டும். அப்படிச் செய்தால்தான் எனக்குச் சாந்தி ஏற்படும். இல்லாவிட்டால் நீ மன்னித்ததற்கே அர்த்தம் இல்லாதபடி நான் இறந்தும் அலைமோதிக் கொண்டிருப்பேன்.

எச்சரிக்கை."

இப்படிக்கு
சீக்கா.

என்று தன் மொத்த தவறுகளையும் அந்த ஒரு கடிதம் எழுதியதன் மூலம் எல்லோரையும் மறக்கச் செய்து விட்டிருந்தான். மரணத்திற்கே ஒரு மதிப்பையும் அளித்திருந்தான்.

ஆனால், ரங்கநாயகிதான் எதைப் படித்தும் மாறவில்லையோ என்று நினைக்கத் தோன்றுகிறது.

குழந்தைகளை, ஏபிஎன் கால்களை, இண்டஸ்ட்ரீயின் தொய்ந்த நிலையைக் காரணம் காட்டிக் கல்யாணத்துக்கு அவளை அம்முணி தூண்டியபோது எல்லாவற்றிற்கும் விடை கல்யாணத்தில் இருப்பதாக யார் சொன்னது என்று கேட்டுவிட்டு அந்தச் சிந்தனைக்கே இடம் கொடுக்காதபடி அனைத்தையும் தனி ஒருவளாக இருந்து சீர் செய்துவிட்டாள் என்றுதான் கூற வேண்டும்.

ஊடே கல்யாணி கோவிந்து மேல் காதல் வயப்பட்டதுதான் அவள் வாழ்நாளில், அவள் கண்ட உன்னதமான ஒரு விஷயம்.

“அக்கா... நான் கோவிந்துவை மனசார விரும்புறேன். இந்த மனசு, இந்த கல்மிஷமில்லாத குணம் எனக்கு இன்னொருத்தர்கிட்ட கிடைக்கும்னு எனக்கு நம்பிக்கையில்லை. இந்தக் கறுப்பியைக் கட்டிக்க மற்ற ஆண்களுக்குப் பிரியமில்லை. உங்களுக்குச் சம்மதமாக்கா?” என்று கேட்டு ஒருநாள் நின்றபோது, ரங்கநாயகி சிலிர்ப்பின் உச்சம் போனது சத்யம்.

“உன் அம்மாக்கும், அண்ணாக்கும் சம்மதமா?” என்று பதிலுக்கு ரங்கநாயகி கேட்டபோது, “ரங்கநாயகி நீதான் இனி இந்தக் குடும்பம். உன் முடிவுதான் எங்க முடிவு” என்று அவர்கள் சொல்லி ரங்கநாயகியைத் திகைக்க விட்டார்கள். ரங்கநாயகிக்கு என்ன சொல்வதென்றே தெரியவில்லை.

எல்லாவற்றுக்கும் விடை கண்டுவிட்டாள்.

ஆனால், அவளுக்கு...?

அதற்காகத்தான் அம்முணி உபவாசம் இருக்கிறாளோ?

அதுவும் பதினைந்து நாள்களாக...!

முதலில் ஒருவேளை உணவு என்று சுருக்கிக்கொண்டவள் இப்போது முற்றிலுமாக உணவை நிறுத்திக்கொண்டு படுத்த படுக்கையாகக் கிடக்கிறாள்.

மனத்தில் ரங்கநாயகி பற்றிய அதே கவலை...

ரங்கநாயகிக்கும் தெரியும். இது தவறு என்று சொல்ல வாயெடுத்தால் பின்னால் அது தன்னைக் கல்யாணம் செய்ய வைப்பதில்தான் வந்து நிற்கும் என்று...

அதனால் பிடியே கொடுக்கவில்லை. இருந்தாலும் அந்தக் கிழட்டுத் தேகம், வீட்டில் நடமாடுகையில் பூஞ்சை விழிகளால் வெறிப்பதை என்னவென்று சொல்ல?

ரங்கநாயகிக்கு அம்முணியைப் பற்றி நினைக்கும் தைரியம்கூட இல்லாதபடி நிலைமை போய்க் கொண்டிருக்கிறது. கல்யாணிக்கு எல்லாம் புரிகிறது.

"அம்மா சாப்பிடும்மா. இதென்னம்மா போராட்டம்?" என்கிறாள் அம்மாவின் கால்மாட்டில்.

"போராட்டம்தான் கல்யாணி. ரங்கநாயகி மாதிரிப் பொண்களை வாயால பேசி எல்லாம் மாற்ற முடியாது. என் உசிரைப் பணயம் வெச்சுதான் நான் அதைச் சாதிக்க முடியும்" என்கிறாள் அம்முணியும் சளைக்காமல்.

ஏபிஎன் சக்கர நாற்காலியில் அமர்ந்து அனைத்தையும் பார்த்துவிட்டு, அம்மாவை நெருங்கிச் சென்று சொன்னார்.

"அம்மா... இதென்ன பிடிவாதம்? கல்யாணம்கறது அவாளவா பிரியத்துல நடக்கறதுன்னு நீதானே சொல்வே..."

"வாஸ்தவம்தான் பத்து. ஆனா, ரங்கநாயகி விஷயம் அப்படிக் கிடையாது. புதைகுழியில் ஒருத்தர் விழுந்துட்டா. அடுத்தவா வந்தாதான் தப்பிக்கமுடியும், அதான் நான் இத்தனை போராட்றேன்."

"இத அவ புரிஞ்சுக்கணுமே?"

"அவளுக்கா தெரியாது? அவ எல்லாம் புரிஞ்சவடா. அவ தன் நிலைக்கு என்னையே உதாரணமா காட்டுவா. செத்துப்போயிட்ட உங்க ஆத்துக்காரருக்காக நீங்க அவர் ஞாபகமா தபசுக்கோலம் பூண்டுக்கலாம். நான் அப்படி இருக்கக் கூடாதான்னு திருப்பிக் கேட்பா.

நான் எனக்குன்னு வாழ்ந்தவனுக்கு இப்படி நன்றி காட்டிண்டு இருக்கேன். நீயும் உனக்குன்னு வாழற ஒருத்தனுக்குக் காட்டுன்னுதான் சொல்ல ஆசைப்பட்றேன். நீ அவளுக்காக வாழற ஒருத்தன் இல்லியா ஏபிஎன்?"

"இல்லம்மா" பட்டென்ற பதில் ஏபிஎன்னிடம்.

“என்னடா சொல்றே?” அம்முணியிடம் அசாத்ய அதிர்ச்சி.

“ஆமாம்மா... உனக்கு உன் ஆத்துக்காரர் ஞாபகம் பெரிசு. அவர் ஸ்தூலம்தான் செத்துடுத்தே தவிர, அவர் ஞாபகங்கள் துளிக்கூட சாகலை உனக்கு...!

ரங்கநாயகிக்கும் அந்த ஸ்ரீக்காந்த் பெரிசா இருக்கிறதாலதான் அவ நீ இப்படிக் கிடக்கறது தெரிஞ்சும் இதைப் பெரிசா எடுத்துண்டு பேசல.

ஏம்மா... உங்க இரண்டு பேருக்கும்தான் கல்யாண உறவுகள் ஒசத்தியா? எனக்கு அப்படியில்லையா? என் கோமளம் எதுலம்மா குறைஞ்சுட்டவ...?

அவ ஞாபகத்தை நான் மட்டும் ரங்கநாயகிக்காக அழிச்சுக்கணுமா?”

ஏபிஎன் மெலிதான விசும்பலோடு கேட்ட கேள்வி அம்முணியை ஒரு பிடி பிடித்துவிட்டது.

“பத்து... பத்து... செத்த கிட்டே வாடா... உன் கையைக் கொடுடா... வாடா...” படுக்கையில் பதைபதைப்போடு எழப் பார்த்தாள்.

“அம்மா ஏன்மா பதட்டப்படறே?” நாற்காலியோடு இயைந்து வந்து, பெற்றவள் கைகளைப் பற்றிய அனந்தபத்மநாபனின் கரங்கள் அடுத்த நொடி அம்முணியால் முத்தமிடப்பட்டது.

“ரொம்ப பெருமையா இருக்குடா நீ சொன்னதக் கேட்டு... என் பலம் உங்களுக்கு இருக்காதுன்னு நினைச்சுட்டேன். உனக்கும், அவளுக்கும் துணை சேர்க்கத்தான் இந்த விரதமும் பூண்டேன்... ஆனா, உங்களுக்கு யார் துணையும் தேவையில்லை. உங்க துணைதான் இந்த உலகத்துக்குத் தேவை. உசிரோட ஒருத்தர் இருக்கும்போது அவாளை நினைக்கிறது பெரிய விஷயமில்லை பத்து. செத்துட்ட பிறகும் நினைக்கிறது இருக்கு பாரு, அதான் ரொம்ப பெரிசு. நீயும் சரி, ரங்கநாயகியும் சரி அதுக்கு நல்ல உதாரணங்கள். எனக்குச் சிலிர்ப்பா இருக்கு. அப்படியே

நெஞ்சையும் அடைக்கறது." எங்க? இடுப்புலையே கிடக்கற அந்தக் குட்டிப் பொண்ணு...?

அம்முணி ஸ்ரீநிதியைக் கேட்க, கல்யாணி ஓடினாள் அந்தப் பிஞ்சைத் தூக்கிவர...

அவளுக்கு ரங்கநாயகி சோறு ஊட்டிக் கொண்டிருந்தாள்.

"அக்கா..." கல்யாணியின் அலறல் அவள் காதைத் திருகிற்று. திரும்பினாள் ரங்கநாயகி.

"அம்மாக்கு ரொம்ப மோசமா இருக்கு. ஓடிவாங்கோ." ரங்கநாயகி உடனே தயங்கி நின்றாள்.

"என்னக்கா நிக்கறேள்? வாங்கோ செத்த சீக்கிரம்."

"இல்லே கல்யாணி, நீ ஸ்ரீநிதியைக் கூட்டிண்டு போ..."

"அட வாங்கோக்கா. சாகும்போது உங்ககிட்ட ஏதாவது சத்யம் வாங்கிடுவாளோன்னு பயப்பட்றேளா?"

"ஆமாம்... பொண்ணுன்னா ஒரு துணை வேணும்னு அம்மாவும் நினைக்கறா. இல்லாமலும் வாழ்ந்து காட்டலாம்னு நான் நினைக்கறேன். அம்மா இருக்கற நிலைல எதைக் கேட்டாலும் நான் தந்துடுவேன். அப்றமா நான் காட்ட நினைக்கற எதையுமே காட்டமுடியாமப் போயிடுமேன்னுதான் யோசிக்கறேன்."

"அப்ப அம்மா ஏமாற்றத்தோட சாகலாமா? இதுதான் அம்மாக்கு நீங்க காட்ற கைமாறா?" கல்யாணி ஆழம் பார்த்தாள்.

"அப்படி இல்ல கல்யாணி. நான் உன் அம்மா ஒருத்திய ஏமாத்தினாலும், மொத்த பொண்கள் சமுதாயத்தை ஏமாத்தலையே... எது பெரிசு!"

"நீ நினைக்கறதுதான்டி பெரிசு..." குரல் அம்முணியிடமிருந்து வந்தது. அம்முணியே படுக்கையில் இருந்து எழுந்து வந்திருந்தாள்.

"அம்மா நீங்கோ..." ஓடினாள் ரங்கநாயகி.

தாவியது ஸ்ரீநிதி. பத்து நாள் பட்டினி, அந்தக் கிழவியைப் பிடித்துக் கீழே தள்ளியது. அப்படியே ஒடிந்து விழுந்தவள், அந்தப் பிஞ்சை முத்தமிட்டாள். மற்ற பேத்திகளும் ஓடிவந்தார்கள்.

சுற்றி நின்றுகொண்டார்கள். அனந்தபத்மநாபன் நாற்காலியை விட்டு எழுந்து கீழே அமர்ந்து அம்முணிக்குத் தன் மடியைக் கொடுத்தார்.

"அம்மா... பயமுறுத்தாதம்மா... போய்டாதம்மா..."

"போடா பைத்தியம். வேளை வந்துடுத்துடா... உனக்கென்னடா குறை? ரங்கநாயகி இருக்காடா. அவ உங்க எல்லாரையும் பார்த்துப்பாடா. அவ சொல்றதுதான்டா சரி.

நானும் ரொம்ப சந்தோஷமாகத்தான் சாகப்போறேன்.

சீனா, மைலா, மங்கா வாங்கோடி கண்ணுகளா வாங்கோ... வாங்கோ கிட்ட..."

அவர்கள் சுற்றி வளைத்து நின்றனர். கண்களில் நீர் திரள அந்தப் பெண்கள் அந்தக் கிழவியைப் பார்த்தனர்.

"அழாதேள், அழப்படாது. உங்களுக்கே உங்களுக்குன்னு நான் ஓர் அம்மாவைத் தர ஆசைப்பட்டேன். ஆனா, உலகத்துக்கே அம்மா மாதிரியான ஒருத்தி உங்களுக்கு அம்மாவா வந்துட்டா. அவ, இந்த அரங்கத்துக்கே நாயகி. அதனாலதான் அவ ரங்கநாயகி. இனி நான் வேற இல்ல. அவ வேற இல்லை... என்ன?"

தொண்டைக்குழி மிடறிக்கட்ட, கண்ணிரண்டும் செருக, ஏபிஎன் சின்னக் குழந்தைபோல் அம்மா என்று பொரும, எதிரே கால்மாட்டில் ரங்கநாயகி மண்டியிட்டு அந்தக் கிழவியின் கால்களைப் பற்றி அப்படியே நமஸ்கரிக்க அம்முணியின் கரங்கள் அவளை ஆசீர்வதித்த நிலையிலும், மற்ற ஜீவன்களை அணைத்த நிலையிலும் அப்படியே வானம் எழும்பிற்று அவளது ஜீவன்.

உடனேயே ஏழெட்டு பேர் நெஞ்சம் பிளக்க அழும் சப்தம் அந்த வீட்டின் கூரையை நொறுக்கிற்று.

ரங்கநாயகி அந்தத் துக்கத்திற்கு நடுவிலும் ஆகவேண்டியதைக் கவனிக்க எழுந்தாள். காலிரண்டைச் சேர்த்துக் கட்டி அம்முணியைக் கூடத்தில் கிடத்தித் தலைமாட்டில் விளக்கேற்றி வைத்துவிட்டுத் தொலைபேசியை நெருங்கிச் சுழற்றத் தொடங்கினாள்.

உறவுகள், நட்புகள் பெருகிவரத் தொடங்க, அதற்கு நடுவிலும் மறவாமல் ஏபிஎன்னுக்கு மருந்து, மாத்திரை தந்தாள்.

ஸ்ரீநிதிக்கும் பாலைக் கொடுத்துத் தூங்க வைக்க மறக்கவில்லை.

நடுநடுவே வைதீகமான செயல்களிலும் பங்களிப்பு. வெங்கட்ராமனும் வந்திருந்து நிறைய ஒத்தாசித்தார்.

எல்லோரிடமும் வியப்பு!

அம்முணி உடல் வேனில் ஏறும்போது தானும் உடன் ஏறினாள்.

“அம்மாடி… பொம்மனாட்டி எல்லாம் காட்டுக்கு வரக்கூடாது…” வாத்யாரிடம் இருந்து தடை உத்தரவு. சின்னச் சிரிப்பால் அதை மீறினாள்.

“இல்ல நான் வருவேன். மாமிக்கு இவர் மட்டுமல்ல, நானும் கொள்ளியிட்டாதான் ஆத்மா சாந்தியடையும்.” ரங்கநாயகி சொன்ன மறுநொடி பக்கத்துக் கோயில் மணி சப்தம் ஆமென்றது.

எல்லோர் வாயும் அடைபட்டது.

அந்த வாகனமும் புறப்பட்டது.

மயானத்தில் காரியங்கள் முடிய, ரங்கநாயகி விருப்பப்படியே கொள்ளியிட்டுவிட்டுத் திரும்ப, இதுவரை கண்டிராத ஒரு காட்சியாக அதைக் கண்ட வெட்டியான் ஆச்சரியத்தோடு கேட்டான்…

“தாயி... யாரு தாயி நீ? சாஸ்த்ரத்தைவிட மனசு பெரிசுன்னு காட்டிட்டியே... யார் தாயி நீ?”

“என் பெயர் ரங்கநாயகி!”

இதமாகச் சொன்னாள். அம்முணி கூறியதுபோல அரங்கத்துக்கே நாயகியாக விளங்கும் தகுதி படைத்த அந்தப் பெண்.

—— முற்றும் ——

www.ingramcontent.com/pod-product-compliance
Lightning Source LLC
LaVergne TN
LVHW101357051026
849519LV00005BC/1555
* 9 7 8 9 3 5 6 9 5 6 4 0 7 *